பிரபஞ்சன் கட்டுரைகள்

(தேர்ந்தெடுக்கப்பட்ட படைப்புகள்)

தேர்வும் தொகுப்பும்
ந.முருகேசபாண்டியன்

டிஸ்கவரி பப்ளிகேஷன்ஸ்

எண்: 9, பிளாட் எண்: 1080A, ரோஹிணி பிளாட்ஸ்
முனுசாமி சாலை, கே.கே.நகர் மேற்கு,
சென்னை - 600 078. பேச: 99404 46650

பிரபஞ்சன் கட்டுரைகள் (கட்டுரைகள்)
ஆசிரியர்: பிரபஞ்சன்©
தொகுப்பாசிரியர்: ந.முருகேசபாண்டியன்

Prabanjan Katturaikal (Essays)
Author: Prabanjan©
Selected & Compiled by: Na.Murugesapandiyan

3rd Short Edition: Dec-2021

வெளியீட்டு எண்: 0113

Pages: 160 - ISBN: 978-93-84301-57-6

Rs. 170

Publisher • *Sales Rights*

Discovery Publications	Discovery Book Palace (P) Ltd
No. 9, Plot,1080A,	No. 6, Mahaveer Complex,
Rohini Flats,	Munusamy Salai,
Munusamy Salai,	K.K.Nagar West,
K.K.Nagar West,	Chennai-600 078.
Chennai - 600 078.	Ph: (044) 4855 7525
Mobile: +91 99404 46650	Mobile: +91 87545 07070

discoverybookpalace@gmail.com
WWW.DISCOVERYBOOKPALACE.COM

இந்த நூலில் பிரசுரமாகியுள்ள எந்த ஒரு பகுதியையும் பதிப்பாளரின் எழுத்துபூர்வமான முன்அனுமதி பெறாமல் எடுத்தாள்வதோ, மறுபிரசுரம் செய்வதோ, மொழியாக்கம் செய்வதோ, அச்சு மற்றும் மின்னணு ஊடகங்களில் மறுபதிப்புச் செய்வதோ, காப்புரிமைச் சட்டப்படி தடை செய்யப்பட்டுள்ளது. இந்த நூலிலிருந்து குறிப்பிட்ட பகுதிகளை மேற்கோள்காட்டி புத்தக விமர்சனம் செய்ய, ஊடகங்களுக்கு மட்டும் அனுமதி உண்டு.

உங்கள் மொபைல் போனிலிருந்து ஸ்கேன் செய்து 'டிஸ்கவரி புக் பேலஸ்' மொபைல் ஆப்பை டவுன்லோடு செய்து, புத்தகங்களை வாங்குங்கள்.

முன்னுரை

கட்டுரைகளை இலக்கியத்தின் ஒரு வகையாக ஏற்றுக்கொள்ளும் மனநிலை எழுத்துலகில் அண்மைக் காலமாகத்தான் ஏற்பட்டிருக்கிறது. அதற்குமுன் சிறுகதை, நாவல்கள் மட்டுமே படைப்பாக ஏற்றுக் கொள்ளப்பட்டிருந்தன. இன்னும்கூட என்னைச் சந்திப்பவர்களில் சிலர், 'ஏன் இப்போதெல்லாம் கதைகள் குறைந்துவிட்டன' என்று கவலை தோன்ற, ஒரு நோயாளியிடம் 'உடம்பைப் பார்த்துக்கொள்ளுங்கள்' என்பதுபோலச் சொல்கிறார்கள். ஒரு காலத்தில் நான் சிறுகதைகள் நிறைய எழுதிக்கொண்டிருந்த நேரத்தில் இதே போன்றவர்கள், ஏன் கதைகளையே அதுவும் 'சின்னக்' கதைகளையே எழுதிக்கொண்டிருக்கிறீர்கள். பெரிசாக நாவல் கீவல் எழுதினால் என்ன என்றார்கள். இந்த ரகமான கேள்விகள் எனக்கே என்றால், புதுமைப்பித்தனும் மௌனியும் எத்தனைச் சங்கடத்துக்கு உள்ளாகி இருப்பார்கள்!

கதை எழுதுவதில் இருக்கும் 'எழுது சந்தோஷமும்' கட்டுரை எழுதும்போது கிடைக்கும் மவுனம் திணிந்த பரவசமும் ஒன்றாகவே இருக்கிறது. எழுதுவது என்பதே நம்மை நமக்குக் காட்டிக்கொள்ளும் முயற்சி அல்லாமல் வேறு என்ன?

வித்துவான் திருநாவுக்கரசு, என் தமிழ் ஆசிரியர். என் கட்டுரைகள் பலவற்றில் இடம்பெற்ற, சிறைச்சாலைகளைவிடவும் நீண்ட சுற்றுமதில் கொண்ட, என் பள்ளிக்கூடத்து ஆசிரியர். ஏழாம் வகுப்பில் என்னை வீட்டுக்கு அழைத்துச்சென்று யாப்பிலக்கணம் கற்றுக் கொடுத்தவர். அம்மா (அவர் மனைவி) கொடுத்த டிபனோடும் காபியோடும் தமிழ் கற்றுத் தந்தவர். தமிழரசுக் கழகத்துக்காரர். ஒரு நாள் வகுப்பில், தேம்பாவணி, வீரமாமுனிவரால் எழுதப்பட்டிருக்க முடியாது என்று தான் கருதுவதாகச் சொன்னார். ஏகாந்த காலம் தமிழ் படித்து, யாப்பில், தமிழ்ச் செய்யுளின் முக்கிய அலகான எதுகை மோனைகளைப் பெய்து ஒரு காவியம் இயற்றும் வன்மை ஒரு அயல்நாட்டுக்காரருக்குச் சாத்தியம் இல்லை என்பது அவர் கருத்து. அரவிந்தர் ஆங்கிலம் படித்து 'சாவித்ரி' போன்ற பார

காவியங்கள் செய்தது சாத்தியம் என்றால், வீரமாமுனிவர்க்கும் சாத்தியம்தான் என்பது என் கருத்தாக இருந்தது. தமிழர்களின் தத்துவ எழுத்துகள்–ஆதிசங்கரர், இராமனுஜர் முதலானவர்கள் சமஸ்கிருதத்தில் நூல்கள் படைத்தமை – முதலானவை என் கருத்துக்குச் சான்றாக இருந்தன. முனிவருடைய தமிழாசிரியரின் கை அந்தக் காப்பியத்தில் இருந்திருக்கலாம் என்பது ஏற்றுக்கொள்ளத்தக்க கருத்தாக இருந்தது. ‘இதைக் கட்டுரையாக எழுதினேன்’ என்றார் திருநாவுக்கரசு. நான் காதல் பற்றிக் கட்டுரை எழுதினேன். 1961 ஆம் வருடம் அக்கட்டுரை புதுச்சேரியிலிருந்து வெளிவந்த தமிழ்ச் செல்வியில் வெளியாயிற்று. ‘இதுவும் சரிதான்’ என்றார், அக்கட்டுரையை வாசித்த திருநாவுக்கரசு. அவர் குரலில் மிகுந்த விரக்தி இருந்ததாகப்பட்டது எனக்கு.

இப்படித்தான் தொடங்கியது என் எழுதியல். தொடக்கத்தில் ரா.பி.சேதுப்பிள்ளை, மு.வ. ராசமாணிக்கனார், பரந்தாமனார், மறைமலையடிகள் போன்றோரின் கட்டுரைகள் என் வாசிப்புக்கு உள்ளாயின. பின் புதுமைப்பித்தன், அழகிரிசாமி, க.நா. சுப்ரமண்யம், சி.சு.செல்லப்பா, ஜெயகாந்தன், சுந்தரராமசாமி, அசோகமித்திரன் என்று வளர்ந்தது. தமிழ்ச் சிந்தனைக் களத்தில் பெருவினை ஆற்றிய எஸ்.வி.ராஜதுரை, கோ.கேசவன், கைலாசபதி, சிவத்தம்பி. அ.மார்க்ஸ் என்று நீண்டது. பின்னால் சாத்தர், கெமூ முதலானோர் என்னிடம் வந்து சேர்ந்தார்கள். நந்தியும் குகாவும் சமூக வரலாற்றை என்முன் விரிக்கிறார்கள். எந்தச் சிந்தனையும் என்னில் இருந்து தொடங்கவில்லை என்பதை நான் தெளிவாகவே அறிந்திருக்கிறேன். சங்கத்துப் புலவர் முதலாகச் சார்த்தர் வரையிலான சிந்தனைத் தொடர்ச்சியின், அறிவுக் கண்ணிகளில் நான் புகுவேன் என்பது என் புரிதல். சொல்ல வேண்டும் என்று தோன்றியவற்றை நான் இதுகாறும் பெற்ற அறிவுச் சாரம் கொண்டே அவற்றின் ஊடாகப் பயணிக்கிறேன் என்பதல்லாமல் எனக்கு வேறு நியாயங்கள் தென்படவில்லை.

இதில் நான் சிலருக்கு அளித்த முன்னுரைகளில் பொதுக் கருத்து, பொது அனுபவம், என் அனுபவம் சார்ந்த பகுதிகளை எடுத்துக்கொண்டிருக்கிறேன். சுமார் 10 ஆண்டுகளில் நான் எழுதியவற்றில் தேர்ந்தெடுக்கப்பட்டவை இவை. அக்காலங்களில் கல்வி முதலான பல பண்பாட்டுத் தளங்களில் நிகழ வேண்டும் என்று நினைத்து எழுதிய பல காரியங்கள் பின்னால் நிகழ்ந்திருக்கின்றன. உதாரணமாகத் தமிழில் படித்தவர்க்கும் தமிழ் படித்தவர்களுக்கும் அரசுப் பணிகளில் முன்னுரிமை வேண்டும்

என்று எழுதியிருக்கிறேன். அது இப்போது நிகழ இருக்கிறது. இது கால வளர்ச்சி. என்னால் இது நிகழ்ந்தது என்ற பிரமையெல்லாம் எனக்குக் கிடையாது. எந்த அரசும் எந்த எழுத்தாளரையும் எந்தக் காலத்திலும் மதித்து ஏற்றுக்கொண்டதில்லை என்பதை நான் அறிவேன்.

பலப்பல கட்டுரைகளைப் படித்து, இவற்றைத் தேர்ந்தெடுத்துக் கொடுத்த தொகுப்பாளர் நண்பர் முருகேசபாண்டியனுக்கு நன்றி என்ற சொல் போதாது. இத்தொகுப்புக்காக அவர் செலவிட்ட நேரமும் உழைப்பும் அளவிட முடியாதவை. உண்மையான அன்பும் நேசமும் இல்லாமல் இது சாத்தியம் இல்லை. இப்போதல்ல, நான் முருகேசபாண்டியனைச் சந்தித்த எண்பதுகளின் காலத்தில் இருந்தே, அவர் எனக்குச் செய்திருக்கும் இதுபோல உதவிகள் பல, அவர் நட்பு எனக்குக் கிடைத்த பேறு.

மிக்க தோழமையுடன்
பிரபஞ்சன்

தொகுப்புரை

பண்டைத் தமிழிலக்கியத் தொடக்கம், தொகுப்பு நூல்களிலிருந்து தொடங்குகிறது. ஒரு காலகட்டத்தில் வெளியான படைப்புகள் அல்லது படைப்பாளரின் படைப்புகளிலிருந்து தேர்ந்தெடுத்துத் தொகுப்பது, சங்ககாலத்திலே நடைமுறைக்கு வந்துவிட்டது. பாரம்பரியமான மொழியின் வளமென்பது பல்வேறு தொகுப்பு நூல்களை ஆதாரமாகக் கொண்டுள்ளது. இத்தகைய தொகுப்புகள், பரந்துபட்ட வாசகரிடம் மறுபேச்சுகளை உருவாக்கும் வல்லமை பெற்றவை. மின்னணு ஊடகம் பிரபலமடைந்து கொண்டிருக்கும் இன்றைய காலகட்டத்தில், அச்சு ஊடகத்தில் வெளியானவற்றைத் தேர்ந்தெடுத்து வாசிக்க வேண்டிய நெருக்கடி ஏற்பட்டுள்ளது. யோசிக்கும்வேளையில், எதிர்காலத்தில் தொகுப்பு நூல்கள்தாம் படைப்பாளரை வாசகரிடம் அறிமுகப்படுத்தும் என்று தோன்றுகின்றது.

தொகுப்பு நூல், இலக்கிய ஆளுமையின் குறுக்குவெட்டுத் தோற்றமாக விளங்குகிறது. படைப்பாளர் ஒருவர் எழுதிக் குவித்த படைப்புகளிலிருந்து, ஏதேனும் ஒரு நோக்கம் கருதித் தொகுக்கப்பட்ட நூல்கள் உருவாக வேண்டிய தேவையுள்ளது. வாசிப்பு மட்டத்தில் பல்வேறு நிலைகளில் வாசித்துக் கொண்டிருக்கும் வாசகர்களின் தேவையைத் தொகுப்பு நூல்களே பூர்த்தி செய்கின்றன. அவை படைப்பாளரையும் சராசரி வாசகரையும் ஒருங்கிணைக்கிற நுட்பமான பணியைச் செய்கின்றன. அவ்வகையில் கடந்த நாற்பதாண்டுகளாகத் தொடர்ந்து எழுதிக்கொண்டிருக்கும் பிரபஞ்சன், வெவ்வேறு கால கட்டங்களில் எழுதிய கட்டுரைகளிலிருந்து தேர்ந்தெடுக்கப்பட்ட கட்டுரைகள் நூல் வடிவம் பெற்றுள்ளன. பிரபஞ்சன் எழுதியுள்ள நூற்றுக்கணக்கான கட்டுரைகளைத் தொகுத்து வாசிக்க இயலாத சூழலில், அவருடைய பிரதிபிம்பமாக வெளியாகியுள்ள இக்கட்டுரைகள் வாசிப்பில் மனநிறைவைத் தரக்கூடியன. பிரபஞ்சன் எழுதியுள்ள கட்டுரைகள் எதுவும் இதுவரை புத்தக வடிவம்

பெறவில்லை என்பதையும் இங்கு பதிவுசெய்ய விரும்புகிறேன். எனவே பிரபஞ்சன் கட்டுரைகளைப் பொறுத்தவரையில் இந்நூலே முன்னோடி.

1984ஆம்ஆண்டு எனது பணி காரணமாகச் சென்னையில் தங்க வேண்டிய சூழல். தங்குவதற்கு இடம் தேடி அலைந்தபோது, நண்பர் விமலாதித்த மாமல்லன் பிரபஞ்சனைப் பார்ப்போம் என்றார். 'ஒரு ஊரில் ரெண்டு மனிதர்கள்' சிறுகதைத் தொகுதி மூலம் எனக்கு அறிமுகமாயிருந்தவரை நேரில் சந்திக்க ஆவலாக இருந்தது. போனோம். களையான தோற்றத்துடன், உற்சாகம் கொப்பளிக்கும் விழிகளுடன் எங்களை வரவேற்றார். என் 'உறையுள்' பிரச்சினையை மிக முக்கியமானதாகக் கருதினார். அடுத்த நாள் ராயப்பேட்டை, ஜானிஜான்கான் தெரு, பனாமா விடுதியில் குடியேறினேன். பக்கத்து அறையில் பிரபஞ்சன். அன்று தொடங்கிய பேச்சு, இன்றுவரை எங்களுக்குள் தொடர்கிறது. அவருடைய படைப்புகளின் உன்னத நிலை குறித்துப் பாராட்டியதை எப்படி எடுத்துக்கொள்வாரோ, படைப்புகளின் பலவீனம் குறித்துப் பேசியதையும் அப்படியே எடுத்துக்கொள்வார். சிறுகதை என்ற இலக்கிய வடிவத்தைப் பயன்படுத்தி அற்புதமான புனைகதைகளைப் படைத்துள்ளவரின் 'வானம் வசப்படும்' 'மானுடம் வெல்லும்' ஆகிய நாவல்களும் முக்கியமானவை. எழுத்தையே வருவாய்க்கான மூலமாகக் கொண்டதனால், அவர் வெகுசனப் பத்திரிகைகளில் எழுதிக் குவித்த சிறுகதைகளும் தொடர்கதைகளும் கணக்கற்றவை. தொண்ணூறுகளில் பாக்கெட் நாவல்கள் வெளியிட்டு, லட்சக்கணக்கில் பணம் சம்பாதித்த பிரபலங்களுடன் ஒப்பிடும்போது, வெகுசன ஊடகத்தில் பிரபஞ்சன் தோற்றுப் போனவர். அவர் வெகுசனத் தளத்தில் சமரசம் செய்துகொண்டு எழுதினாலும் ஒரு மட்டத்தில் நின்றுதான் தனது படைப்புகளைப் படைத்தார். அவருடைய எழுத்துகளில் ஒருபோதும் சமூகவிரோத அம்சங்களையோ விரசங்களையோ பார்க்க முடியாது. அதே காலகட்டத்தில் சிறுபத்திரிகை சார்ந்த காத்திரமான படைப்பு முயற்சிகளிலும் அவர் தொடர்ந்து ஈடுபாடுகொண்டிருந்தது, அவருக்குள் கனன்ற படைப்பாக்கத்தின் வெளிப்பாடாகும்.

கட்டுரைகளைப் பொறுத்தவரையில் பிரபஞ்சன் தனக்குத் தோன்றியதையும் தான் சரியென நம்பியதையும் துணிச்சலுடன் எழுதக்கூடியவர். கட்டுரை ஆக்கத்தில் அவர் சமரசம் செய்து கொண்டவரல்ல. எனவேதான், கட்டுரைகளில் வெளிப்படும்

பிரபஞ்சனின் குரல் உக்கிரமாகவும் ஆவேசமாகவும் உள்ளது. 'சிறுமை கண்டு பொங்குவாய்' என்பதற்கேற்ப, தான் எதிர்கொண்ட சமூகக் கேவலங்களைத் தோலுரித்துக் காட்டும்போது, அவருடைய தார்மீகக் கோபம் வெளிப்பட்டுள்ளது. பொதுப் புத்தியில் பாமரத்தனமாகப் பலரும் நம்பிக்கொண்டிருந்தவற்றைக் கட்டுரைகளின் மூலம் சிதைப்பதில் அவருக்கு எப்பொழுதும் உற்சாகம்தான். நேர்ப்பேச்சில் நண்பர்களுடன் விவாதித்த விஷயங்களைக் காரசாரமாக எழுத்தில் பதிவாக்குவதில், மனத்தடை எதுவுமற்ற நிலைப்பாடுதான் பிரபஞ்சனின் பலம். இலக்கியத்தின் மேன்மையைச் சிலாகிக்கும் வேளையில், அதைத் தங்கக் கோபுரமாகக் கருதிப் போற்றாத தன்மை காரணமாகவே, அவருடைய பல கட்டுரைகள் செயலூக்கம் மிக்கனவாக உள்ளன; எளிய மொழியில் வாசகருடன் நேரடியாக உரையாடுகின்றன.

பிரபஞ்சனின் கட்டுரைகளைப் புத்தக மதிப்புரைகள், புத்தக முன்னுரைகள், அரசியல் கட்டுரைகள், சமூக விமர்சனக் கட்டுரைகள், இலக்கியக் கட்டுரைகள் எனப் பகுக்கலாம். அவரால் எழுதப்பட்ட பல புத்தக முன்னுரைகளும் மதிப்புரைகளும் துல்லியமான விமர்சனத்தன்மை கொண்டவை அல்ல. அது அவருடைய நோக்கமன்று. புதிதாக எழுதுகின்றவரைப் பற்றி இரண்டு வார்த்தைகள் நல்லபடியாகச் சொன்னால் என்ன குறைந்துவிடும்? அதனால் இலக்கியம் வளரும்தானே என்னும் நம்பிக்கை அவருக்குண்டு.

தொண்ணூறுகளில் பிரபஞ்சன், நக்கீரன் பத்திரிகை முதலாகப் பல்வேறு பத்திரிகைகளில் எழுதிய அரசியல் விமர்சனக் கட்டுரைகள், பலரையும் அதிர்ச்சிக்குள்ளாக்கின. எப்பொழுதும் இன்முகத்துடன் இலக்கியத்தின் சிறப்புக் குறித்துப் புன்முறுவலாகப் பேசும் பிரபஞ்சனின் அரசியல் சீற்றம் காரணமாகப் பலரும் புருவத்தை உயர்த்தினர். ஆளும் கட்சியைக் கடுமையாக விமர்சித்து எழுதிய பிரபஞ்சனை சண்டைச் சேவலைப் பார்ப்பதுபோல, பிரமிப்புடன் பார்த்தவர்களை எனக்குத் தெரியும். படைப்பாளி, கட்டுரை எழுதத் தொடங்கினால் படைப்பூக்கம் (creativity) வற்றிவிடும் எனப் பயந்து கொண்டிருந்த படைப்பாளிகளிடையே, அரசியல் விமர்சனக் கட்டுரைகள் எழுதப் பிரபஞ்சன் முன்வந்தது, அவருடைய சமூக அக்கறையின் வெளிப்பாடு. அந்தக் காலகட்டத்தில் இலக்கிய மேடைகளிலும் அரசியல் கருத்துகளை உரக்க முழங்குவது, அவருடைய இயல்பாக இருந்தது. அவருடைய மனதுக்குச் சரியெனப்பட்டதையே துணிந்து எழுத்தில்

பதிவாக்கினார். இத்தகைய அரசியல் கட்டுரைகள், குறிப்பிட்ட காலச் சூழல் மாறியவுடன் முக்கியத்துவம் இழந்து, வெறுமனே சமூக ஆவணமாக மாறிவிடும் என்ற புரிதல் அவருக்கு இருந்தது.

சமூகப் பிரச்சனைகள் குறித்துப் பிரபஞ்சன் எழுதியுள்ள கட்டுரைகள் தனித்துவமானவை. மொழி, பண்பாடு, கலை, கல்வி, இலக்கியம் பற்றிய கட்டுரைகள் ஆழமான விவாதத்தை முன்னிறுத்தி எழுதப்பட்டுள்ளன. அவை மேலோட்டமான வாசிப்பில், சராசரி வாசகருக்குப் பிரமிப்பை ஏற்படுத்தக்கூடியன, பிரபஞ்சனின் நல்லதுக்கும் கெட்டதுக்குமான முரண்பற்றி விரியும் புனைகதை, இறுதியில் மேன்மையான அம்சத்தை முன்னிலைப்படுத்தும். அதுபோல கட்டுரைகளில் கீழானவை குறித்துப் பிரபஞ்சனுக்குப் பிராது உண்டெனினும் நேர்மறையான அம்சங்களுக்கு முக்கியத்துவம் தந்துள்ளார். வன்முறை, குரோதம் போன்றவற்றைப் புறந்தள்ளிவிட்டு, மனித இருப்புக் குறித்த உன்னதமான தேடலே இலக்கியம் என்ற பிரபஞ்சனின் புனைவு மனம், கட்டுரைகளிலும் வெளிப்பட்டுள்ளது. குளத்து நீரில் அப்பும் பச்சைப்பாசியை விலக்கிவிட்டு, நீரின் குளிர்ச்சியை ரசிக்கும் மனப்பாங்கு பிரபஞ்சனுக்குச் சாத்தியப்பட்டுள்ளது.

ஒரு மொழியின் வளம், ஆளுமை ஆகியன இலக்கியப் படைப்புகள் சார்ந்தவை மட்டுமல்ல; அம்மொழியில் வெளியாகும் கட்டுரைகள் தரமானதாகவும் ஆழமானதாகவும் இருக்க வேண்டியது அவசியம். மக்களிடையே நடைபெறும் பேச்சுகளும் மறுபேச்சுகளும் கட்டுரைகளில்தாம் பதிவாகின்றன. அவை வாசிப்பின்மூலம் மனித மனங்களைச் சலனப்படுத்துகின்றன; கசடுகளைப் போக்கும் திறனுடையன. நடப்புச் சமூகம் குறித்து ஆழமான கேள்விகளை எழுப்புவதன் மூலம், சமூக இயக்கத்தைச் சரியான திசைவழியில் திருப்புகின்ற கட்டுரைகள், இன்னொரு நிலையில் ஆற்றல் மிக்கவை; சமூகத்தின் ஆன்மாவாக விளங்குகின்றன. பிரபஞ்சன் எழுதியுள்ள கட்டுரைகளும் மனித மனங்களில் ஆழமாக ஊடுருவிப் பாதிப்பை ஏற்படுத்தும் நிலையில், முக்கியத்துவம் பெறுகின்றன. கல்வி பற்றிய பிரபஞ்சனின் அபிப்ராயங்கள், கெட்டிதட்டிப் போயிருக்கும் ஆசிரியர்கள், பெற்றோர்களின் பொதுப்புத்தியைச் சிதைக்கின்றன. குழந்தை என்றால் வெறும் களிமண் என்று கருதி, அதைப் பொறுப்புள்ள உயிராக உருவாக்குவது 'வகுப்பறை' என்ற தவறான கருத்து நம்மிடையே நிலவுகிறது. 'ஆசிரியர்' என்ற வன்முறையாளர் கையில் பிரம்புடன் குழந்தைகள்மீது செலுத்தும் அதிகாரம், பிஞ்சு

மனங்களில் பெரும் சேதத்தை ஏற்படுத்தக்கூடியது. குழந்தையின் மனவிருப்பத்துக்கு மாறாகப் பாடச் சுமையைத் திணிக்கும் பள்ளிக்கூடத்துக்கும் சிறைச்சாலைக்கும் பெரிய வேறுபாடு இல்லை என்பதைத் தெரிவிக்கும் பிரபஞ்சனின் குரல், குழந்தைகள் மீதான ஆழமான அன்பின் வெளிப்பாடாகும்.

'மாற்றுச் சிந்தனைகளுக்கு இடமே தரக்கூடாது என்பதில் மிகவும் தெளிவாக இருக்கின்றன பள்ளி நிறுவனங்கள்.'

'ஆசிரியர், மேடைமேல் நின்று கீழே உள்ள உங்களிடம் கக்குகிற விஷயங்களை ஒரு பிஸ்கட்டைப்போலக் கவ்விக்கொண்டு வாலை ஆட்ட வேண்டும்."

'வன்முறையைப் பயிற்றுவிக்கும் வகுப்பறைகள்' என்ற கட்டுரையில் பிரபஞ்சன் பதிவாக்கியுள்ளவை, மிகைப்படுத்தப் பட்டவைபோலத் தோன்றினாலும் நிதானமாக யோசித்தால் அவை உண்மை என்பது புலப்படும். 'சமுதாயத்திற்குத் தொடர்ந்து அடிமை உடல்களைத் தயாரிக்கும் முதல் கட்ட நிறுவனம் பள்ளிக்கூடம்' என்று கவலைப்படும் பிரபஞ்சன், அதற்கு மாற்றாகச் சுதந்திரமான கல்வி பற்றியும் சிந்திக்கத் தூண்டுகிறார்.

கலகக்காரனின் குரலாக ஓங்கி ஒலிக்கும் பிரபஞ்சனின் ஆதங்கத்தில் தமிழர் வாழ்க்கை குறித்த மேலான மதிப்பீடுகள் பொதிந்துள்ளன. உலகமயமாக்கல் காலகட்டத்தில், எல்லாம் நுகர்பொருள் பண்பாடாக உருமாற்றமடையும் சூழலில், அசலான சுய சிந்தனை இல்லாமல் போகிறது. பின் – காலனியச் சூழலில் வாழ நேர்ந்திட்ட நம் மனநிலை, மேலைநாடுகள் மேன்மையானவை என்ற புனைவுக்குள் சிக்கித் தவிக்கின்றது. ஊடகங்கள் தொடர்ந்து நிகழ்த்தும் புனைவு வெளியில், 'நகல்களின் உண்மை'யில் வாழப் பழகிக் கொண்டிருக்கிறோம். பாரம்பரியமான தமிழ் மொழியைப் பேசும் புராதனத் தமிழர், மெல்ல அடையாளமிழக்கும் நிலை உருவாகிக் கொண்டிருக்கிறது. இந்நிலையில் பண்டை இலக்கியமான சங்க இலக்கியத்தை முன்வைத்துப் பிரபஞ்சன் முன்னிறுத்தும் சொற்கள், நம்மை யோசிக்கத் தூண்டுகின்றன. பண்டிதர்கள்போல் போலிப் பெருமை பேசுவது பிரபஞ்சனின் நோக்கமல்ல. எல்லாம் வணிகமயமாகிச் சுற்றுச்சூழலும் நாசமாகிப்போன தமிழகத்தில், சங்க இலக்கியம் முன்வைத்துள்ள ஐந்திணை வாழ்க்கையைப் பரிசீலித்து, பூமிமீதான, நம் ஈர்ப்பை வலுப்படுத்துகிறார். 'குறிஞ்சி பூக்கும் மலைகள்', 'தமிழ்இழப்பும் இருப்பும்' ஆகிய கட்டுரைகள், நசிவடைந்துகொண்டிருக்கும் தமிழகச் சூழலுக்கு மாற்றை முன்வைக்கின்றன. மேலும் மூதாதையரின் மரபு வழிப்பட்ட

அறிவையும் பண்பாட்டுச் சிறப்பையும் கொண்டாடுகின்றன. தமிழ்–தமிழர் பற்றிய ஆய்வில் புதிய திறப்புகளை ஏற்படுத்துகின்றன.

இயற்கையின் அங்கமான மனிதன், சக உயிரினங்கள்மீது கொள்ளும் ஆதிக்க வெறியின் விளைவுகள் 'வான்கோழி விட்ட வக்கீல் நோட்டீஸ்' கட்டுரையில் வெளிப்பட்டுள்ளது. 'காக்கை குருவி எங்கள் ஜாதி' என்ற பாரதியின் வீர்யமான வரிகளை வேறு சொற்களில் பிரபஞ்சன் தீட்டியுள்ள சித்திரம், அற்புதமானது. எல்லா மட்டங்களிலும் அடக்குமுறை, அதிகாரம், வன்முறை என வாழப் பழகிக்கொண்டிருக்கும் மனிதர்களுக்கு விலங்குகள் பற்றி என்ன தெரியும்? பறவைகள், விலங்குகள்மீது தோழமைகொள்ள வேண்டியதன் தேவை பற்றிய பிரபஞ்சனின் கருத்து, இயற்கையியலுடன் நெருங்கிய தொடர்புடையது.

சில கட்டுரைகள் பிரபஞ்சனின் கடந்தகால வாழ்க்கைப் பதிவுகளாக உள்ளன. 'மிட்டாய்த் தாத்தா', 'இருளாண்டி என்னும் நண்பன்' போன்ற கட்டுரைகள், சுய அனுபவங்களின் சித்திரிப்புகள். அந்த அனுபவங்களின் விவரிப்பு மூலம் பிரபஞ்சன் பதிவாக்க விரும்புவது வேறு ஒன்று. நீங்கள் நினைப்பதுபோல எல்லாம் ஒழுங்காக இல்லை; சட்டதிட்டங்கள் இறுக்கமாக இல்லை. எல்லாவிதமான ஒடுக்குமுறைகளையும், மீறி, மிட்டாய்த் தாத்தாபோல மனிதர்கள் எல்லோருக்கும் இனிப்பை வழங்கிக்கொண்டிருக்கின்றனர். நடப்பு வாழ்க்கை துயரத்தை வழங்கினாலும், சகமனிதர்மீதான நேசம் என்பது வாழ்வின் பெருங்கருணை அல்லவா? அக்கருணையைத் தான் சந்தித்த மனிதர்கள்மூலம் பிரபஞ்சன் பதிவாக்கியிருப்பது அருமையானது.

மேன்ஷன், பேய்கள், செருப்பு, வரலாறு, இசை, அரவாணி, திரைப்படம், காதல் எனப் பிரபஞ்சனின் உலகம் விரிந்து கொண்டேயிருக்கின்றது. எல்லாவற்றையும் சுவாரசியப்படுத்தும் மொழிவளம் அவருக்கு இயல்பாகக் கைகூடி வந்துள்ளது. எளிய மொழியில் அமைந்த கட்டுரைகளில், வாழ்க்கை குறித்த ஆழமான அபிப்ராயங்கள் பதிவாகியுள்ளன. அவை தனிமனிதப் பார்வையிலான சமூக விமர்சனங்கள்.

பிரபஞ்சன் எழுதியுள்ள நூற்றுக்கணக்கான கட்டுரைகளில் இருந்து, அவருடைய ஆளுமை வெளிப்படும் வகையில் அமைந்தவற்றை 'மாதிரி'யாகத் தொகுத்துள்ளேன். இத் தொகுப்பு முயற்சி என்பது முழுக்க எனது தேர்வு சம்பந்தப்பட்டது. மனித சமூகத்தில் என்றைக்கும் பேசப்படும் பிரச்சினைகளுக்கு முக்கியத்துவம் தந்துள்ள கட்டுரைகளுக்கு முன்னுரிமை

தந்துள்ளேன். பண்பாட்டு அம்சங்களுக்கு முதன்மையிடம் தந்துள்ள நிலையில், 'தமிழ்' அடையாளத்தை முன்னிறுத்தும், கட்டுரைகளும் தொகுக்கப்பட்டுள்ளன. இன்னும் ஐம்பதாண்டுகள் கழிந்தபின்னர், இத் தொகுப்பை வாசிக்கவிருக்கின்ற இளம் வாசகருக்கும் ஏதாவது 'விஷயம்' பிடிபடும் என்ற நம்பிக்கை எனக்கு உண்டு. அதுவே பிரபஞ்சன் கட்டுரைகளின் ஆகப் பெரிய பலம்.

பிரபஞ்சன் கட்டுரைகள் தொகுப்பு நூலை 'டிஸ்கவரி புக் பேலஸ்' மூலம் வெளியிடும் நண்பர் மு.வேடியப்பன் அவர்களுக்கும் தொகுப்பை வெளியிட அன்புடன் இசைவளித்த நண்பர் பிரபஞ்சன் அவர்களுக்கும் இனிய நன்றி.

ந.முருகேசபாண்டியன்

மதுரை

உள்ளே...

1.	நானும் நானும் உறங்கும் அறை	15
2.	எனக்கு முனிஸ்வரனையும் பிடிக்கும் இராமலிங்க சாமியையும் பிடிக்கும்	19
3.	சில மனிதர்களும் சில பேய்களும்	25
4.	மிட்டாய்த் தாத்தா	31
5.	நவம்பர் 25 முதல்...	35
6.	வன்முறையைப் பயிற்றுவிக்கும் வகுப்பறைகள்	40
7.	வான்கோழி விட்ட வக்கீல் நோட்டீஸ்	57
8.	குறிஞ்சி பூக்கும் மலைகள்	54
9.	மாநகரத் தெருக்களில்	59
10.	தமிழ் வளர்ச்சியில் தமிழன் பங்கு	70
11.	ஆகையினால் காதல் செய்வோம்	76
12.	பறவைகள் பாடாத பகல் பொழுது	84
13.	இன்னும் கொஞ்சம் பேய்கள்	89
14.	ஒரு செருப்பின் கதை	95
15.	தமிழ் இழப்பும் இருப்பும்	101
16.	இருளாண்டி என்னும் நண்பன்	109
17.	சிட்டிபாபுவின் ஜிப்பாவைத் தேடி	117
18.	தெருவில் கிடக்கும் வரலாறு	125
19.	பவணந்தியும் அரவாணிகளும்	133
20.	தமிழ் சினிமா: காம வக்கிரமும் வன்முறை நோயும்	137
21.	மக்கள் நரகர் தேவர்	147
	பின்னுரை (பிரபஞ்ச கானம்...)	154

நானும் நானும் உறங்கும் அறை

எனக்கும் மேன்ஷனுக்கும் ஒரு தலைமுறை உறவு. தஞ்சை வாழ்க்கையையும் கணக்கில் எடுத்துக்கொண்டால், முப்பது ஆண்டுகள், சென்னையை மட்டும் கணக்கில் எடுத்துக்கொண்டால் இருபது வருடங்கள். சென்னை நகரின் எல்லாப் பேட்டைகளிலும் எல்லாத் தர மேன்ஷன்களிலும் நான் வாழ்ந்திருக்கிறேன். அதிகபட்சம் ஒரு மேன்ஷனில் ஒரு வருஷம். அடுத்த வருஷம் வேறு பேட்டையில் வாசம். சிந்தாதரிப்பேட்டையிலிருந்து பழைய மாம்பலம் வரைக்கும் எனக்கு அத்துப்படியானவையே அத்தனை மேன்ஷன்களும்.

என்ன காரணத்தாலோ ஒரு வருஷம் ஒன்றரை வருஷங்களுக்கு மேல், என்னை எந்த மேன்ஷனும் வைத்துக்கொள்வதில்லை. மேன்ஷன்களுக்கு விருப்பு வெறுப்புண்டு. அது சிலரைக் காதலிக்கும், ஆரத்தழுவும், அணைக்கும், புணர்ச்சி சுகம் தரும். அப்புறம் மெல்லமெல்லப் புறக்கணிக்கும். வெறுக்கும். தெருவில் தள்ளும். முதல்முதலாக எல்லா மேன்ஷன்களும் என்னைப் பார்த்துக் கண்ணடிக்கும். கை குலுக்கும். உள்ளங்கையைக் கிள்ளும். காதில் கிசுகிசுக்கும் ரகசிய சப்தங்களைச் செய்து கிளர்த்தும். தன் இருட்டு அறைகளுக்குள் என்னை இறுக்கிக்கொள்ளும். கொஞ் சகாலம்தான். அப்புறம் என்னை அது பகைக்கும். மனிதர்களிடம் மோசமானவற்றையே கற்றுக்கொள்கின்றன. மேன்ஷன்கள். எல்லா மேன்ஷன்களுக்கும் எல்லா அறைகளுக்கும் வாசனை உண்டு. அது உங்களுக்குப் பிடித்தும் போகலாம். பிடிக்காமலும் போகலாம். இது அதன் குறை அல்ல. நீங்களே அதன் வாசனைக்குப் பழகிக்கொள்ள வேண்டும். வாசனையைப் பழகிக்கொள்ளுதல் என்பது வாழ்க்கையைப் பழகிக்கொள்வது.

மேன்ஷன் அறைகள், கட்டில்களின் நீள-அகலத்தை வைத்துக் கட்டப்படுபவை. ஒரு கட்டில் போடும் அறை என்றால், கட்டிலைப் போட்டுச் சுற்றிலும் கல்சுவர் எழுப்பப்படும். இரண்டு கட்டில் அறை என்றால், இரண்டு கட்டில்கள் போட்டு சுற்றுச்சுவர்

பிரபஞ்சன் ❖ 15

எழுப்பப்படும். இடையில் ஒரு மனிதர் அல்லது இரண்டு மனிதர்கள் நடக்க ஒற்றையடிப்பாதை கட்டாயம் இருக்கும். அறை என்பது படுக்க மட்டும்தான் என்பது, மேன்ஷன்கள் தமக்குள் இயற்றிக்கொண்ட இலக்கணம். நண்பர்கள் வந்தால், கட்டிலே நாற்காலிகள். ஜன்னல்கள் என்கிற வஸ்துவை அறவே வெறுப்பவை மேன்ஷன்கள். சுவரும் தளமும் முட்டும் இடத்தில் வெண்டிலேஷன் இருப்பது, உங்கள் அதிர்ஷ்டத்தைப் பொறுத்தது. ஜன்னல் என்று இருந்து, அதன் அருகே நீங்கள் போய் நிற்க, எதிர்வீட்டுப் பெண் எதேச்சையாக அங்கே வர நீங்கள் தலையை ஒழுங்குபடுத்தப் போக, தூரத்திலிருந்து அதைப் பார்ப்பவர்கள் நீங்கள் ஏதோ சைகை செய்கிறீர்கள் என்று தப்பாகவோ சரியாகவோ புரிந்து கொள்ளப்போக, எத்தனை விவகாரங்கள். மன்மதன் ஐந்து மலர்ப் பாணங்களால் உங்களைத் தாக்காமல் இருக்கும்பொருட்டே மேன்ஷன் அறைகளுக்கு ஜன்னல்கள் இருப்பதில்லை.

மேன்ஷன்கள் பெண்களால் நிரம்பாத வெளி. ஆண்கள் மேன்ஷன்கள், பெண்கள் தங்குமிடங்கள் உள்ளன. ஆண்கள் பெண்கள் சேர்ந்துவாழும் (தனித்தனி அறைகளில்தான்) மேன்ஷன்கள் இல்லை. இருந்தால் என்ன முழுகிவிடும்? ஆண்கள் மேன்ஷன்களில் பெண் நண்பர்கள் வருகையும் தடைசெய்யப்பட்டிருக்கிறது. இந்தியப் பண்பாடு? ஆனால் ஆண் வாசனைகளையும் மீறிப் பெண்களின் வெப்பக் காற்று திரளாத அறைகள் இருக்க முடியாது.

வாழிடம் மனித மனோபாவங்களை உருவாக்குகிறது என்ற கருத்து மெய் என்றால் மேன்ஷன் உருவாக்கும் மனநிலை என்னவாக இருக்கும். தனிமை எழுப்பும் உக்கிர ஓலம்தான் அது. அடுத்த ஜீவனுக்குக் கேட்பதில்லை. அதனால்தான் மேன்ஷன்களில் இரண்டுவித ஸ்திதிகளே நிலவும். ஒன்று லபோதிபோ என்ற அர்த்தமற்ற கூச்சல். மற்றது பழைய ஃபேன்களிலிருந்து வரும் காற்றைச் சுவாசித்துக்கொண்டு படுத்தபடி விட்டத்தை விரித்த விழி விலக்காமல் பார்க்கும் இளைஞர்களின் சூன்ய விழிகளைப் பல தடவை பார்த்து மிகவும் கவலைப்பட்டிருக்கிறேன். அவர்களின் பறவை அவர்களின் எந்த வானில் பறக்கின்றன? அவர்களின் நதி எங்கே ஓடுகின்றது? மேன்ஷன் அறையில் ஒரு இளைஞன் கண்ணுக்குத் தெரியாத துயர தேவதை ஒன்றோடு சேர்ந்தே படுக்கைக்குப் போகிறான்.

அவல நாடகம் அரங்கேறும் இடம் மேன்ஷன் என்றால், அதன் உச்சக் காட்சிகள், வயோதிகர்கள், தனியாக அறைகளில்

அடைந்து வாழ்வதுதான். மனித உறவுகள், அன்பு, பாசம் என்பவை எல்லாம் இவ்வளவு அர்த்தம் இழந்த வெளிறிய வார்த்தைகள் என்று தோன்றும். எழுபதைக் கடந்த முதியவர்கள் இருவர் ஜானி ஜான்கான் மேன்ஷன்களில் வாழ்ந்தார்கள். ஒருவர் என்னுடனே சில மாதங்கள் வாழ்ந்தார். தங்களுக்குக் கிடைத்து வந்த மிகக் குறைந்த பென்ஷன் பணத்தில் அவர்கள் மெஸ்ஸில் சாப்பிட்டுக்கொண்டு தங்கள் தங்கள் அந்திமப் பொழுதைக் கழித்தார்கள். அவர்களுக்கும் குடும்பம் இருந்திருக்கும். குழந்தைகள் இருந்திருப்பார்கள். இவர்களை இப்படித் தவிக்கவிட்டு அவர்கள் எங்கேதான் போய்விட்டார்கள். எனக்கு மூன்றாம் அறையில் வாழ்ந்த வாசுதேவன் சார், வைகறை நாலு மணிக்குக் குளிக்கப்போவார். சமயா சமயங்களில் பாத்ரூமுக்குப் போக நான் வருவேன். வாசு சார் உலகத்திலேயே தான் ஒருத்தரே உலவுவதுபோல, முழு நிர்வாண உடம்போடு சாவதானமாகக் குளியல் அறைக்கோ குளித்துவிட்டோ திரும்புவார். இந்தத் தரிசனம் எனக்கு பலமுறை ஆகியிருக்கிறது. ஒருமணி நேரம் வரை சிவ பூஜை. அப்புறம் சட்டை பேண்ட் ஷூக்கள்சகிதம் சாப்பிடப் போவார். எட்டு மணிக்கெல்லாம் முழுச் சாப்பாடே ஆகிவிடும். மேன்ஷன் திரும்பி கண்ணில் பட்டவர்களிடம் ஆங்கிலத்திலேயே உரையாடுவார். நீங்கள் பாத்ரூம் செல்லும் அவசரத்தில் இருக்கலாம். அதுபற்றி வாசு சாருக்குக் கவலையில்லை. அவரது ஆங்கிலப் புலமை நிரூபணம் ஆக வேண்டும். மற்றவர் என்னுடன் இருந்த கிருஷ்ணசாமி. இவரும் காலைச் சாப்பாடு முடித்து பஸ் ஏறி தி.நகர் பார்க்குகளில் பகலைக் கழிப்பார். இரவு பத்து மணிக்கு வந்து படுப்பார். இவர் மாசத்திற்கு இரண்டு வார்த்தைகள் என்னுடன் பேசுவார். குடும்பம் பற்றி ஒரு நாள் கேட்டேன். அன்று இரவு அவர் உறங்காமல் பட்ட அவஸ்தையைக் கண்டு, அதன்பிறகு நான் அதுபற்றிப் பேசுவதே இல்லை.

விதி, முடி நிரம்பிய தன் கைகளால் உங்களை இங்கு அழைத்து வந்து சேர்த்திருக்கிறது. திருவல்லிக்கேணி மேன்ஷன்களில் உங்களுக்குக் காலையிலேயே சமுத்திரா ஸ்நானம் ஆகிவிடும். சமுத்திர நீர் குழாய்களில் வரும். அப்புறம் ஏதாவது ஒரு மெஸ். உடுத்திக்கொண்டு அலுவல், பின் மீளல், குமுதம், கொய்யா (கொய்யா என்பது ஒரு 'செக்ஸ்' பத்திரிகை. உருண்டை உருண்டையான பொருள்களில் பெயர் வைப்பார்கள். ஆப்பிள், மாம்பழம் என்பது மாதிரி பெண்கள் மார்பகப் பதிலீடு. வாழை என்ற பெயரில் பத்திரிகை வந்ததில்லை). ரேடியோவில் விவித் பாரதிப் பாடல்கள், சாப்பாடு மீளல், கொஞ்சம் பேச்சு, வாரத்தில்

ஒரு சினிமா, உறக்கம் என வாழ்க்கை ஓடியபடியே இருக்கும் நீங்கள் அறியாமலேயே.

மெஸ்களில் டோக்கன் முறை இருக்கிறது. உள்ளே ஒரு கூட்டம் சாப்பிட்டு வரும்வரை நீங்கள் டோக்கன் வாங்கிக் காத்திருக்க வேண்டும். உண்பவர்கள் முடித்து வெளியேறியபின் உங்கள் டோக்கன் நம்பர்படி நீங்கள் அமர வேண்டியது இருக்கும். ஒன்று முதல் சுமார் முப்பது டோக்கன்கள் வழங்கப்படும். ஒன்று இரண்டு என்று நம்பர் தொடங்கி எட்டு வந்தவுடன் தயங்கி எட்டு ஏ, பத்து என்று வளரும். ஒன்பதுக்கு என்ன வந்தது? மெஸ் மேனேஜர்கள் ஒன்பதுக்கு சாம்பார் போடு என்று சொன்னால் நன்றாகவா இருக்கும்? அதனால் இப்படி ஓர் ஏற்பாடு!

நான் நிறையப் படித்ததும் எழுதியதும் மேன்ஷன் அறைகளில்தான். காலை ஒன்பது மணிக்குள் மேன்ஷன் வெறிச்சோடிடும். எல்லோரும் ரொட்டி தேடிப் பறந்து விடுவார்கள். நான் சற்றேறக்குறைய தனிமையில் விடப்படுவேன். நானும் நானும் தான் மேன்ஷன்களில் இருப்போம். தனிமை சில நேரங்களில்தான் சௌகரியம். பல சமயங்களில் அவஸ்தை. சில சமயங்களில் தான் கவிதைகள் (அப்படியாக நான் சொல்லிக்கொள்பவை) எழுதுவது உண்டு. எதிர்வீட்டுப் பெரியவர், ஒவ்வொரு நாளும் தட்டுத் தடுமாறி மாடிக்கு வந்து காக்கைகளுக்கு சோறு வைத்துவிட்டுக் காக்கைகள் சாப்பிடுவதைச் சந்தோஷமாகப் பார்ப்பதை நான் தினமும் கண்டிருக்கிறேன். அந்தப் பெரியவர் எனக்கு நிறையக் கற்றுக்கொடுத்தார். வாழ்க்கைக்கு நிறம் இல்லை என்றார் சார்த்தர். ஏன் இல்லை? இருக்கிறது.

மேன்ஷன் உங்களுக்குக் கற்றுத்தரக் காத்திருக்கிறது. கையில் பிரம்பு இல்லாத, புத்தகம் வைத்துக்கொள்ளாத' பரீட்சை வைக்காத வாத்தியார் அது. கற்றுக்கொள்ள நீங்கள் தயார்படுத்திக்கொள்ள வேண்டும். உங்கள் மேன்ஷன் உங்களுக்கு உதவக் காத்திருக்கிறது.

❖ ❖ ❖

எனக்கு முனீஸ்வரனையும் பிடிக்கும் இராமலிங்க சாமியையும் பிடிக்கும்

எனக்கு வீட்டைக் காட்டிலும் தெரு பிடித்திருக்கிறது. இப்போதும்கூட தெருக்கள், வீடுகளை ஓர் எல்லைக்கு வெளியே நிறுத்திவைக்கின்றன. ஜனங்கள் தெருவில் நடக்க முடிகிறது. யார் வேண்டுமானாலும் தெருவில் நடக்கலாம். யானை, தெருவில் நடந்து குழந்தைகளை ஆசீர்வதித்துச் சம்பாதிக்கிறது. காக்கைகள், எப்போதாவது சிட்டுகள், தெருவில் காணக்கூடியவையாக இருக்கின்றன. நாய்கள், பூனைகள் தாராளமாகப் புழங்குகின்றன. முன்பெல்லாம் தெருவோரங்களில் மரங்கள் நின்றன. அவற்றின் பின் கட்டடங்கள், விரைத்த குறிகளைப் போல நிற்கின்றன. குழந்தைகளுக்கான ஜவ்வு மிட்டாய் எங்கள் தெருவில் கிடைக்கிறது. நான் தெருவில்தான் சைக்கிள்விடக் கற்றுக்கொண்டேன். மார்கரேத்துக்குக் காதல் கடிதம் கொடுத்தேன். சினிமா மாலைக் காட்சி விடும் நேரத்துக்குச் சற்றுமுன். மரங்கள் படுத்துக் கிடந்தாற்போலத் தெருவில் இருள் நிழல்கள். டியூசன் விட்டு வீட்டுக்குப் போய்க்கொண்டிருந்தாள் மார்கரேத். நான் பின் தொடர்ந்து கொண்டிருந்தேன். அது அவளுக்குத் தெரியும். எனக்கும் அவளுக்கும் பத்தடி தூரம்தான். நான் அவளைத் தொட்டுக்கொண்டிருந்தேன். சாம்பிராணிப் புகை மாதிரிதான் அவளைத் தழுவினேன். எல்லையம்மன் கோவில் இருட்டில், என் ஆத்மாவை அவளிடம் கொடுத்தேன். அதாவது கடிதத்தை. அவள் ஒன்றும் சொல்லாமல் அதை வாங்கிக்கொண்டு போய்விட்டாள். காலையில் வைத்த பூவின் கசங்கல் வாசனை அவளிடம் ததும்பியது. காதல் ஜெயித்ததா என்றா கேட்கிறீர்கள். எந்தக் காதல் ஜெயித்தது? காதலில் தோல்வி எது? காதலிக்கிறோம் என்பதல்ல. காதலிக்கப்படுகிறோம் என்பதுதான் கிளர்ச்சி. நான் எழுதிய முதல் படைப்பு, அந்தக் கடிதம்.

என்னிடம் புத்தகம் வந்து சேர்ந்தது. என் பேறு, என் பிறந்த நாள்களில் அப்பா, புத்தகங்களைப் பரிசளிப்பார். என் பன்னிரண்டாம் வயதில், புதுச்சேரியின் பெரிய நூலகமான

ரொமேன் ரோலந்து நூலகத்தில் என்னைச் சேர்த்தார். படிக்காதவர் என்று சொல்லப்பட்ட அப்பா. புத்தகங்கள், பறக்கக் கற்றுக்கொடுப்பவை. நான் காக்கைகளுடன், அன்னங்களுடன், கொக்குகளுடன் பறந்தேன். அடர்ந்த இருள் படர்ந்த வானத்தில் பறப்பது எனக்குப் பிடிக்கிறது.

பெண்கள் என்னை மிகவும் அலைக்கழித்தார்கள். கையில் குச்சியை வைத்துக்கொண்டு லங்கையைத் தாண்டிக் குதிக்கச் சொன்னார்கள். குதித்தேன். என் வாலை ஆட்டியபடியே இருக்கச் சொன்னார்கள். அங்ஙனமாக என் விசுவாசத்தை நான் நிரூபித்துக் காட்டினேன். நிரந்தரமான அக்கினிக்குண்டத்தில் பிரவேசம் செய்துசெய்து என் கற்பை நிரூபித்தேன். அவஸ்தைகளைப் புரிய நேர்ந்த பருவம் அது. உடம்பு ஆலயம் என்பதைத் திருமூலரால் மட்டும் அல்ல என் சிநேகிதிகளால் நான் விளங்கினேன். நேசிப்பதை, அன்பு என்கிற அற்புத ரசாயனம் என்ன என்பதை அவர்களிடம் இருந்தே நான் கற்றுக்கொண்டேன்.

மனிதகுலம் அன்பால் மட்டும் அல்ல, வன்முறையால், போர் இச்சையால், காமத்தால், சினத்தால், பொறாமையால், அதிகாரத்தால், பொருள் பலத்தால், ஆக்கிரமிப்பால் என்னும் பல நூறு காரணிகளால் ஆன அஸ்திவாரத்தால் கட்டப்பட்டது என்பதைச் சினேகத்தால் நான் அனுபவப்பூர்வமாக உணர்ந்தேன். கணந்தோறும் வள்ளுவரை, புத்தரை, மகாவீரரைத் தோற்கடிப்பதில் மகிழ்ச்சியும் சுகமும் காண்கிற வாரிசுகளாகிப் போனோம்.

'தப்பு' செய்வதற்கு நான் தயங்கியது இல்லை. தப்பு என்பதே கற்பிதங்கள். சில சௌகர்ய, சௌகர்யங்களுக்காக அதிகாரத்தில் இருப்பவர்கள், தங்கள் நலத்தின் பொருட்டு ஏற்படுத்திக் கொண்ட விதிகளே தப்புகள் என்பதும் தவறுகள் என்பதும். மனித இயல்பு என்பது இவர்களுக்கு என்றும் எதிராகவே செயல்படும். நல்லொழுக்கம் என்றும் தீயொழுக்கம் என்றும் எந்த நுண்கோட்டில் பிரிக்கப்படுகின்றன? யாருக்கு எது ஒழுக்கம்? ஒழுக்கத்தை யார் தீர்மானிப்பது? என் ஒழுக்கத்தைப் பிறர் தீர்மானிப்பதை நான் ஏன் அனுமதிக்க வேண்டும்? தமிழில் மலிந்து கிடக்கும் எந்த அறநூல்களையும் படிக்கும் மகிழ்ச்சியின் பொருட்டுப் படிக்கிறேனேயன்றி, அவற்றின்படி ஒழுக வேண்டி அல்ல! இலக்கியம் கரிசனம் கொள்ள வேண்டிய இடம், மனித இயல்புகள் மேலும், இயல்பு வழி நடந்து சமூகத்துக்கு எதிரானவராகக் குற்றவாளிக் கூண்டில் நிறுத்தப்பட்டவர் மேலும்தான் என்று நான் திடமாக நம்புகிறேன். எந்தப் பட்டறையிலும் மகாத்மாக்கள் உருவாக்கப்பட முடியும். சோப்புக்கட்டிகள், மைசூர்பாகுகள்

போலப் பிசிறில்லாமல் மகா மனிதர்கள், ஆசாரியர்கள், உத்தமர்களை உருவாக்க முடியும். நீதி, சட்டம், விதிகளுக்குப் புறம்பாக நிற்கும் மனிதர்கள் பற்றியே இலக்கியம் கவலைப்பட வேண்டும். அப்படிக் கவலைப்பட்டவர்களே உலக இலக்கியத்தில் உன்னதமான இடம் வகிப்பவர்கள். விபச்சாரிகள், காமத் தரகர்கள், திருடர்கள், கொலைகாரர்கள், அபரிதக் குடிகாரர்கள், ஒருபால் மோகிகள் போன்றவர்களே, வாழ்க்கையின் கடைசிச் சொட்டு மதுவையும் பருகி மகிழ்கிறார்கள். இவர்களுக்கு உரிய இடம் இல்லாத இலக்கியத்துக்கு என்னிடம் இடம் இல்லை.

என் சொந்த ஊர் புதுச்சேரி. அது தட்டையான பூமி. எந்தப் புதிரையும் இருள் முடிச்சையும் தன்னிடம் வைத்துக்கொள்ளாத பூமியாக அது இருக்கிறது. எங்கள் ஊரில் தெருக்கள் மிக நேரானவை. இந்த ஊரைத்தான் 'பிரெஞ்ச் கலாச்சாரத்தின் ஜன்னல்' என்றார் நேரு. எங்கள் ஊரில் கடல் இருக்கிறது. சும்மா படுத்துக்கொண்டு இரைந்துகொண்டே இருக்கிறது. எனக்குக் கடலின் மேலே ஈடுபாடு இல்லை. மலைகளும் அதன் சிகரங்களும் எனக்குப் பிடித்தவை. மலைகள் சதா பேசிக்கொண்டே இருப்பவை. அவற்றின் மொழி, ரகசியம் பொதிந்த சித்தர்களின் பாடல்கள் போன்று எனக்குச் சவாலாக இருக்கின்றது. சவால்கள் எனக்குப் பிடிக்கும். கத்தியின் முனையில் விரல்கள் விரிவதுபோல மலர் மொக்குகள் விரிகின்றன. மலைச் சிகரங்களில் மேகங்கள் இளைப்பாறுகின்றன. எழுதப்படாத எழுத்தில், பேசப்படாத மொழியை ஓசையின்றி உரைக்கும் விசித்திரம் போன்றது மலைமொழி. அதை அறிந்தவர்கள் அதைப் பேசுவதில்லை.

எங்கள் தெருக்களின் ஒவ்வொரு அங்குல வரலாறும் எனக்குத் தெரியும். நான் சுற்றித் திரியாத தெருவோ இடமோ எங்கள் மாநிலத்தில் இல்லை. பெண்கள், ஆண்கள், காக்கைகள், குருவிகள், நாய்கள், அரசியல்வாதிகள், பூனைகள், பேராசிரியர்கள், திறந்த சாக்கடைகள், உலகத்துச் சிறந்த மதுக்குப்பிகள் பொதிந்த மது அருந்தும் இடங்கள் எல்லாம் என்னை அறிந்தவர்கள். பெண்கள் மிக இனிமையும் அறிவார்த்தமும் உள்ளவர்கள். எங்கள் தெருவில் பாரதியும், பாரதிதாசனும், வ.வே.சு.ஐயரும், நெப்போலியனும், ஆனந்த ரங்கரும், சுப்பையாவும், பிரபஞ்சனும் கடற்கரையில் காலை உலாக்கள் நிகழ்த்துவதை இன்றும் நீங்கள் அவதானிக்க முடியும். வெற்றிலைபாக்குக் கடைகளில் வெற்றிலை சுவைத்து, வில்ஸ் புகைக்கும் மாப்பசானையும், ஸ்டெந்தாலையும், கெமூவையும் நீங்கள் சந்திக்க முடியும். கலப்பில்லாத 'வைனை' எங்கள் மண்ணில் இருந்துதான், நீங்கள் அருந்த வேண்டும். அருந்தி,

பாரதியின் ஞானரதத்தில் ஏற முடியும். ஏறிச் சொர்க்காரோகணம் செய்ய முடியும்.

இந்த மண்தான் என்னை எழுத்தாளன் ஆக்கியது. எங்கள் மக்கள்தாம் என்னை மனிதன் ஆக்கினார்கள். என் இறக்கைகள் வானம் அளவினாலும், என் உடல் இங்குதான் அடங்க வேண்டும்.

கள்ளின் வாசனையோடுதான் நான் வளர்ந்தேன். எங்கள் அப்பா கள்ளுக்கடை நடத்தினார். எங்கள் வீட்டுத் தோட்டத்திலும் கள் இறக்குவோம். கள் அருந்திகள் எங்கள் வீட்டுத் தோட்டத்துக்கே வந்து கள் அருந்துவர். கடைகளுக்குச் செல்லும் பலகாரங்கள் எங்கள் வீட்டில் சமைக்கப்பட்டுச் செல்லும். எப்போதும் எங்கள் வீட்டு ஈக்கள், கள் மயக்கத்தில் நின்று நிதானமாகக் காற்று வெளியில் பறப்பதை நான் கவனித்திருக்கிறேன். எங்கள் குடும்பத்துப் புராதன தெய்வங்கள் முனீஸ்வரனும், மதுரை வீரனும், பாவாடை ராயனும் மற்றும் இராமலிங்கசாமியும். எங்கள் பாட்டியும் முனீஸ்வரனும் உரையாடல் நிகழ்த்துவார்கள். இவர்களின் பெரும்பாலான உரையாடல்களில் மாலை மயங்கும் நேரத்தில் தோட்டத்தில் நிகழும். முனி, இலந்தை மரத்தில் தன் இருப்பிடத்தை அமைத்துக்கொண்டிருந்தார். அவர் எங்கள் குடும்பத்தின் பாதுகாவலர். கள், சாராயம், கருவாடு, மீன், ஆட்டிறைச்சி, ஆட்டு ரத்தம் ஆகியவை இவர் விரும்பி உண்ணும் உணவு வகைகள். உண்டபின், சுருட்டு மிக அவசியம். சுருட்டும் மெஷின் சுருட்டல்ல. நல்ல நாட்டுக் கைச்சுருட்டு. சுருட்டு கிடைக்காத நேரத்தில், சார்மினார் சிகரெட் தோஷம் இல்லை. முனீஸ்வரனுக்கு முனீஸ்வரி இருக்கிறாளா என்று எனக்குத் தெரியாது. இருந்திருந்தால், அவருக்கு இத்தனை கோபம் வந்திருக்காது. மிகச்சாந்தமான கடவுளாக அவர் இருந்திருப்பார். எனக்கு இது விஷயமாக அவர்மேல் வருத்தம் உண்டு. என் குடும்பத்தில் யாருக்கு உடம்புக்கு வந்தாலும், அதன் காரணம் அவர் உக்கிரம் கொண்டதுதான். உடனே படையல் போடுவார்கள். படையல் முடிந்ததும் முக்கால் பாட்டில் சாராயம் தீர்ந்து போயிருக்கும். பானைக் கள்ளில் பாதி தீர்ந்து இருக்கும். இது கற்பனை இல்லை. நான் பார்த்து இருக்கிறேன். படையல் முடிந்த நள்ளிரவில் இலந்தை மரத்துடன் பாட்டி பேசுவார்.

'திருப்தியா, முனீஸ்வரா?'

'திருப்திதான்.'

'கோபம் மலையேறியாச்சா?'

'ஆச்சு.'

'குழந்தை குளுவான்களைத் தொந்தரவு பண்ணமாட்டியே?'

'மாட்டேன்.'

'நல்லவனா இருந்து நடுவழியில் இருப்பியா?'

'இருப்பேன்.'

உடம்பு சுகம் காத்து உத்தமனா இருப்பியா?'

'இருப்பேன்.'

'பணம் காசு தந்து பத்திரமாய்க் காப்பியா?'

'காப்பேன்.'

'கூடி இருந்து என் குலத்தைக் காப்பியா?'

'காப்பேன்.'

'மகராசனா இரு?'

'இருக்கேன்.'

எனக்கு முனீஸ்வரனைப் பிடிக்கும். இராமலிங்கசாமியையும் பிடிக்கும். இரண்டும் சேர்ந்தவன் நான்.

வேடிக்கை பார்ப்பது சுவாரசியமாக இருக்கிறது. கூழாங்கற்கள், புல்வெளி, பூக்கள், அனாதைப் பூனைகள், திருவல்லிக்கேணியிலுள்ள பேருந்து நிழல் குடையின்கீழ் படுத்துக் கொண்டிருக்கும் மாடுகள் எல்லாம் எனக்குப் பிடிக்கின்றன. மாடுகள், வேதாந்திகளைப் போல எதை யோசித்துக் கொண்டிருக்கின்றன. எனக்கு இன்றுவரை அது பெரிய ஆச்சர்யமாக இருக்கிறது. மனிதர்கள் சுவாரசியமாக இருக்கிறார்கள். அவர்கள் அவர்களைச் சுமந்து திரிகிறார்கள். நட்சத்திர விடுதிகளில் வாழ்க்கை ஒருபுறமும் வீராணம் குழாய்களில் குடித்தனம் ஒருபுறமும் எனத் தேசம், வல்லரசாகிக் கொண்டிருக்கிறது. பெண்கள் இட்லியும் தோசையும் சுட்டுக் குவிக்கிறார்கள். ஆண்கள் ஒன்று சுமக்கிறார்கள் அல்லது சுமக்கச் சொல்கிறார்கள். சைக்கிள் டயரை உருட்டிக்கொண்டு போகிறான் ஒரு சிறுவன். பிச்சைக்காரிகள் குழந்தைகளைக் காட்டி இரக்கம் பண்ணுகிறார்கள். மணி ஐயர் பாடுகிறார். ராமனாதன் இசைக்கிறார். பர்வீன் சுல்தானா நாடகம் நடத்துகிறாள். அலிகள் வாழப் போராடுகிறார்கள். வன்முறை தெருக்களில் வழிந்து ஓடுகின்றது. கூப்பும் கைகளுக்குள் ஆயுதம் ஒடுங்குகின்றது. அன்பு, காதல், காமம் எல்லாம் வன்முறையின் வேறு பெயர்கள். நம் அழுக்குகள் தொற்றிவிடுமோ என்ற பயத்தில் குழந்தைகளைத் தொடவே பயமாக இருக்கிறது. முத்தம் கொடுத்துப் பசியாற

முடியவில்லை. முத்தங்களில் ரத்தம் மணக்கிறது. கைகுலுக்கல்கள் சாத்தியமற்றுப் போகின்றன. எல்லாக் கதவுகளும் அடைத்துக் கிடக்கின்றன. அமிர்தம் ஊறிய முலைகள் வற்றிவிட்டன. திரை அரங்குகளில் இருள் முடிச்சுகளின் நிழலில் சுயமைதுனம் நடந்து, ஜீவ விந்துக் கூட்டம் கால் செருப்புகளில் மிதிபடுகின்றன. நாற்காலிகளின் ஊடாக எச்சில் நாய்கள் உணவுக்கு அலைகின்றன. காமத் தரகர்களின் பேரம் முடிவுறாமல் இரவு நகர்கிறது, வெறுமையுடன். விபச்சாரிகளின் பசியால் காய்ந்த யோனிகள், காவலரின் கனத்த பூட்ஸ் அழுத்தத்தில் நசுங்குகின்றன. நீதிபதிகளின் மரச்சுத்தியல்கள் ஓயாமல் ஒலிக்கின்றன. ஆசாரியர்கள் பக்தைகளின் மார்பைப் பிடிக்கிறார்கள். குறிகளுக்கு மட்டுமல்லாமல் ஆறடி உடம்பையே அடக்கிக் கொள்ளும் ஆணுறைகள் அமெரிக்காவில் தயாராகிப் பாரதம் வருகின்றன, உலகமயமாக்கும் கப்பல்களில். பாக்தாத்தில் எரியும் நெருப்பில் மின்சாரம் எடுக்கிறார்கள். இரவுக் காட்சிக்குக் கூட்டம் நெருக்கித் தள்ளுகிறது. கவிச்சக்கரவர்த்திகள் கடலுக்கு எச்சரிக்கை விடுக்கிறார்கள்.

வீரப்பா, பெருநகை புரிந்து ‘சபாஷ் சரியான போட்டி’ என்கிறார்.

கவிஞர் லீனா மணிமேகலையின் வார்த்தைகள், மிகச் சரியாக நாம் வாழும் காலத்தைச் சொல்லிவிடுன்றன.

> வினைகளற்ற கோபமாய்
> மலிந்திருக்கிறது இருப்பு...
> நீ அணைத்துக் கொண்டது
> கசகசப்பாய் இருந்தது.
> தீர்ந்து போயிருந்தது காதல்.

இப்படியாக நான் தீர்ந்து கொண்டிருக்கிறேன். நட்பு, சினேகம், காதல் எல்லாம் எனக்குள் நிரம்பி வழிகின்றன. என் சட்டைப் பைகளில் நிரம்பிய வார்த்தைகள் எனக்கானவை மட்டும் அல்ல. அது உங்களுக்கானவை என்பதில் எந்தச் சந்தேகமும் இல்லை. அதிகாரத்தை எதிர்த்து உயரும் கைகளோடு இதோ என் கைகளும். மிச்சமே இல்லாத சுதந்திரம் மட்டுமே, நம் தேடல். அழகிய இந்தக் கோப்பையை வாழ்வால் நிரப்பி, இரவு விடியுமட்டும் அருந்துவோம். விடிந்த பிறகும் அருந்துவோம்.

❖ ❖ ❖

சில மனிதர்களும் சில பேய்களும்

பேய் இருக்கிறதா? பேய் பிசாசுகள் இருப்பதாக நம்புகிறீர்களா? என்று புதுமைப்பித்தனிடம் யாரோ கேட்டார்களாம். அதற்கு அவர் பேய் இருக்கிறதோ இல்லையோ அது பற்றிய பயம் இருக்கிறது என்றாராம். எனக்கும் சின்ன வயசில பேய் பிசாசுகள் குறித்த பயம் இருந்தது. இப்போது இல்லை. எனக்கு மனிதர்கள் மேல்தான் பயம், இப்போதெல்லாம்.

இரண்டு விஷயங்கள் பற்றிப் பேச எல்லோரிடமும் ஏதேனும் இருக்கின்றது. ஒன்று பேய் மற்றது பாம்பு. ஏதோ ஒருவகையில் மனிதகுலம் பேயோடு கட்டப்பட்டிருக்கிறது. பேய் ஒவ்வொருவர் வாழ்விலும் ஒருமுறையாவது வந்து போகிறது. ஒவ்வொரு மனிதரும் தன்னுடைய மூளையின் ஒரு பெட்டியில் ரகசியமாகப் பேயைப் போட்டுப் பராமரிக்கிறார். பேய் என்ற ஒன்று இருக்கும் என்று நம்புகிறார். பேய் இருந்தால்தான் பயம் என்ற ஒன்று இருக்கும் என்று நினைக்கிறார். பேய்க்குப் பயப்படுதல், மனிதர்கள் உள்ளூர நம்புகிற உயிர் ஆசைகளில் ஒன்று. பேயை ஓட்டுவதற்கென்றே உடுக்கை, பம்பை போன்ற வாத்தியங்களை வைத்துக்கொண்டு சிலர் காத்திருக்கிறார்கள். ஆகவே, பேய் இருக்கத்தான் வேண்டும்.

பேயின் வசிப்பிடம் யாது?

என் பாட்டிக்கு அது தெரியும். மரங்களின் உச்சிகளில் தான் பேய்கள் வாழ்கின்றன என்பாள் அவள். விளக்கு வைத்த பிறகு மரத்தின் உச்சியைப் பார்த்து என் பாட்டி சம்பாஷனை நடத்தியதை நானே கேட்டிருக்கிறேன். பேய்களுக்கு தமிழ் தெரிந்திருக்கிறது. தமிழ்ப் பேய்கள் போலும். எங்கள் தோட்டத்து மரங்களுக்குச் சமஸ்கிருதப் பேய்கள் வந்ததில்லை. பேய்களில் ஆண், பெண், அரவாணிப் பேய்கள் உண்டா என்பதில் சந்தேகங்கள் இருக்கவே செய்கின்றன. முப்பால் பேய்களும் இருக்கின்றன. காரணம், பேயினப் பாலியல் சமாச்சாரங்கள் மர்மமாகவே இருக்கின்றன. காரணம், பேயினம் பத்திரிகை நடத்துவதில்லை. பேய்களில் நாலு வேதம், ஆறு சாஸ்திரம், பதினெட்டுப் புராணம், அறுபத்தாறு கலை

ஞானங்கள் கொண்டவை இருப்பதாகக் கதைகள் உலவுகின்றன. படித்த வர்க்கப் பேய்கள் போலும்.

பேய்களுக்கு இளம் பெண்கள் மேல் மோகம் அதிகம். இளம் பெண்களை நாடியே அவை அலைகின்றன. வயசு வந்த பெண்கள் அந்தி நேரங்களில் அத்துவானக்காட்டில் அலைவது தடுக்கப்படுகிறது. தோழிகளிடம் யாராவது ஒருத்தி, ‘சரிடி நாளை விடியறதுக்கு முன்னமே வந்து கதவைத் தட்டுவேன். குடத்தை எடுத்துக்கிட்டு வந்துடு’ என்று சத்தமாகச் சொல்லி விடை பெறக் கூடாது. பக்கத்து மரப்பேய் இதைக் கேட்டுக்கொண்டே இருக்கும். விடியலில் அல்ல நள்ளிரவில் வந்து கதவைத் தட்டியபடி விடிந்துவிட்டதாகச் சொல்லி அழைத்துப் போவது, பேயாகத்தான் இருக்கும். பெண், பையன், விவசாயி என்று எந்த உருவத்தையும் எடுக்கும் சக்தி பேய்களுக்கு உண்டு. இப்படித்தான் சீதாலட்சுமியை அழைத்துப் போயிற்று ஒரு பேய். கனகம்மாள் புதுசாகக் கொலுசு போட்டிருப்பள். ஜல் ஜல் என்று அது சப்தம் எழும்பும். பேய் கொலுசு அணிய மறந்துவிட்டது. எங்கடி கொலுசைக் காணாம் என்று காலைப் பார்த்திருக்கிறாள் சீதாலட்சுமி. பேய்க்குக் கால் இல்லை. கண்டுபிடித்துவிட்டாள். ‘ஐயோ அம்மாடி’ என்று அலறிக்கொண்டு வீடு வந்தவள்தான். எழுந்து நடமாட ஆறு மாதமாயிற்றாம். தமிழில் இது மாதிரி ஆயிரம் கதைகள்.

பனை மரத்தின் கீழே நின்று ‘சரி ராமசாமி விடியலுக்கு முன்னாடி வந்துரு. ஏத்தம் இறைச்சி தண்ணி பாய்ச்சுவோம்‘ என்றிருக்கிறான் கந்தன். பனை மரத்துப் பேய், இதைக் கேட்டுக் கொண்டே இருந்தது. வாரே வா... என்றபடி கந்தனை இருட்டிலே கிளப்பி, நிலத்துக்கு அழைத்துப் போய்விட்டது. பேய் ஏற்றம் இறைக்க, கந்தன் வாய்க்கால் வரப்பெடுத்துக் கொண்டிருக்கிறான். ஏற்றமான ஏற்றம். வெள்ளம் வருவதுமாதிரி பொங்கிக்கொண்டு வந்தது வாய்க்கால் தண்ணீர். கந்தனுக்குப் புரிந்துவிட்டது, வந்தது பேயார் என்று. தலைப்பாகையை எடுத்துப் பக்கத்துச் செடியின் தலைமேல் வைத்து ஆள் இருக்கிற பாவனையை ஏற்படுத்திவிட்டு விட்டான். வீட்டுக்கு ஓட்டம். பேயா, கொக்கா? அதுவும் கந்தா... கந்தா... என்று கூப்பிட்டுக்கொண்டே பின் தொடர்ந்தது. கதவைச் சாத்தினான் கந்தன். பேயின் கை கதவில் மாட்டிக்கொண்டது. மணிக்கட்டு வரைக்கும் பேயின் கை கதவுக்கு உள்ளே. கந்தன் எப்படியோ ஒரு கத்தியை எடுத்து முன்கையை வெட்டிவிட்டான். விடிந்து பார்த்தால் ஒரு குரங்கின் கை போல முசுமுசு என்று முண்டிய மயிர்த்திரளோடு இருந்ததாம் பேயின் கை.

இப்படி நூறு கதைகள் இருக்கின்றன, தமிழில். இயற்கை இகந்த கதைகள் என்ற பெயரில் பேராசிரியர் பா.வசந்தகுமார் ஒரு புத்தகம் எழுதி இருக்கிறார். காரைக்காலில் பிரஞ்ச் ஆசிரியராக இருந்தவர் அவர். பிரஞ்ச் பேரெழுத்தாளர் மாப்பசான் கதையொன்றையும் நம்ம ஜி.நாகராஜன் கதையொன்றையும் ஒப்பிட்டு எழுதி இருக்கிறார். சுவாரசியமாக இருக்கிறது. சூப்பர் நேச்சுரல் என்பதுக்கான தமிழ்ச்சொல்தான் 'இயற்கை இகந்த' என்பது.

தொதரோவ் எனும் பிரஞ்ச் அமைப்பியலாளர் இயற்கை இகந்த கதைகளுக்கு விளக்கம் தந்திருக்கிறார். ஒரு மனிதர் வாழும் இயற்கைக்கு–உலக நடைமுறைக்கு–மாறாக ஒரு தடுமாற்றம் ஏற்பட்டு, அந்தத் தடுமாற்றத்துக்குக் காரணம் அறிய முடியாமல் தவிக்கும் நிலையே இயற்கை இகந்த நிகழ்ச்சி. இந்த வகைக் கதைகளைப் படிக்கும் வாசகரும் நிகழ்ச்சியில் வாழும் கதாபாத்திரமும் ஒரேவிதமான தடுமாற்றத்துக்குச் சிறிது நேரம் ஆட்பட்டு, நடக்கும் நிகழ்ச்சி உண்மையா பொய்யா என்று முடிவெடுக்க வேண்டியவர்களாக இருப்பார்கள். வாசகரை எந்தவித விளக்கமும் கொடுக்க முடியாத நிலைக்கு அழைத்துச் செல்ல வேண்டும்.

நம் தமிழ் மரபுக் கதைகள் இது போன்ற நிகழ்ச்சிகளைப் பில்லி, சூன்யம், குட்டிச்சாத்தான், ஏவல், செய்வினை என்று வர்ணிக்கின்றன. ஐரோப்பிய இலக்கியத்தில் ஜெர்மன் ஆசிரியர் ஆபமன் அந்த வகைக் கதைகளின் பிதாமகர் என்கிறார்கள். மாப்பசான் அந்த மரபினர்தான். மாப்பசானுக்கு முன்னாலேயே தமிழ் வாசகர்கள் நன்கறிந்த பால்சாக்கும் இந்த வகை முயற்சியையே மேற்கொண்டிருக்கிறார்.

மாப்பசானின் கதை ஒன்றைக் காணலாம். “சாமுவெல் தன் கதையைத் தொடங்குகிறார். 55 ஆண்டுகளுக்கு முன் நடந்த கதை. அப்போது நான் ரூவான் நகரில் ராணுவ அதிகாரியாக இருந்தேன். ஒருநாள் மாலை தோட்டத்தில் உலவும்போது ஒருவர் அறிமுகம் ஆனார். என் பழைய நண்பர் என்று உரிமம் பூண்டார். தன் கதையை என்னிடம் சொன்னார். அவர் ஒரு பெண்ணை அதிகம் நேசித்தார். திருமணம் செய்துகொண்டார். ஒரு வருடம் இன்பமாகப் போயிற்று. மனைவி இருதய நோயால் இறந்துவிட்டார். வாழ்க்கை கசந்தது. சவ அடக்கத்துக்குப் பிறகு வாழ்ந்த கோட்டையைத் துறந்து வாடகை அறையில் குடி இருக்கிறார். மீண்டும் அந்த வீட்டுக்குள் அடி எடுத்து

வைப்பதில்லை என்று சபதம் செய்திருக்கிறார் அவர். அந்தக் கோட்டைக்குள் இருக்கும் அவர் அறையில் மூன்று குறிப்பேடுகள் இருக்கின்றன. அவற்றைக் கொண்டுவரச் சொல்லிக் கேட்டுக் கொள்கிறார். சாவியும் வேலைக்காரனுக்குக் கடிதமும் தருகிறார். அதிகாரியும் அக்கோட்டைக்குள் செல்கிறார். அந்த அறையைத் திறந்து குறிப்பேட்டைத் தேடுகிறார். அவர் கழுத்தில் யாரோ விடும் மூச்சு படுகிறது. அச்சத்தால் அவர் நடுங்குகிறார். திரும்பிப் பார்க்கிறார். நண்பரின் காலமானதாகச் சொன்ன மனைவி, வெள்ளை ஆடையில் இருக்கிறாள். ஒரு சீப்பை அவர் கையில் தந்து தன் தலையை வாரச் சொல்கிறார். இவரும் செய்கிறார். அவள் கூந்தல் தரையைத் தொடுகிறது. திடுமென அவள் சீப்பை பிடுங்கிக்கொண்டு ஓடி மறைகிறாள். அவளை மீண்டும் காண அவர் செய்யும் முயற்சி பலிக்கவில்லை. நண்பர் கேட்ட குறிப்பேடுகளை வேலைக்காரன் மூலம் அவரிடம் சேர்க்கிறார். மீண்டும் நண்பரையும் அவர் சந்திக்கவே முடியவில்லை. அவர் கோட் பட்டனில் அப்பெண்ணின் தலைமுடி சுற்றி இருக்கிறது.”

வாசகர்களை ஒரு மாயலோகத்தில் வைத்து அந்தப் பெண்ணும் நண்பரும் உண்மை மனிதர்கள்தானா என்கிற தடுமாற்றத்தை உருவாக்குவதில் மாப்பசான் வெற்றி பெற்றிருக்கிறார். ஒரு அமானுடத் தன்மையை ஏற்படுத்தியது இக்கதை. தமிழில் இதற்குச் சமமாகப் புத்தக ஆசிரியரால் கொடுக்கப்பட்ட கதை உண்மையில் சிறந்தது மட்டும் அல்லாமல் மாப்பசானின் கதையைக் காட்டிலும் மேலானது. நாம் பெருமைப்படத் தக்க விஷயம் இது. ஜி.நாகராஜனின் ‘டெர்லின் ஷர்ட்டும் எட்டு முழ வேட்டியும் அணிந்த மனிதர்’ என்பது அக்கதை.

“போலீஸ் ரெய்டு இருக்கலாம் என்று தகவல் வந்ததால், கதவைத் திறந்து வைத்துக்கொண்டு வீட்டு வாசலில் நிற்க வேண்டாம் என்று காமத்தரகன் (மாமா) சொல்லி இருந்தான். வெளிக்கதவை அடைத்துவிட்டு மெத்தையில் அமர்ந்திருந்த தேவயானைக்கு அலுப்புத் தட்டியது. ரேழியிலிருந்து படிக்கட்டுகளின் வழியாக மாடியறைக்குச் சென்று விளக்கைப் போட்டாள். இரட்டை மெத்தை ஒன்று சுவரோரமாகக் கிடந்தது. நைட் புக்கிங் மட்டுமே பயன்படுத்தப்பட்டு வந்தது அந்த அறை ஒரு மாத காலமாக. கட்டிலின் மெத்தையைப் புரட்டி அதன் அடியிலிருந்து ஒரு நீளமான அரை இஞ்சு மணிக்கயிற்றை எடுத்தாள். அவள் ஊரிலிருந்து வரும்போது அவளது தாயார் அவளது படுக்கையைக் கட்டுவதற்குப் பயன்படுத்திய கயிறு அது. உத்திரத்தில் ஒரு

இரும்பு வளையம் தொங்கிக்கொண்டிருந்தது. கட்டிலின் மேல் நின்றுகொண்டு கயிற்றை அந்த வளையத்துக்குள் செலுத்திச் சுருக்குப் போட முயன்றாள். பல முயற்சிகளுக்குப் பிறகு கயிறு வளையத்துக்குள் சென்றது. முடிச்சுப் போட்ட அதே கணம் கதவு தட்டப்படும் சப்தம். இறங்கி வந்து கதவைத் திறந்தாள். மாமாவும் டெர்லின் ஷர்ட்டும் எட்டு முழ வேட்டியும் அணிந்த மனிதர் ஒருவரும் நின்றிருந்தார்கள். அவரை இருக்கச் சொல்லிவிட்டு மாமா விடைபெற்றான். அவர் சற்று நேரம் பேசிக்கொண்டு இருந்துவிட்டு ஐந்து ரூபாய் கொடுத்துவிட்டுச் செல்கிறார். இரவு மூன்று மணிக்கு மாமா வருகிறான். அவர் எனக்கு ஐந்து ரூபாய் கொடுத்தார்" என்கிறாள் தேவயானை.

"யாரவன்?"

"அதான் நீங்க முதலிலே கூட்டியாந்தீங்களே அவர்தான்."

"நான் இன்னிக்கு ஒரு வாட்டிதானே வந்தேன்."

"ஏழரை மணிக்குக் கூட்டியாந்தீங்களே ஞாபகமில்லையா?"

"நான் சுப்பு வீட்டிலிருந்து கிளம்பும்போது ஒன்பது மணி இருக்குமே."

மாமா அந்த நபரைக் கூட்டி வரவில்லை. ஆனால், மனிதர் வந்திருந்தார். தலையணைக்கு கீழே அவள் வைத்த அந்த அஞ்சு ரூபாய் நோட்டையும் காணவில்லை. வெளிச்சத்தில் அவள் போட்ட சுருக்கு மட்டும் அவளைத் திகைக்க வைத்தது.

கதைச் சுருக்கம் இது. கதையாகாது. கதையை முழுமையாகப் படித்தால் மட்டுமே கதையின் பெருமை விளங்கும். மாப்பசானின் கதையில் அமானுஷ்யம் இருந்தது. ஆனால் நாகராஜன் கதையிலோ அனைத்துக்கும் மேலான ஒரு கடுமையான ஒரு வாழ்க்கை நடக்கிறது. வாழ்க்கையின் ஊடாகச் சில நிகழ்ச்சிகள் நடக்கின்றன. அந்த டெர்லின் ஷர்ட் அணிந்த மனிதர் உண்மையிலேயே வந்தவர்தானா? அல்லது தேவயானையின் மனப் பிரம்மையா? எதுவும் இருக்கலாம். அந்த மனிதர் கொடுத்த ஐந்து ரூபாய் பிரம்மையாகவும் இருக்கலாம். தொலைந்தும் போயிருக்கலாம். ஆக மொத்தத்தில் நாகராஜனின் தேவயானை பிழைத்துப் போகிறாள். நாகராஜனின் உலகத்தில் தூக்கு இல்லை, சுயவதை இல்லை.

பேய்த்தன்மைக்கும் அமானுஷ்யத்துக்கும் வித்தியாசம் உண்டு. பேய்ச்சங்கதிகள் கற்பிதமான உலகு சார்ந்த தெளிவான நடவடிக்கைகள், அமானுடம், புரிபடாத தெளிவற்ற புகைப்

படலங்கள். இரண்டிலும் இலக்கியங்கள் சாத்தியமாக இருக்கின்றன. ஜெயங்கொண்டார் எழுதிய கலிங்கத்துப்பரணி என்னும் பழந்தமிழ் இலக்கியம் இலக்கியக் கற்பனைகளின் உச்சம். போர்க்களத்துப் பேய்கள், செத்து விழுந்த வீரர்களின் உடல் உறுப்புகளைத் திரட்டிக் குழம்பு வைப்பதும், பசி தாளாமல் அவசரமாகக் குழம்பில் கைவிட்டுக் கையைப் பொசுக்கிக் கொள்கிற வர்ணனைகளும், உலக இலக்கியத்தின் சிறந்த பகுதிகள்.

சிவபெருமானே ‘அம்மா’ என்று அழைத்த பெருமைக்குரிய கவி காரைக்கால் அம்மையார், இறைவனிடம் இருந்து பேய் உருவத்தை வேண்டிப் பெற்றவர்–பேயாக உழன்றவர்.

தமிழ் இலக்கிய பேய்களின் நடனம் தனியாக எழுதப்பட வேண்டியவை. ஒரு பேயோட்டிக்கும் முனீஸ்வரனுக்கும் சினேகம். முனி, ரொம்ப நாளாகப் பட்டினி கிடந்து இளைத்துப் போயிருக்கிறது. அது தன் கஷ்டத்தைப் பேயோட்டிக்குச் சொல்கிறது. எல்லா இடத்திலும் கரண்ட் விளக்கு வந்து வெளிச்சம் ஏற்பட்டு விட்டதால், பேய்கள் மேல் மக்களுக்கு மரியாதை இல்லாமல் போய்விட்டது. போயோட்டி, பயல்கள் இங்கிலீஷ் படித்துவிட்டுப் பேய் இல்லை பிசாசு இல்லை என்கிறார்கள் என்று தம் வருத்தத்தைப் பகிர்ந்துகொள்கின்றான். இருவரும் ஓர் உடன்பாட்டைச் செய்துகொள்கிறார்கள். டீக்கடைக்காரன் பெண்ணைப் பேய்பிடித்துக் கொள்வது, கோழி, சாராயம், பணம் பெற்றுக்கொண்டு பேயோட்டி பேய் விரட்டுவது, காசு பணத்தைப் போயோட்டி வைத்துக்கொள்வது, சாராயம், கோழியை முனிக்குக் கொடுத்துவிடுவது என்பது பேச்சு. சொன்னபடி பேய் பெண்ணைப் பிடித்துக்கொண்டு நாணயமாக நடந்து கொண்டது. பேயோட்டி பேயை விரட்டினான். பெண்ணிடமிருந்து விலகிய பேய், அவன் சாராயம் கோழியுடன் வருவான் என்று இரவு முழுக்கக் காத்திருக்கிறது. மனிதன் தட்சணையுடன் சாராயம் கோழியுடன் தன் வைப்பாட்டி வீட்டுக்குப் போகிறான். இது நான் எழுதிய ‘அமானுடன்’ என்னும் கதை.

புதுமைப்பித்தனின் பேயையும் ஒருநாள் சந்திப்போம்.

❖ ❖ ❖

மிட்டாய்த் தாத்தா

பள்ளிக்கூடம் பற்றிய இனிய நினைவுகள் எனக்கு இல்லை. மகாத்மாவின் பெயர் கொண்ட தெருவில் எங்கள் பள்ளிக்கூடத்தின் வாசல் இருந்தது. அந்த வாசலோடு எங்கள் சந்தோஷம் முடிந்து போகும். உள்ளே அதிகாரம், கோபம், பலாத்காரம், வன்முறை, அடி, உதை, அவமானம் செய்தல் என்ற பிசாசுகளும் பூதங்களும் வகுப்பறைக்குள் சுற்றித் திரியும். ஆசிரியர்கள் நேராக, நரகத்திலிருந்தே வந்து சேர்ந்தவர்கள். எங்கள் பள்ளியின் வாசல் மிகப் பிரமாண்டமானது. ஒரு பெரிய தேர் உள்ளே சௌகரியமாக நுழையலாம்.

வாசலுக்குப் பக்கத்திலேயே மிட்டாய்த் தாத்தா உட்கார்ந்து வியாபாரம் பண்ணிக் கொண்டிருப்பார். அவர் விற்பது மயிர் மிட்டாய். அதுக்கு அது தான் பெயர். வெகுநாட்கள் கழித்துத்தான் அதன் பேர் சோன்பப்டி என்று தெரிய வந்தது. அம்மாவிடம் ‘மயிர் மிட்டாய் வாங்கக் காசு கொடுங்க’ என்றால், ‘சூ... என்ன அசிங்கமா பேசறே’ என்பார் அம்மா. ஆனால், அதன் நாகரிக வியாபாரப் பெயர் எங்கள் வீட்டுக்குள் நுழைந்திருக்கவில்லை. இப்போது கடைகளில் விற்கும் சோன்பப்டி, சற்றேறக்குறைய தட்டை மைசூர்பாக் மாதிரி இருக்கிறது. மயிர் மிட்டாய் அப்படி அல்ல. நரைத்த முடி போலும், மீன் முள் போலும், மெல்லிய நைலான் கயிறுகளை வெட்டினாற் போலும் தனித்தனியாக, மென்மையாகக் குச்சிகுச்சியாக இருக்கும். நாக்கில் போட்ட அந்தக் கணமே கரைந்து போகும். தொண்டைக்குள் வைத்தால், குச்சிகள் வருடும். வருடிக்கொண்டே கரையும். பள்ளிக்கூடம் என்பது, எனக்கு, மயிர் மிட்டாயும் அதை விற்கிற தாத்தாவும் தான். தாத்தா வெள்ளைக்காரன் நிறம். ஆனால் தமிழ்மூஞ்சி. அவர் முகத்திலேயே மிகவும் பெரிதாக இருப்பது மீசைதான். மீன் முள்களாலான மீசை அல்லது அவர் விற்கும் மிட்டாயைப் போன்ற மீசை. அவர் அதிகம் பேசி நான் கேட்டதில்லை. சிரிப்பார் பல் தெரியாமல் கண்களால். குத்துக்காலிட்டுச் சுவரில் சாய்ந்து அமர்ந்திருப்பார். அவர்முன் ஒரு தகர டின், அதன்

மூடி துணியால் ஆனது. ஒரு கை நுழையும் அளவுக்கு அதில் பொத்தல் இருக்கும். குழந்தைகள் மிட்டாய் கேட்கும்போது, அழகாகத் துண்டுதுண்டாக நறுக்கி வைக்கப்பட்டிருக்கும். காகிதத் துணுக்கை எடுத்து மிட்டாய் வைத்துக் கொடுப்பார்.

தினமும் நான் பள்ளிக்குப் புறப்படும்போது அம்மா காலணா அல்லது அரையணா கொடுப்பார். மிட்டாய்க்காக என்பதை அவர் அறிவார். நான் தாத்தாவை நெருங்கியதுமே அவர் கை அநிச்சையாகக் காகிதத்தை எடுக்கும். 'உனக்கு மட்டும் என்ன ஸ்பெஷல்' என்பான் பெருமாள். ஒரு நாள் அப்பா என்னைச் சைக்கிளில் அழைத்து வந்து பள்ளியில் விடும்போது, தாத்தாவும் அப்பாவும் சிரித்துப் பேசிக் கொண்டார்கள். அந்தச் சிநேகிதம் காரணமாக இருக்கலாம்.

ஒரு நாள் அம்மா, உறவுக்காரர் கல்யாணத்துக்காக விடியலிலேயே புறப்பட்டுப் போனார். காசு வாங்கி வைக்க மறந்து விட்டேன். அப்பாவும் கடைக்குப் புறப்பட்டுப் போய்விட்டார்.

பள்ளிக்கூடத்தின் நீளமான தெருக் குறட்டிலேயே நடந்து வந்தால், தாத்தாவை அணுகலாம். காசு இல்லாததால் இடது கை ஓரமாக நேரே நடந்து, பள்ளிக்கூட வாசலுக்கு எதிரில் தெருவைக் கடந்தேன். தாத்தா, என் ஓரக் கண்ணுக்குத் தெரிந்தார். நான் தீவிரமாக எதிரில் போன சைக்கிளின் சிவப்பு விளக்கையே கவனித்து நடந்தேன் இன்னும் ஒரு நிமிஷத்தில் நான் பள்ளிக்குள் புகுவேன்.

'வைத்தி' என்றார் தாத்தா.

என் பெயர்தான். திரும்பினேன். இங்க வா என்று தலையசைத்தார் தாத்தா. போனேன்.

"ஏன் மிட்டாய் வாங்கலை?"

'காசில்லை'

'நான் கேட்டேனா?'

அவர் அரையணா மிட்டாயை வைத்துக் கொடுத்தார்.

'காசு நாளைக்குத் தரேன்'

அவர் சிரித்தார் பற்களை மீசை மறைத்தது.

'எங்க பெருமாளைக் காணாம்.'

'அவனுக்கு உடம்பு சரியில்லையாம். அவங்க அப்பா வந்து சாரிடம் சொன்னார்.'

‘ரயில் டேஷன் குட்டையில பிடிச்ச மீன் இருக்கா. என்ன பண்ணீங்க. பாட்டில்ல வளக்கப்படாது. தொட்டியில வளக்கணும்’

‘தொட்டி இல்லையே!’

மறுநாளுக்கு மறுநாள் அப்பா எனக்கொரு மீன் தொட்டி வாங்கி வந்தார்.

‘ஹை’ என்றான் தம்பி.

‘மீசைக்காரன், தொந்தரவு பண்ணி என்னைக் கையோடு இட்டுக்கிட்டுப் போயி வாங்கிக் கொடுத்தான் சந்தோஷம்தானே’

வரலாற்றுப் புத்தகத்துக்குள்ளே இருந்த மயிலிறகு குட்டி போட்டது. பெருமாளின் இறகோ, இரண்டு குட்டி போட்டது. ஒன்று ஆண் ஒன்று பெண் என்று அவன் சொன்னான். இரண்டுக்கும் எனக்கு எந்த வித்தியாசமும் தெரியவில்லை. உனக்கெப்படி தெரிந்தது என்று நான் கேட்டதற்கு தாத்தா சொன்னார் என்றான். அடுத்த நாள் காலை நான் அவருக்கு மட்டும் எப்படித் தெரிந்தது என்று கேட்டேன். ‘வயசானபிறகு, கண்களின் உள்ளே ‘லைட்’ எரியும். அதன் வெளிச்சத்தில் எல்லாம் தெரியும்’ என்றார் தாத்தா. என் இறகு போட்ட குட்டி ஆணா பெண்ணா என்றேன். அதை, வந்து பார்த்துவிட்டு ஆண்தான் என்றார். ஆனால் அடுத்த பிரசவம் பெண்தான் என்றார். ‘சத்தியமா’ என்று கேட்டான் பெருமாள். ‘ஆமா – சத்தியமா’ என்றார் தாத்தா.

*

பெரிய வகுப்புக்கு வந்துவிட்டேன். பெரிய வகுப்புக்கு மாறுதல் என்பது, பேண்ட் போட்டுக் கொள்ளுதல்; தலைமுடியை நெற்றியில் சுருளாக விட்டுக் கொள்ளுதல்; கைகுட்டை வைத்துக் கொள்ளுதல்; ஜட்டி அணிதல்; பள்ளிக்கூடம் போகும் பெண்களைப் பராக்கு பார்த்தல் என்பதாம். மயிலிறகு குட்டி போடாது என்பது தெரிந்து போன அந்தக் கணம், நான் கெட்டுப் போகத் தொடங்கிவிட்டேன். என் காலடி மண்ணும் காற்றும் என்னை விட்டுத் தூரம் போயின. எங்கள் பள்ளியின் மதில் சுவர் உயர்த்திக் கட்டப்பட்டது. பேய்களின் நகங்களைப் போன்ற முள் கம்பிகள், சுவரின்மேல் முளைத்தன. இப்போதெல்லாம் தாத்தாவைக் காணோம். அந்த மயிர் மிட்டாயின் ஞாபகம் அடி நெஞ்சில் அவ்வப்போது வந்து இனிக்கும். ஒருநாள், எங்கள் பெரிய சார், தெருவுக்கு வந்து, அங்கு இலந்தை, நாவல்பழம், மாங்காய்கீற்று

மற்றும் மயிர் மிட்டாய் விற்றுக் கொண்டிருந்தவர்களை எச்சரித்தார். குழந்தைகளின் ஆரோக்கியக் கேடு பற்றி ஒரு உபந்நியாசமும் செய்தார் என்றும் கேள்வி. எல்.கே.ஜி தொடங்கி பத்தாம் வகுப்பு முடிய பன்னிரண்டு ஆண்டுகள் மாணவர்கள் உடல் மற்றும் மன ஆரோக்கியத்தைக் கெடுப்பவர்கள் தாத்தாவை எச்சரிக்கிறார்கள். ஒருநாள் முனிசிபாலிட்டிக்காரர்கள் வந்து, எல்லாக் கூடைகளையும் வாரிக் கொண்டு போனார்கள். அதில் தாத்தாவின் டின்னும் எங்களுக்கான ஒரே இனிப்பும் இருந்தன.

தாத்தா மறக்கப்பட்டுவிட்டார்.

*

கல்லூரி விடுமுறையில் ஊர் திரும்பி இருந்தேன். ஒரு பகல் உணவு முடிந்து, அப்பா சாவகாசமாகத் திண்ணையில் அமர்ந்து சுருட்டு பிடித்துக் கொண்டிருந்தார். அது அவருடைய இன்ப நேரங்களில் ஒன்று. நாங்கள் பலதையும் பற்றிப் பேசிக் கொண்டிருந்தோம். வாத்தியார்களைப் பற்றிய பேச்சு வந்தது. பள்ளிக்கூடம் வந்ததும், தாத்தாவைப் பற்றிய பேச்சும் வந்தது. எனக்குத் தெரியாதது பற்றியும் தெரிய வந்தது.

தாத்தா பட்டாளக்காரர். ராணுவத்தில் ஏதோ சிக்கல் அவரை அனுப்பிவிட்டார்கள். திருமணம் செய்து கொண்டார். மனைவி ஒரு நாள் தவறுதலாகக் கிணற்றில் விழுந்து அதனால் மரணம். உறவுக்காரப் பையனை எடுத்து வளர்த்தார். அவனுக்காகத் தன் கடைசிக் காசையும் செலவிட்டுப் படிக்கவைத்து, உத்தியோகமும் வாங்கிக் கொடுத்து கல்யாணமும் செய்து வைத்தார். அந்த மருமகள், அருமையான பெண். அந்தப் பையன், இவரைப் பாரமாகக் கருதினான். தாத்தா விலகி வந்து சமையல் கோஷ்டியுடன் வாழ்ந்தார். ஒருநாள் சாத்திய கதவுகளுக்குப் பின் இறந்துகிடந்தார். இறந்து இரண்டு நாட்களுக்குப் பிறகே அவர் உடலைப் பிறர் காண நேர்ந்தது. விஷயம் முடியவில்லை. சமையல் தொழிலில் தான் சேர்த்து வைத்ததைப் பிள்ளைக்கு நான்கு நாட்களுக்கு முந்தியே கொஞ்சம் அனுப்பி வைத்திருந்தார்.

நவம்பர் 25 முதல்...

ஒரு நவம்பர் மாதத்தில் அவள் என்னைச் சந்தித்தாள். இந்த நவம்பரா சென்ற ஆண்டு நவம்பரா? தெரியவில்லை. ஆயிரம் ஆண்டுகளுக்கு முந்தைய ஒரு நவம்பராகவும் இருக்கும். அது மாலைக் காலம். இருட்டுக்கு முந்தைய குறைந்த வெளிச்சம் கொண்ட கொழுந்து மாலை. அழைப்பு மணி கேட்டு நான் கதவைத் திறந்தேன். ஊதுபத்திப் புகைபோல் என வரவேற்பறைக்குள் அவள் வந்து சுவாதீனமாக இளம்பச்சை நாற்காலியில் அமர்ந்தாள். என்னைத் தேடி வந்த புதுமுகம். ஆனால் அப்படியும் இல்லை. அவளும் நானும் சில நூறு ஆண்டுகளுக்கு முன்னால், பரிச்சயமானவர்கள். இரவு விட்ட இடத்திலிருந்து விடிந்து பேசத் தொடங்குவதுபோல், அவள் பேசத் தொடங்கினாள். நினைவின் கிடங்கிலிருந்து பல லட்சம் பக்கங்கள் எழுதும் அளவுக்கு அவளிடம் விஷயங்கள் இருந்தன. வார்த்தைகளை அவள் பையிலிருந்து வாரி இறைத்தாள். குடும்பப் புகைப்படத் தொகுப்பிலிருந்து பக்கம் பக்கமாகப் புரட்டி, இது அம்மா, இது அப்பா, இது தங்கைகள், இது சித்திகள், இது அத்தைகள் என்று ஒவ்வொரு முகத்தையும் என்முன் எழுதிக் காட்டினாள். எல்லா முகங்களிலும் எனக்கு அவள் முகமே தெரிந்தது. நான் அவளையே மொழி மறந்தவன்போலப் பார்த்துக் கொண்டிருந்தேன். ஒன்று புரிந்தது. இவள் என் சிநேகிதி... காலாதீதம் எனக்கு அருளிய ஒரு சிநேகிதி.

உடல்போல், விரிந்த சலனமற்ற அவளுடைய அழகிய கண்களில், என் ஆறாத தழும்புக் காயங்களுக்குக் களிம்பு இருப்பது தெரிந்தது. அவள் தாமிர உதடுகள் எனக்குச் சிரிக்கக் கற்றுத் தந்தன. பல வருஷங்களுக்குப் பிறகு நான் மனம்விட்டுச் சிரித்தேன். எட்டுத் திசைகளையும் துழாவி, காலம் காலமாகச் சூனியத்துக்குள் வெறுமனே நீண்டிருந்த என் நட்பின் சுகத்தைச் சிநேகமாக அவள் பற்றிக் கொண்டதை நான் பரிபூரணமாக உணர்ந்தேன்.

ஏன் உங்கள் புத்தக அடுக்குகள் இப்படிக் கலைந்து ஒழுங்கற்றிருக்கின்றன என்றாள். எனக்கு வெட்கமாக இருக்கிறது.

நானே ஒழுங்கற்ற மனிதன்தானே என்று சமத்காரமாகச் சொல்லிப் பார்த்தேன். ஒற்றைக் கேலிச் சிரிப்பில் என்னைப் புறந்தள்ளினாள். விதிக்கப்பட்ட ஒழுங்கை எதிர்த்துக் கலகம் செய். உள் அக ஒழுங்கு எங்கே போயிற்று என்றபடி புத்தக அடுக்கில் காலம் காலமாக, யுகாந்திரமாக மண்டிக்கிடக்கும் அழுக்கு, ஒட்டடைகள், தெருப்புழுதியைச் சுத்தம் செய்தாள். என்னையும் சேர்த்து.

ஒன்று சொல்ல மறந்துவிட்டேன். அவள் வரும்போது மழை நின்று இருந்தது. இப்போது பெய்து கொண்டிருந்தது. அன்று இரவில் அவள் விடைபெற்று அவள் கூட்டுக்கு விரைந்தாள். மீண்டும் எப்போது என்றேன். வந்தேன், வருவேன் என்றபடி மறைந்தாள். அவளிடமிருந்து எழுந்த வெம்மை இன்னும் உறைந்திருந்தது. அவள் மேனியின் சாம்பிராணிப் புகை எனக்குள் கமழ்ந்து கொண்டிருக்கிறது. இந்த மனோபாவத்தை செராவினோவிடம் கண்டேன். நானே மாதிரி இருந்தான் செராவினோ.

க.நா.சு. மொழிபெயர்த்த உலக இலக்கியங்களில் காதல் கதை செராவினோ. காதல் கதையின் கதாநாயகன் ஐரோப்பிய இலக்கியத்தில் நிரந்தர இடம் பெற்ற கிரேசியா டெலடாவின் அருமையான சிருஷ்டிகளில் ஒன்று இந்தக் கதை. நான் எதற்காக உயிர் வாழ வேண்டும் என்று கேட்டபடி நமக்கு அறிமுகம் ஆகிறான் செராவினோ. அவனுக்கு இருபது வயது. தனக்கு திறமையோ அதிர்ஷ்டமோ இல்லை. சந்தோஷம் இல்லை. உடுக்க உடையும் இல்லை என்று அலுத்துக் கொள்பவன். என்றோ ஒரு கதை எழுதினான். அது ஒரு பந்தைப் போல அவனிடமே திரும்பி வந்தது. அவன் ஏழை. ஏழைகளின் அறையில் பட்டாம் பூச்சிகள் பறப்பதில்லை. கட்டாய ராணுவச் சேவையில் இருக்கிறான். வாழ்க்கையில் கருணை கூர்ந்த ஒரு நல்ல காரியத்தைச் செய்துதான் மனிதன் என்பதை உலகுக்கு உணர்த்த வேண்டும் என்று, சிறைச்சாலைக் காவலாளியாகப் பணியாற்றும் உயர்ந்த மலைமேல், அவன் தீர்மானிக்கிறான். அப்போது யாரோ நடப்பது போன்ற சப்தம். யாரங்கே என்கிறான், செராவினோ. ஒரு கிழவன். எழுபது வயதினன். என்னைச் சுட்டு விடாதே நான் சிறையிலிருந்து தப்பிக்க வேண்டும். கடந்த இருபது ஆண்டுகளாக என்னை எதிர்பார்த்துக் காத்திருக்கும் என் மனைவி சாகக் கிடக்கிறாள். என்னைத் தப்பிக்க விடு என்று அந்த எழுபது வயது மனிதன் செராவினோவின் காலை ஒரு நாய்குட்டியைப் போலத் தழுவுகிறான். ஒரு கணம் யோசித்த சிறைக் காவலாளி செராவினோ மனிதனாகிறான்.

செராவினோ இந்த அனுபவத்தை ஒரு கதையாக எழுதினான். அவன் நண்பன் அதை ஒரு பத்திரிகைக்கு அனுப்பி வைக்கிறான். ராணுவச் சேவை முடிந்து அவன் பள்ளி ஆசிரியராகப் பணியாற்றுகிறான். ஒருநாள் ஹாலந்திலிருந்து அவனுக்கு ஒரு கடிதம் வருகிறது. ஒரு பெண் பெயர் எலிசபெத் செர்க்கர். உங்கள் கதை 'கருணை'யை மிலன் ரெவ்யூ பத்திரிகையில் படித்தேன். அதி அற்புதமாக எழுதியிருக்கிறீர்கள். அதை ஜெர்மன், டச்சு மொழிகளில் மொழியாக்கம் செய்ய அனுமதி வேண்டுகிறேன் என்று எழுதியிருக்கிறாள். செராவினோ விழித்தான். இது கனவா என்று திகைத்தான். (என்னைப் போலத்தான்)

அவன் ஜன்னல் கதவுகளைத் திறந்து வைக்கிறான். உலகம் அவன்முன் விரிகிறது. அடிவானத்துக்கு அப்பால், கோடி சூரியப் பிரகாசம் உடையதாய், எல்லையற்றதாய், இன்பமே மூச்சானதாய் இருந்த ஒரு பிரதேசம்தான் அவன் கண்ணில் பட்டது. உலகத்தின் அழகு காதலர்களுக்குத் தெரியும். இலையுதிர் காலத்தின் துன்பமயமான ஓசைகள் அவன் காதில் விழவில்லை. பிரபஞ்சத்தின் ஆனந்த கீதம்தான் அவன் காதில் ஒலித்தது.

கடிதங்கள் தொடர்ந்தன. நிச்சயம் அவை மொழிபெயர்ப்பு உரிமை பற்றியவை அல்ல. இலையுதிர் காலம் இரண்டு வந்து சென்றன. வாழ்நாள் முழுவதும் வாழ்ந்து கடந்துவிட்ட ருதுக்கள் எவை பற்றியும் அவன் நினைத்துப் பார்த்தவன் இல்லை. இந்த ஆறு ருதுக்களின் ஒவ்வொரு நாளும் எப்படி இருந்தது என்பதை அவன் அறிவான். வசந்தத்தின் வெப்பத்தை மழைக்காலத்தின் சுகத்தை அவன் அறிந்து அனுபவித்தான். எலிசபெத் அவனைக் காதலிப்பதாக ஒரு வரியும் எழுதவில்லை. அவனும் எழுதவில்லை. தன் காதல் பூர்த்தியாகும் என்று அவன் நம்பவில்லை. லட்சியத்துக்காக அவன் காதலிக்கத் தயாரானான். எலிசபெத் ஒரு கடிதத்தில் எழுதி இருந்தாள். எனக்கும் என்னைக் காதலிப்பதாக ஒரு நாள் சொல்ல உத்தேசித்திருக்கும் ஆடவனுக்கும் இடையே கடக்க முடியாத ஒரு சிறு இடைஞ்சல் இருப்பது பற்றி எனக்குச் சந்தோஷமே. அந்த இடைஞ்சல் ஆழ்ந்தது, ஆத்மார்த்தமானது.

ஈஸ்டர் விடுமுறையில் செராவினோ நேபிள்ஸ் நகருக்குச் சென்றான். கவூர் ஓட்டலுக்குப் போனான். எலிசபெத் அங்கே அவனுக்காகக் காத்திருந்தாள். பூக்கடையில் அவன் ஒரு ரோஜாப்பூச் செண்டு வாங்கினான். அந்தக் கடையிலிருந்த அழகிய இளைஞனோடும் அவன் அணிந்திருந்த நாகரிகமான ஆடைகளோடும் தன்னை ஒப்பிட்டுக் கொண்டான். இரண்டு மணி நேரத்துக்குப் பிறகு அவனும் எலிசபெத்தும் கடற்கரையில்

இருந்தார்கள். எலிசபெத் இத்தாலியப் பெண்போல அழகாக இருந்தாள். அவள் தலையும் கண்களும் அழகிய கறுப்பாக இருந்தன. அழகிய சிவந்த உதடுகள். அவள் ஜெர்மானிய பாஷையில் இலக்கிய வரிகளைச் சொன்னாள். அர்த்தம் அற்ற வார்த்தைகள். கோலங்கள், அர்த்தம் உள்ள கோலம், தாய்மொழி பேசியபோது அவள் மிகவும் அழகாக இருந்தாள். அவர்கள் ஒரு படகில் நிசிடாத் தீவுக்குச் சென்றார்கள். அவன் ராணுவப் பணியாற்றிய பழைய மலைப்பகுதி.

செராவினோ கை எட்டும் தூரத்தில்தான் அவள் இருந்தாள். அவன் கையை நீட்டினால்போதும் அவளை மார்புடன் சேர்த்து இறுக அணைத்துக் கொண்டு விடலாம். ஆனால், தைரியம் வரவில்லை. அவள், அவனைக் காதலிப்பது சாத்தியமா என்ன? அவன் ஏழை. ஆரம்பப் பாடசாலை ஆசிரியன். அவளின் பட்டாடையின் சரசரப்புக்கு முன் அவன் யார்?

எலிசபெத் சொன்னாள், உங்கள் கதையில் தப்பித்துப்போன நீங்கள் தப்பிக்கவிட்ட அந்தக் கைதியைப் போன்ற கதை தான் என் தந்தையுடையது. நீங்கள் மனிதனாக நடந்து கொண்டீர்கள். உண்மையான சிறைக் காவலாளி என் தந்தையைச் சுட்டுக் கொன்றுவிட்டான். எலிசபெத் மேலும் சொன்னாள்: உன் குரல் வெகுதூரத்துக்கு அப்பாலிருந்து என்னைக் கட்டி இழுத்தது, இதனால்தான். அன்று நீ காவல் பணியில் இருந்திருந்தால் அப்பாவை நீ தப்பித்துப் போகவிட்டிருப்பாய். அன்று நீ காட்டிய கருணையை என்னிடமும் காட்ட வேண்டும்.

செராவினோ நடுங்கிக் கொண்டிருந்தான். அவள் தன்னை விட்டுப் போய்விடுவாளோ என்று அவன் பயந்தான். கடைசியில், அவள்தான் அவன்மேல் கருணை காட்ட வேண்டி இருந்தது. அவள், அவனைப் பார்த்துப் புன்னகை புரிந்தாள். கண்ணில் ஈரம் காயுமுன் தலையைச் சாய்த்துக்கொண்டு அவனை அணைத்து அவன் உதடுகளில் முத்தமிட்டாள்.

எனக்கு இப்போது யார் மேலும் வெறுப்பு இல்லை. என்னை வெறுத்தவர்களை நான் நேசிக்கிறேன். என் கணக்கு வாத்தியாரையும் எனக்கு இம்சை புரியவென்றே ஜென்மம் எடுத்து வந்த இங்கிலீஷ் ஆசிரியரையும் நேசிக்கிறேன். என் மேல் எச்சம் இடுகிற அந்த காக்கையின் மேலும் பகை இல்லை. இரவு நேரங்களில் என்னைப் பார்த்து மட்டும் குரைக்கும் தெரு மூலை நாயையும் என்னால் வெறுக்க முடியவில்லை. என்னைச் சாபமிட்டவர்களைப் புரிந்துகொள்ள முயல்கிறேன். கோயில் கோபுரம், குப்பைத் தொட்டி, அறுந்து துறக்கப்பட்ட ஒற்றைச்

செருப்புகள், உடைந்த கண்ணாடி வளையல் துண்டுகள் எல்லாம் அழகானவை என்று இப்போதுதான் எனக்குத் தெரிகிறது.

இந்த நவம்பர் 25க்குப் பிறகு என் சிநேகிதியை நான் அடிக்கடி சந்திக்கிறேன். அந்தச் சந்திப்பை அவள் கருணைதான் சாத்தியப்படுத்துகின்றது. வேறென்ன? நாங்கள் கடற்கரைக்குச் செல்கிறோம். கடல் அழகியது என்பதை அவள் கண்வழிதான் நான் அறிகிறேன். சென்னைப் பல்கலைக் கட்டடத்தின் மேலே இருந்த அந்தப் பிறை நிலவை அதன் நேர் கீழாக என்னைப் போலவே தனித்திருந்த, அந்த ஒற்றை நட்சத்திரத்தையும் அவள் தான் எனக்குக் காட்டினாள். அது என்னை எனக்குக் காட்டியதாக எனக்குத் தோன்றியது. நிலாவும்கூட அழகு என்பதை அவள் தான் எனக்குச் சொன்னாள்.

அவள் மூச்சுக்காற்று உடனே என்னை வந்து சேரும் தூரத்தில் நான். அவள் அண்மையில் இருக்கும்போது என் சௌகர்யங்களின் பொருட்டே வாழ்ந்து மரித்த என் அப்பா ஞாபகம் வருகிறது. நான் படித்த அற்புதமான இலக்கிய சிருஷ்டிகள், நான் கேட்ட அருமையான சங்கீதம் என் நினைவுக்கு வருகின்றன. நான் வாழ்ந்து கொண்டிருக்கிறேன். இதன் அர்த்தம் இதுதான்.

ஆள் அரவம் அற்ற, மரங்கள் அடர்ந்த ஒரு தெருவில் நாங்கள் நடந்து போய்க் கொண்டிருந்தோம். உலகத்தின் விளிம்பு வரை நாங்கள் நடந்தோம். அப்போது நான் கேட்டேன், "நாம் செல்வது எங்கே நரகத்துக்கா? சொர்க்கத்துக்கா?"

"எங்கு போனால் உனக்குச் சந்தோஷம்"

"நரகத்தில்தான் என் நண்பர்கள் இருப்பார்கள் அங்கேயே போகலாம்"

நாங்கள் நரகத்தின் வாசலுக்கு வந்து சேர்ந்தோம். காக்கிச் சட்டை அணிந்த காவலரிடம் எங்கள் பெயரைச் சொன்னோம். நரகத்தில் எங்களுக்கு இடம் இருப்பதாகச் சொன்னோம். ஆனால், அவள் பெயர் எந்த நரகம் சார்ந்த பட்டியலிலும் இல்லை. ஒருக்கால், அவள் சொர்க்கவாசியாகக்கூடும். நாங்கள் பிரியத் தயாராக இல்லை. திரும்பினோம்.

மனித உறவுகள் பலப்பல பெயர்களில் பலப்பலவாக விரிந்து கிடக்கின்றன. நட்பு, அன்பு, காதல், பாசம் என்று எத்தனையோ பெயர்கள். அவளுக்கும் எனக்குமான இந்தச் சந்திப்புக்கும் உறவுக்கும் என்ன பெயர்? அது தான்.

பிரபஞ்சன் ❖ 39

வன்முறையைப் பயிற்றுவிக்கும் வகுப்பறைகள்

வன்முறை ஒரு வாழ்க்கை முறையாகவே மாறிக் கொண்டிருப்பதை நாம் அனுபவப்பூர்வமாகத் தெரிந்திருக்கிறோம். ஃபூகோ இதை நமக்குச் சொல்லிக் கொடுக்கத் தேவையில்லை. நாம் படித்த, படிக்கிற பள்ளிக்கூடங்கள் நமக்கு இதைச் சொல்லிக் கொடுத்துக் கொண்டிருக்கின்றனவே. ஒருவகையில் லஞ்சம்போலவே வன்முறையும். லஞ்சம் வாங்காமல் வாழலாம், கொடுக்காமல் வாழ முடியாது என்பதுபோல வன்முறையைப் பிறர்மேல் பிரயோகிக்காமல் வாழ முயலலாம். வன்முறைக்குள்ளாவதைத் தவிர்க்கக் கூடுமான சூழ்நிலை இல்லை. இது, நம் காலத்தின் மிகப் பெரும் அவலம்.

எங்கள் ஊரில் இருக்கும் சிறைச்சாலை ஐரோப்பியர்கள் கட்டியது. அதன் வெளிப்புறச் சுற்று மதிலின் உயரம் இருபத்தைந்து அடிகள். எந்தக் குற்றவாளியும் தப்பித்து ஓடுவதைப் பற்றிக் கனவு காண முடியாது. எங்கள் பள்ளிக்கூடமும் ஐரோப்பியர் காலத்தில் கட்டப்பட்டதுதான். அதன் வெளிப்புறச் சுற்று மதிலின் உயரம் சிறைச்சாலை மதிலைக் காட்டிலும் அதிகமானது. எந்த மாணவனும் எந்தக் காலத்திலும் மதிலைத் தாண்டி வெளியில் குதித்த வரலாறு இல்லை. இந்த இரு நரகங்களிலும் உள்ளே நுழையும் பாதைகள் இருந்தனவே தவிர, வெளியே வரும் பாதைகள் அடைக்கப்பட்டுவிட்டன. எங்கள் பள்ளியின் ஆகப்பெரும் தலைவர், முதல்வர் என்று அறியப்பட்டார். சிறை அதிகாரியைப் போன்றவர் அவர் என்று நாம் உருவகப்படுத்திக் கொள்வதில் தவறு இருக்க முடியாது.

எங்கள் முதல்வரின் கையில் எப்போதும் அவரது ஆறாம் விரலைப் போல பிரம்பு இருக்கும். சுமார் நான்கு அடி நீளப் பிரம்பு அது. இருந்த இடத்திலிருந்தே பையன்களை அடிக்கச் சௌகர்யமான ஆயுதம் இது. இதைக் காவலர்களிடம் சர்வசாதாரணமாக அக்காலத்தில் காணும்படி இருக்கும். காவலர்கள் காக்கிச் சட்டையுடன் கையில் தடி வைத்திருப்பவர்கள். எந்தக் காலத்திலும் கனவிலும் நினைவிலும் எங்களுக்குள் ஆழப்

புதைந்துபோன தீர்மானங்களில் ஒன்றாக அந்தப் பிரம்புகள் ஏற்படுத்திய எண்ணம், நாங்கள் எப்பொழுதிலும் யாராலாவது தாக்கப்படக்கூடும் என்பது தான்.

அதாவது, நிரந்தரமாக ஓர் அச்சத்தை எங்களுக்குள் ஏற்படுத்தி எங்களை அசக்தர்களாகப் பணிபவர்களாக வடிவமைத்த முக்கிய சக்திகளுள் ஒன்றாக அந்தப் பிரம்புகள் இருந்தன. மேலும் ஓர் ஆசிரியர் மாணவர்களைத் தாக்குவது அம்மாணவரின் நலத்தின் பொருட்டே என்பது சமுதாயக் கருத்தாயிருந்தது என்பதால், நாங்கள் பிராது செய்வதற்கில்லை. என் அப்பா அடிக்கடி ஆசிரியர்களிடம் 'கண்ணை மட்டும் விட்டுவிட்டு உடம்புத் தோலை உரிங்க ஐயாவே' என்று ஆசிரியர்களுக்கு எங்கள் உடம்பின்மேல் அதிகாரம் வழங்குவார். அப்பழுக்கில்லாமல் இந்த அதிகாரம் ஆசிரியர்களால் அமல்படுத்தப்படும். பின்னாளில் ஆண்டைகள் நில அடிமைகளை மரத்தில் கட்டிவைத்துப் புளிய மிளாறால் அடித்துச் சாணிப்பால் புகட்டியதற்கான சமூக அனுமதிக்கு நாங்கள் முன் நிபந்தனையாக்கப்பட்டோம்.

அதிகாரத்தில் இருப்பவர்களைத் தொழுவதும் அவர்கள் வழி ஒழுகுவதும் அப்பாவிகளைக் காட்டிக் கொடுத்து அதன்மூலம் சௌகர்யங்களை அடைவதும் ஆன, 'முள் இல்லாத பாதையில்' பத்திரமாக நடக்கப் பள்ளிக்கூடங்களே கற்றுக் கொடுத்தன. எங்களுக்குச் சீனு என்கிற சீனிவாசன் வகுப்புத் தலைவனாக இருந்தான். ஆங்கிலத்தில் 'கிளாஸ் பீப்பிள் லீடர்' என்று அலங்காரமாக அழைக்கப்படுவான். எங்களிடம் இருந்து சீனு பல சலுகைகளை எதிர்பார்த்தான். அவனது வீட்டுப் பாடங்களை நாங்கள் எழுதித் தரவேண்டும். வெள்ளை மீசை வைத்த மயிர் மிட்டாய்த் (சோன்பப்டி) தாத்தாவிடம் அரை அணாவுக்கு மிட்டாய் வாங்கித் தர வேண்டும். சமயங்களில் பேனா கடன் தர வேண்டும். இவைகளில் எது ஒன்றையும் செய்யத் தவறினாலும் அவன் ஆசிரியரிடம் காட்டிக் கொடுப்பான். "சார் வைத்தி வகுப்பில் பேசறான் சார். காப்பி அடிக்கிறான் சார்" என்று ஏதோ ஒன்று. சீனுவுக்கு ஆசிரியரிடம் சலுகைகள் அதிகம். அவனை மட்டும் அவர் அடிக்கமாட்டார். தவிரவும், சீனு மனப்பாடமோ மற்ற வீட்டுப்பாடமோ செய்யாமல் வந்தாலும் கண்டு கொள்ளப்படுவது இல்லை. சக மனிதனைக் காட்டிக் கொடுப்பதால் கிடைக்கிற லாபம், ஐந்து பத்து வயதிலேயே கற்றுக் கொடுக்கப்பட்டு விடுகிறது. ஐந்தில் வளையாதது ஐம்பதில் வளையுமா? வளையாது. இளமையில் கல் என்பது இது போன்ற வெற்றி வழிகளைத்தான்.

வன்முறையின் இன்னொரு உயர்வு நவிற்சிப் பெயர் ஒழுங்கு என்பதாகும். இது மிகவும் முக்கியம். எது தவறினாலும் ஒழுங்கு தவறக் கூடாது. ஒழுங்கைக் குலைத்தல் அல்லது மீறுதல் என்பது கலகம் செய்வதாகும். கலகம், எந்த நிறுவனத்துக்கும் ஆபத்தை விளைவிப்பதாகும். எட்டு மணிக்குப் பள்ளிக்கூடம் என்றால், ஏழு ஐம்பத்தைந்துக்கு வகுப்பில் இருப்பவன், ஒழுங்கான மாணவன். காலைக்கடன் கழிக்கவும் நேரமில்லாமல் சாப்பிட்டோ, சாப்பிட முடியாமலோ புத்தகப் பையைத் தோளில் சுமந்துகொண்டு கிராமத்திலிருந்து நடந்து எட்டு ஐந்துக்கு வருபவன், ஒழுங்கைக் குலைப்பவன். எங்கள் முதல்வர், அவரது விரல்வழி நீண்ட பிரம்புடன் பள்ளிக் கதவருகேயே நிற்பார். தாமதமாக வரும் மாணவர்களைத் தண்டிக்க அவர் தவறுவதே இல்லை. நீங்கள் புறப்படும்போது, உங்கள் தங்கை கீழே விழுந்து முட்டியை உடைத்துக் கொண்டிருக்கலாம். அம்மாவுக்கு உடம்பு சுகவீனமாய் இருக்கலாம். அப்பா மண்வெட்டியைக் காலில் போட்டுக் கொண்டு கால் வீங்கி வீட்டில் படுத்திருக்கலாம் அல்லது உங்களுக்கே நோயும் நோக்காடும் இருக்கலாம். இதெல்லாம் பள்ளிக்கூடம் என்கிற நிறுவனத்துக்கு முக்கியமற்ற, அவசியமற்ற அற்ப விஷயங்களே. எட்டு மணி ஒழுங்கை மட்டும் நீங்கள் மீறக் கூடாது. வகுப்புக்குள் இரண்டு பேர் வரிசையாகத்தான் நுழைய வேண்டும். அதை மீறக் கூடாது. உங்களுக்கு மொழிப்பாடம் விருப்பம். அதை உங்களால் லகுவாகப் படியச் செய்துகொள்ள முடிகிறது. ஆனால், உங்கள் விருப்பம், ஆசை, ஈடுபாடு முக்கியம் இல்லை. உங்களுக்குக் கணக்கிலும் அதே விருப்பமும் ஈடுபாடும் அவசியம். உங்களுக்கு அது கசக்கலாம். அது நிறுவனத்துக்கு முக்கியம் இல்லை. நீங்கள் ஆங்கிலம், தமிழ், கணக்கு, வரலாறு, சமூகவியல் இன்னும் உள்ள புண்ணாக்குப் பாடங்கள் என்ன இழவெல்லாம் உண்டோ அத்தனையும் படித்து பாஸ்மார்க் வாங்கித்தானாக வேண்டும். உங்களுக்குள் உள்ள இயல்பான திறமைகளை மட்டும் வளர்த்துக் கொள்ளும் இடம் அல்ல பள்ளிக்கூடம். அந்த நிறுவனம் அதற்கு விதிக்கப்பட்டுள்ள அத்தனை பாடங்களையும் பயிற்றுவித்தே தீர வேண்டும். அந்த நிறுவனத்துக்குள் ஓர் உறுப்பினரான நீங்கள், அந்த விதியைப் பின்பற்றியே தீர வேண்டும். உங்கள் மூளையை உங்கள் ரசனையால் உங்கள் விருப்பத்தால் நிரப்ப முடியாது. அதற்கு உங்களுக்கு உரிமை இல்லை. ஆசிரியர், மேடை மேல் நின்று கீழே உள்ள உங்களிடம் கக்குகிற விஷயங்களை ஒரு பிஸ்கட்டைப் போலக் கவ்விக் கொண்டு வாலை ஆட்ட வேண்டும்.

இப்படியாக, நீங்கள் வெட்டி விடப்படும் குரோட்டன்ஸ் ஆவீர்கள். சமூகம், விதிக்கப்பட்ட ஏவல்களைச் செய்துவிட்டுச் சங்கிலியால் பிணைக்கப்பட்டு அமைதி காணும் மனிதர்களையே அபேட்சிக்கிறது. அல்லாது, உங்கள் விருப்பம், உங்கள் ஈடுபாடு, உங்கள் சுதந்திரம் (சுதந்திரமான இது உங்களுக்கு எப்போதும் கிடைக்க முடியாது) சார்ந்து வாழ ஆசைப்படுவீர்கள் எனில், நீங்கள் மந்தையிலிருந்து தனித்துப் போன 'கறுப்பு ஆடு' ஆகிறீர்கள். நீங்கள் மோசமான, ஒழுங்கற்ற மனிதர். நீங்கள் கலகக்காரர், நீங்கள் தீவிரவாதி. உங்கள் நன்னடத்தைச் சான்றிதழில் கெட்டவர் என்று பொறிக்கப்படுவீர்கள். உங்களைக் காவல் நிலையம் குற்றவாளி என்று மதிப்பிடும். அல்லாமல் உங்கள் முன் உள்ள தட்டில் இடப்படும் இட்லி, வைக்கோல் இரண்டையும் தின்று இன்முகத்தோடு ஆசிரியர்க்கு நன்றி கூறி யாரால் உங்களுக்கு காரியம் ஆகக் கூடுமோ, அவர்களின் காலணியை நக்கி வேலையில் அமர்ந்து (அரசாங்க வேலை சிலாக்கியம்) வரதட்சணை வாங்கி, இலவசமாக ஒரு பெண்ணையும் வாங்கி மாமனார் வாங்கிக் கொடுத்த ஸ்கூட்டரில் அவளை உட்கார வைத்துக் கொண்டு கடற்கரை, சினிமா, ஓட்டல் கடந்து கூடிக் குசுகுசுத்து இருட்டறையில் இட்ட கருவை வளர்த்துச் சம்சாரி ஆவீர்கள் எனில், நீங்கள் நல்லவர்; ஒழுங்கான மனிதர். சமூகம் உங்களையும் உங்களைப் போன்றோரையுமே ஏற்கும். உங்களைப் போன்ற ஒழுங்கானவர்களை உருவாக்கும் பட்டறையே பள்ளிக்கூடம். தனித்திருக்க நீங்கள் ஆசைப்பட்டால் நீங்கள் ஒதுக்கப்படுவீர்கள்.

மாதம் ஒருமுறை பக்கத்துக் கிராமத்திலிருந்து துணி துவைப்பவர் வருவார். அழுக்கை எடுத்துப் போய்த் துவைத்து இஸ்திரி போட்டுக் கொண்டு வந்து, மூட்டையைப் பிரித்துக் கணக்குக் கொடுப்பார். அந்த நேரம் என் மார்பு துடிக்கும் நேரம். என்ன காரணத்தாலோ எங்கள் துணிக் கலைஞருக்கும் சட்டை, கால்சட்டை பொத்தான்களுக்கும் ஆவதே இல்லை. சட்டைப் பொத்தான்கள் இல்லையென்றால்கூடப் பிரச்சினை இல்லை. கால்சட்டைப் பொத்தான்கள் இல்லாமல் என்னாவது? உட்காரும்போது விரிந்து கால்சட்டை போடுவதன் நோக்கமே சிதறடிக்கப்படும். கூடுமானவரை, என் கவனம் எல்லாம் கால்சட்டைப் பொத்தான், கால்சட்டைக் கீழ்ப் பொத்தான் போடும் இடத்தின் விரிவு ஆகியவற்றிலேயே மையம் கொண்டிருக்கும். கணக்குக்கும் எனக்கும் இருந்த ஜென்மாந்திரப் பகையால், ஆர்க்கிமிடிஸ் கொள்கையும் பித்தாகோரஸ் தேற்றமும் எனக்குப் பிடிபடவே இல்லை. தினமும் மாலை வகுப்புகள் முடிந்து மாணவர்கள் வெளியேறியவுடன்

நான் நூறு முறை ஆர்க்கிமிடிசையும் பித்தாகோரசையும் இம்ப்போசிஷன் எழுத வேண்டும். இரவு எட்டு மணிக்குமேல் ஆகும். எழுதிக் காவல்காரரிடம் கொடுத்துவிட்டு வீட்டுக்குத் திரும்புவேன். இதுபோல பத்து நாட்கள் ஆயிரம் முறை எழுதித் தரவேண்டி இருந்தது.

இன்றுவரை எனக்கு அந்த இருவர் கணக்குகளும் படியவே இல்லை. நான் பிறந்து வளர்ந்த சூழலில் இந்த இரு மேதையரையும் என்னிடத்தில் தக்கவைத்துக்கொள்ளும் தகுதி எனக்கில்லை. அல்லது இந்த இரு கொள்கை, தத்துவத்தையும் என் வாழ்க்கையோடு பொருத்திச் சொல்லிக் கொடுக்கும் ஆற்றல் எங்கள் ஆசிரியருக்கு இல்லை. இதனாலேயே எனக்குள் மிகவும் கடுமையான தாழ்வு மனப்பான்மை ஏற்பட்டது. நான் முட்டாள் என்றும், மந்த புத்திக்காரன் என்றும் அறியப்பட்டுக் கடைசி பெஞ்சில் அமரவைக்கப்பட்டேன். எல்லாவற்றையும் லபக்லபக் என்று கவ்விப் பிடித்து விழுங்கிக் கொண்டவர்கள், முதல் பெஞ்சில் அமரவைக்கப்பட்டார்கள். முதல் பெஞ்ச் மாணவர்கள் என்றால் புத்திசாலிகள்; ஒழுங்கான நல்ல ஆடுகள்.

அப்போதெல்லாம் இரண்டுவிதமான கவலைகளால் நான் பரிதவித்தேன். ஒன்று, கால்சட்டைப் பொத்தான் இல்லாதது. மற்றது அந்த இரண்டு கணக்காளர்களும் என்னுடன் முரண்டியது. என் கணக்கு வாத்தியார், என் நோட்டை வாங்கிப் பார்க்கும் போதெல்லாம் 'நீயெல்லாம் எதுக்கு படிக்க வரே? நாலு மொந்தைக் கள் விற்றால் பத்து ரூபா கிடைக்காது?' என்பார். வகுப்பே சிரிப்பில் மிதக்கும். சங்கரையர் அப்படிச் சொன்னதன் அர்த்தம் பின்னால் பிடிபட்டது. முதல் பெஞ்ச் என்பது உயர்ந்தவர்கள். மூன்றும் நான்கும் இடைப்பட்ட மனிதர்கள். நாங்கள் கடையவர்கள். அவரவர் இடத்தை உறுதிசெய்யும் பள்ளிக்கூடம், வகுப்பிலேயே நீங்கள் இதைக் கற்றுக்கொண்டு அத்து மீறாமல் பார்த்துக்கொள்ள வேண்டும். இல்லையென்றால். சமூகம் அதை வேறு பாஷையில் கற்றுக் கொடுக்கும்.

பண வாசனையும் படிப்பு வாசனையும் அற்ற குடும்பப் பின்னணியிலிருந்து வரும் மாணவர்கள், உளவியல்ரீதியாகக் காயம்படும் இடம் வகுப்பறை. தங்கள் இருப்பிடமும் வாழிடமும் பள்ளிச் சூழலுடன் முரண, அதனாலேயே அவர்கள் கடைசி பெஞ்சை நோக்கித் தள்ளப்பட்டுப் புழுங்கிப் பிறகு அதுவே இயல்பாகி, தம் இடம் இதுதான் என்று அவர்களுக்குள் அமைதி அடைகிறார்கள். பள்ளி ஒழுங்கு சமூக ஒழுங்குக்கு முன்மாதிரி.

மாணவர்கள் சிந்திக்காமல் இருந்தால்கூட பாவம் இல்லை. மாற்றுச் சிந்தனைகளுக்கு இடமே தரக்கூடாது என்பதில் மிகவும் தெளிவாக இருக்கின்றன பள்ளி நிறுவனங்கள். மாற்றுச் சிந்தனைகள் ஆபத்தானவை. மூளை என்கிற உறுப்பு அதன் கடமையைச் செய்கிறதா என்று பார்ப்பதில்லை பள்ளிகள். மாறாக மனித உடல்கள், ஒழுங்காக அடுக்கி வைக்கப்பட்ட சீட்டுக்கட்டுகள் போல அசைவற்றும், வரம்புக்குள்ளும் இருப்பது வகுப்பு என்ற பிரிவுக்கு அவசியம். ஆசிரியர்கள் உயர்ந்த இடத்தில் இருந்துகொண்டு ஒன்றும் தெரியாத களிமண் என்று நம்பப்படுகிற மாணவர்களுக்குச் சொல்வதை உடம்பே விழியாகவும் செவியாகவும் கேட்டு மூளையில் ஓர் அறையைத் திறந்து போட்டு வைத்துக்கொள்ள வேண்டும்.

காக்கை, கிழவியிடம் இருந்து வடையைத் திருடுவதும், ஒரு காக்கையிடம் இருந்து நரி வடையைத் தட்டிப் பறிப்பதும் என்ன விஷயத்தை, கருத்தைக் கூறுகிறது என்று நீங்கள் கேட்டுவிட முடியாது. எட்டு மணி நேரம் பள்ளிக்குள் நீங்கள் திணிக்காததை வீட்டுப் பாடமா திணிக்கப் போகிறது என்று கேட்க முடியாது. எங்கள் மாலைகளை நீங்கள் திருடக் கூடாது என்று வீட்டுப் பாடம் கொடுக்கும் ஆசிரியரைப் பார்த்து கேட்க முடியாது. 'இன்னும் இருபது ஆண்டுகளுக்குள் இந்தியா வல்லரசாகும்' என்று ஆசிரியர் சொன்னால், என்னத்துக்கு வல்லரசாக வேண்டும். மனிதர்களுக்குச் சுத்தமான குடிநீர், ஒரு வேலை, உழைப்புக்கேற்ற சம்பளம், சுகாதாரமான வீட்டுக்கும் உத்தரவாதம் கொடுக்கிற நல்லரசாக இருந்தால் போதாதா என்று மாணவர் கேட்டுவிட முடியாது.

எப்போதும் குழந்தைகளை அடிப்பதும் அறைவதுமாக இருக்கிறீர்களே, நீங்கள் மனிதர்கள்தானா என்று கேட்டுவிட முடியாது. உங்களின் அதிகார ஆணவக் குரல்களைக் காட்டிலும் அந்தக் குயிலும் குருவிகளும் பேசுவது அழகாய் இருக்கிறதே என்று சொல்லிவிட முடியாது. வில்லியம் பெண்டிங் நம்மை ஒடுக்கிய ஏகாதிபத்தியக்காரன், அவனை என்னத்துக்கு 'லார்ட்' என வேண்டும் என்று கேட்க முடியாது. குடிக்கும் தண்ணீரில் கூட எதற்கு இரண்டு பானைகள் என்று பேச முடியாது. அணுகுண்டு வெடிப்பதால் ஏற்படும் கேடுகளைச் சொல்லாமல், பொக்ரானைப் புகழ்கிறீர்களே! என்று ஒரு மாணவன் கேட்க முடியாது. வா என்றவுடன் கோவலனுடன் மடைச்சி கண்ணகி என்னத்துக்குப் புறப்பட வேண்டும் என்று யாரும் கேள்வி கேட்க முடியாது. ஆரியர் வந்ததை வருகை என்கிறீர்கள் இஸ்லாமியர்

பிரபஞ்சன்   ❖   45

வந்ததை மட்டும் ஏன் படையெடுப்பு என்கிறீர்கள் என்று எவரும் கேட்கக் கூடாது.

இவற்றின் அர்த்தம் வேறு ஒன்றும் இல்லை. உத்தரவுகளுக்கு உடனே கீழ்ப்படிய வேண்டும் என்பதுதான். ஆசிரியர் அல்லது அரசு அல்லது காவல்துறை அல்லது உயர்ந்தோர் அல்லது தலைமை என்ன சொல்கிறதோ அது கட்டளை. கீழ்ப்படியுங்கள். அது உடல்களுக்கு நல்லது அல்லது உங்கள் உடல் சிதைக்கப்படும். அப்புறம் நம் மகான்கள், மகாகவிகள், மகாத் தலைவர்கள் சொன்னவை 'வேதவாக்குகள்'. அவற்றைக் கேள்விக்குட்படுத்த முடியாது. கூடாது. படுத்தினால், அனர்த்தம் விளையும். சமூக ஒழுங்கு குலையும். சமூகப் படிநிலை மாற்றம் அடையும். நாற்காலிகள் உடைபடும். அது ஏற்பதற்கில்லை. பாரத பூமி புண்ணிய பூமி, பாரதப் பண்பாடு உலகிலேயே சிறந்த பண்பாடு. அதை உயிரைக் கொடுத்தாகிலும் காப்பாற்ற வேண்டும். அதற்காக மசூதிகளை உடைக்கலாம். அந்த இடத்தில் கோயில் கட்டலாம். ஒரு மதம்சார்ந்த மக்களை லட்சம்லட்சமாகக் கொல்லலாம். எல்லாம் பண்பாட்டைக் காப்பாற்றத்தான். எல்லாவற்றுக்கும் பிறகு செங்கல்கள் உலாவரும். கும்பிடலாம். கும்பிடுதல் நல்லது.

ஒரு மாணவன் அல்லது மாணவி பத்தாண்டுகள் பள்ளிகளின் வகுப்பறைக்குள் முடங்கிக் கிடக்கிறார். சுமார் 3650 நாட்கள், ஒரு வாழ்நாளில் பள்ளிக் கூடங்களில் முடக்கப்படுகின்றன. ஒரு நாளைக்கு எட்டு மணிநேரம் என்றால் பத்தாண்டுகளுக்கு 29200 மணி நேரங்கள் ஆசிரியர்களின் வாய் ஓயாத சலசலப்பைக் கேட்கிறார்.

என்ன கற்றுக்கொண்டு வெளியேறுகிறார்?

வாழ்க்கை அற்புதமானது. அழகானது. அதைக் கான்கிரீட் சுவருக்குள் முடக்கிக் கழிக்கத்தான் வேண்டுமா? ஒரு மனிதன் பத்தாண்டுகள் பள்ளிகளிலும், பிறகு கல்லூரிகளிலும் பல ஆண்டுகளை வீணாக்கத்தான் வேண்டுமா? வேறு மாதிரியான மனிதம் வளர்க்கும் மனம் வளர்க்கும் உடல் வளர்க்கும் சுதந்திரமான அடிமைத்தனம் அற்ற மனித ஆளுமைகளை வளர்க்கிற கல்வியைப் பற்றி நாம் எப்போது சிந்திக்கப் போகிறோம்? சிந்தித்தால், செயல்பட்டால், மட்டுமே, வன்முறை அற்ற வாழ்க்கை சாத்தியம்.

வான்கோழி விட்ட வக்கீல் நோட்டீஸ்

சிறுவர்களின் சப்தத்தால் தெரு நெளிந்தது. வீட்டு வாசற்படிக்கு வந்து நின்றேன். பேண்ட் வாத்தியக்காரர்கள் முன்னால் வர அவர்கள் பின்னால், ஒன்றின் வாலை ஒன்று பிடித்தபடி நாலைந்து யானைகள், அணிவகுத்து வந்து கொண்டிருந்தன. என்ன ஒழுங்கு? பள்ளிக்கூடப் பையன்கள் வரிசையாக வகுப்பில் நுழைவது மாதிரி. அடுத்து, கூண்டில் அடைத்த புலிகள் வண்டிகளில் வந்தன. அப்புறம் குரங்குகள், பார் விளையாடும் பெண்கள். வீதியின் இருபுறத்துக்கும் சென்று நகைச்சுவை ஊட்டும் விசித்திரமான ஒப்பனைகளுடன் கூடிய பபூன்கள்.

எங்கள் ஊருக்கு சர்க்கஸ் வந்து கூடாரமடித்திருந்தது. இது அதற்கான விளம்பரம். மனிதர்கள் கூட்டமாக நின்று மிருகங்களை வேடிக்கை பார்த்துக் கொண்டிருந்தார்கள். மிருகங்களோ அவற்றுக்குரிய பிரச்சினைகளுடனும், சோகங்களுடனும் ஆழ்ந்து சிந்தித்தபடி போய்க் கொண்டிருந்தன மனிதர்களை வேடிக்கை பார்த்தபடி.

சிறார் பருவத்தில் ஒன்றிரண்டு முறை சர்க்கஸ் பார்த்திருக்கிறேன். அது என்னைக் கவர்ந்தது இல்லை. யோசிக்கையில் சர்க்கஸ் ஒரு வன்முறை என்றே எனக்குத் தோன்றுகிறது. மனிதர்கள், மனிதர்கள்மேல் செலுத்தும் வன்முறை எங்ஙனம் கொடியதோ அதே அளவுக்கும் அதைவிடக் கூடுதலாகவும் மனிதர்கள் மிருகங்கள்மேல் செலுத்தும் வன்முறை மிகக் கொடியதாகும். யானை போன்ற ஒரு ஜீவனை ஒரு சின்ன முக்காலியின் மேல் நிற்கச் சொல்வது, அவற்றைப் பந்து உதைக்கச் செய்வது, புலிகளை நாற்காலிகளில் அமரச் செய்வது, சாட்டையால் அடித்து அவற்றைத் துன்புறுத்துவது, சிங்கத்தின் வாயைத் திறக்கச் சொல்லி மனிதத் தலையை அதனுள் நுழைப்பது, கரடிகளை மோட்டார்விடப் பண்ணுவது, கிளிகளைக் குட்டிக் கரணம் அடிக்க வைப்பது முதலான சமாச்சாரங்கள் மனித அத்துமீறல்கள். ஏனெனில் இம்மாதிரிக் காரியங்கள் மிருகங்களின் இயல்பும் அன்று, இயற்கையும் அன்று. பள்ளம் வெட்டி, தழைகளைப் போட்டு

பிரபஞ்சன் ❖ 47

மறைத்தும் கூண்டு வைத்தும் வலை வைத்தும் கோழைத்தனமாக மிருகங்களைப் பிடித்தும் அவற்றைப் பட்டினிப் போட்டு வதைத்தும் அடிமையாக்குவது, எந்த வகை நீதி? மனிதர்களின் சமூக வன்முறை வாழ்க்கையின் நீட்சியே இந்த மிருக வன்முறையும்.

பள்ளிக்கூடங்கள் முதலான கல்விநிலையங்களில் குழந்தைகள் மேல் செலுத்தும் வன்முறை, வீட்டுப் பாடம் கொடுத்துக் குழந்தைகளின் மாலை நேரத்தைக் களவாடும் வன்முறை; மனிதத் தன்மையையே இழிவுபடுத்தும் காவல் நிலைய வன்முறை; நோயாளிகளைச் சுரண்டிப் பிழைக்கும் மருத்துவமனைகளின் வன்முறை; பணம் பண்ணுவதை மட்டுமே நோக்கமாகக் கொண்ட தனியார் கல்லூரிகளின் வன்முறை, கணவன்–மனைவி, ஆண்கள்–பெண்கள் தாம் பிறர்மேல் செலுத்தும் குடும்ப வன்முறை; வன்முறைக்கு அரசியல் சாயம் பூசும் பூர்ஷ்வா அரசியல் வன்முறை, உணவு விடுதிகள் முதல் தண்ணீர் பாட்டில் வரை சமூகத்தின் சகல மட்டங்களிலும் புரையோடிப் போன வன்முறைகளின் நீட்சியாகவே சர்க்கஸ் என்கிற மிருகங்களின் மேல் வன்முறை செலுத்தும் அமைப்பு நீடிக்கின்றது.

மனிதர் மிருகங்களின் மேல் நிகழ்த்தும் வல்லாட்சிக்கான காரணம், மனிதத்தன்மையை இழந்து போனதுதான். உண்மையில் இந்த உலகம், முதலில் தாவரங்களுக்கும் அதன் பின் மிருகங்களுக்கும் சொந்தமானதாகத்தான் இருந்தன. மிகக் கொஞ்ச காலமாகத்தான் மனித இனம் பூமியின்மேல் பரந்து படிந்தது. உண்மை இப்படி இருக்க, இந்த உலக வீட்டுக்கு மூன்றாவதாகக் குடி வந்த மனித இனம், மிருக இனத்தையும் தாவர இனத்தையும் அழித்தொழிக்கக் கிளம்புவது என்ன அறிவீனம்?

நம் கல்வி, விசித்திரங்களின் பொட்டலம். தமிழர்கள் வீட்டிலாவது அணில், ஆடு, இலை, ஈ, எலி, ஏணி, என்றுதான் அரிச்சுவடி படிக்கிறார்கள். குழந்தைகளுக்கு அணிலும் ஆடும் அறிமுகம் ஆவது இனிமையான விஷயம். ஆனால், கல்விக் கூடங்களில் மிகச் சில ஆண்டுகளுக்குள்ளேயே தப்பும் தவறுமான பாடங்களைச் சொல்லிக் கொடுக்கத் தொடங்குகிறார்கள். ஒரு பாட்டு "கான மயிலாடக் கண்டிருந்த வான்கோழி தானும் அதுவாகப் பாவித்து தானும் தன் பொல்லாச் சிறகை விரித்து ஆடினாற் போலுமே கல்லாதான் கற்ற கவி."

அதாவது இலக்கண இலக்கியம் கற்காதவன், புலவர்களைப் பார்த்துத் தானும் அவர் போலக் கவி புனைதல் எங்ஙனம் இருக்கிறதெனில், காட்டில் தன் 'அழகான' தோகையை விரித்து

மயில் ஆடுவதைப் பார்த்துத் தானும் தன் பொல்லாத சிறு தோகையை விரித்து ஆடும் வான்கோழியின் அறியாமைக்கு ஒப்பாகும் என்பது இந்தப் பாடலின் கருத்து. இது சரியா? குழந்தைகளுக்குக் கற்றுத் தரும் தகுதி இப்பாடலுக்கு உண்டா?

1. இலக்கண இலக்கியம் கற்றே பாடல் புனைய வேண்டும் என்கிற கட்டாயம் இல்லை. கவி தன் கவித்துவ உத்வேகத்தால் கவிதை எழுதுகிறார். தன் மொழியில் முந்தையோர் சாதனைகளை அறிய வேண்டுவது அவன் கடன்.

2. மயில் ஆடுவது அதன் இயல்பு.

3. மயில் ஆடுவதைக் கண்டு வான்கோழி தன் சிறகை விரிப்பதில்லை. வான்கோழி தன் இயல்புக்கேற்ப வாழ்கிறது.

4. எல்லாவற்றுக்கும் மேலாக வான்கோழியை இழிவுபடுத்துகிறது, இந்தப் பாட்டு. வான்கோழி நியாயமாக இதை எழுதிய புலவன் மேல் மான நஷ்ட வழக்கு தொடுக்கலாம். 'பொல்லாத' சிறகு எது, 'நல்ல' சிறகு எது?

இப்பாட்டைக் கற்கும் குழந்தைகளுக்கு வான்கோழி என்ற அரிய ஜீவன்மேல் துருக்கிப் பிரதேசத்திலிருந்து வந்த பறவையின் மேல் அன்பு தோன்றுமா என்றால் தோன்றாது. பறவையைப் பகைக்கும் இளம் மனம், வானத்தையும் பகைக்கும். பகையை வளர்ப்பது அன்று கல்வி. இயற்கையோடு இசைவு ஏற்படுத்துவதே கல்வி.

மயிலைப் பெண்ணுக்குப் பழம் புலவர்கள் உதாரணமாகச் சொல்லியிருப்பதை அறிவோம். மயில்போல் சாயலாள் என்பார்கள். பெண்ணை காதலர்கள் மயில் என்று சொல்லித்தான் காதலிக்கவே தொடங்குகிறார்கள். இலக்கியங்கள் மயில்களின் ஒருவகைத் தோற்றத்தை விதந்துரைக்க, புராணமோ மயிலின் வாழ்க்கையை நுட்பமாகச் சொல்கிறது. பகுத்தறிவுவாதிகள் என்று சொல்லிக்கொள்ளும் நாம் புராணங்களை இழிந்துரைப்பதை மோஸ்தராகவே வைத்திருக்கிறோம். படிக்காமலேயே புராணங்களில் ஒன்றும் இல்லை என்போம். கச்சியப்ப முனிவரின் தணிகைப் புராணம் மயிலின் வாழ்க்கையைப் பலபடப் பேசுகிறது.

மயில் குலத்துக்கு அதன் தலைமைப் பண்பு தனித்துவம் மிக்கது. ஒரு மயில், முட்டை இட்டுக் குஞ்சு பொரிக்கையில்

முதல் குஞ்சின் கலாபத்தின் பீலி படர்ந்திருக்கும். மற்றதுகளின் பீலியில் பொன்னிறம் வராது. அது மட்டும் அல்ல; தலைமை மயில் தோகை விரித்து ஆடத் தொடங்கிய பிறகுதான் மற்ற மயில்கள் ஆடத் தொடங்கும். இது மயிலினத்திற்கே உரிய பண்பு. இது தணிகைப் புராணம் தரும் தகவல். கூடுதல் விளக்கத்துக்கு அரு.மருததுரையின் 'புராண இலக்கியச் சிந்தனைகள்' நூல் காண்க.

கம்பன் 'மயில் முதல் குலத்துரிமை' என்ற சொற்சேர்க்கையையே அமைக்கிறான்.

மகாபாரதம், தருமனுக்கும் நாய்க்கும் இடையே ஏற்பட்ட சிநேகத்தை விதந்தோதுகிறது. சொர்க்கத்துக்குள் பிரவேசிக்கும் தருமனுடன் நாயும் பிரவேசிக்கிறது. சொர்க்கவாசலில் நிற்கும் இந்திரனால் இதைச் சகிக்க முடியவில்லை. 'தர்மாத்மாக்கள் நுழைகிற சொர்க்க உலகத்தில் நாய்க்கு இடம் இல்லை' என்கிறான் இந்திரன். நாய் இல்லாமல் சொர்க்கத்தில் நுழைய தருமனுக்கு சம்மதம் இல்லை. 'தர்மா! கேவலம் ஒரு நாய்க்காக ஏன் வாதாடுகிறாய். சகல இன்பங்களையும் மரணம் இல்லாத வாழ்க்கையையும் நிலைபேற்றையும் தரும் சொர்க்கமா? நாயா? எது உனது தேர்வு' என்கிறான் இந்திரன். தருமன் அமைதியாகப் பதில் சொல்கிறான்: 'நாயைக் கைவிட்டு நானடையும் சொர்க்கபோகம் எனக்குத் தேவையில்லை. அடைக்கலமாக வந்த நாயை நான் கைவிட மாட்டேன்'.

மகாபாரதம் மனிதர்களை மட்டும் பாத்திரமாகக் கொண்டதல்ல. மக்கள், நரகர், தேவர், தாவரம், மிருகம், பறவை இனங்களும் பாத்திரங்களாக வருகின்றன. இந்திய இலக்கியங்கள் மட்டும் அல்ல; கிரேக்க, எபிரேய, பாபிலோனிய, அரேபியப் பழைய இலக்கியங்கள் போன்றவற்றின் தன்மைகள் அது. உலகத்தைத் தாண்டிய உலகப் பார்வையும் உலகம் மனிதர்களோடு அடங்கி வருவதல்ல என்னும் பார்வையும் கொண்டவை அவ்விலக்கியங்கள். மனிதர்கள் கண்டுபிடித்த மொழிகளில் இயங்கும் இலக்கியங்கள் மனிதர்களுக்கான போதனைகளை, அனுபவச் சாரங்களை, அறநெறிகளை மிருகம், பறவை, தாவரங்கள் சொல்வதாகக் கட்டமைக்கிற பாங்கு அபூர்வமானது. இலக்கியச் செயலுக்கு மாத்திரம் அல்ல, இந்த உத்தி. மாறாக, உலக உயிர்கள் அனைத்தையும் சமதளத்தில் கொண்டு வரவும் ஒரு புள்ளியில் அவற்றை ஒன்றிணைக்கவும் மேற்கொள்ளப்பட்ட முயற்சியுமாகும். அது, ஒரு பார்வையில் மனிதனும் மிருகமும் நேர். இந்தத் தத்துவத்தின் அடிப்படையில்தான் பஞ்சதந்திரக்

கதைகள் உருவாயின. இந்தியாவில் இருந்து அதிகப் பயணத்தைக் கிழக்கிலும் மேற்கிலும் மேற்கொண்ட கதைகள் பஞ்சதந்திரக் கதைகளே. பிரஞ்ச் இலக்கியக் கருவூலத்தில் செழுமையான பங்கு இவ்வகைக் கதைகளுக்குண்டு. உதாரணத்துக்கு ஒரு கதை. லாஷாம்போதி எழுதிய கதை. பேராசிரியர் க.சச்சிதானந்தம் இருநூறு கதைகளைத் தமிழுக்குக் கொண்டுவந்துள்ளார். அதில் ஒன்றின் சாரம் இது.

மெல்ல ஊர்ந்து சென்ற ஒரு கம்பளிப்புழு எதிரே வந்த ஒரு நத்தையைப் பார்த்து 'வணக்கம் அண்ணே!' என்றது. கேவலம் ஒரு கம்பளிப்புழு சொந்தம் கொண்டாடுவது நத்தைக்குப் பிடிக்கவில்லை. அதன் உருவம் நத்தைக்கு அருவருப்பைத் தந்தது. 'சீ போ' என்று விரட்டியது. சில நாட்களுக்குப் பிறகு அழகிய வண்ணத்துப் பூச்சி ஒன்றை நத்தை பார்த்தது. அதன் பல வண்ணச் சிறகுகள் நத்தையைக் கிளர்ச்சியுறச் செய்தன. 'பட்டாம்பூச்சி, நீ எத்தனை அழகு. வாயேன், சினேகமாகக் கொஞ்ச நேரம் பேசலாம்' என்று ஆசையுடன் கேட்டது. அதுக்குப் பட்டாம்பூச்சி சொன்னது 'திமிர்பிடித்த நத்தையே... உன்னால் அன்று வெறுத்து ஒதுக்கப்பட்ட கம்பளிப்புழுதான் நான்"

நத்தை வெட்கப்பட்டுக்கொண்டு தன் உடலை ஓட்டுக்குள் இழுத்துக் கொண்டது. வண்ணத்துப்பூச்சி தன்வழியே பறந்து சென்றது.

இக்கதை நத்தைக்கும் பட்டாம்பூச்சிக்குமான விவகாரம் இல்லை என்பது எல்லோருக்கும் புரியும். நமக்கு நத்தையும் பட்டாம்பூச்சியும் ஏற்றி வைக்கும் வெளிச்சங்கள் இவை. நாய்களும், நரிகளும், கரடிகளும், பூனைகளும், ஈயும், தேனீயும், பறவைகளும் நம் அனுபவ விளிம்புகளை அகலப்படுத்தியிருக்கின்றன. ஆனாலும் மிருகங்களை இன்னும் நாம் பகைத்துக் கொண்டே இருக்கிறோம்.

அரை நூற்றாண்டுக் காலம் தமிழ் மொழியை ஆதாரமாகக் கொண்டு வாழும் பலருக்கும் – கவிஞர்களுக்கும் எழுத்தாளர்களுக்கும் பத்திரிகைக்காரர்களுக்கும்–தொல்காப்பியரைத் தெரியாது. மொழியில் அவர் என்ன வேலைதான் செய்தார் என்று இன்று கல்லூரிகளில் வேலைசெய்யும் ஒருவர் அறியக்கூட முனைவதில்லை. தொல்காப்பியர் இலக்கணக்காரர் என்பது மட்டும் அன்று. மொழியை அதன் உறுப்பாகிய எழுத்தையும் சொல்லையும் ஆராயப்புகும் அவர், மனித வாழ்க்கை ஆதார அலகுகளை ஆராய்கிறார். காமத்தையும் போர்த் தினவையும் மனித வாழ்வின் ஆதார அடிப்படைகளாக அவர் காண்கிறார். தமிழர் வாழ்க்கையை

அவர் காண்கிறார். தமிழர் அவ்வாழ்க்கையை அகம்-புறம் என்று உருவகப்படுத்துவதை ஆய்கிறார். அதோடு, மனிதரைச் சுற்றியுள்ள நிலம், நிலத்தின் செடி, மரம், விலங்குகள், பறவைகள், அந்நிலத்து இசை, இசைக்கருவி உள்ளிட்ட வாழ்வின் அனைத்து அம்சங்களையும் ஆராய்கிறார். மூவாயிரம் ஆண்டுகளுக்கு முந்தைய நம் மூதாதையர்களின் வாழ்க்கையையும் மண்ணையும் அதன் மணத்தையும் புனைவுடன் நம்முன் விரிக்கிறார். அதில் ஒரு பகுதி, மரபு பற்றிய இயல். எந்தப் பெயரால் எதை அழைப்பது என்று சொல்வதே மரபியல். பார்ப்பு, பறழ், குட்டி, குருளை கன்று, பிள்ளை என்பது குழந்தைப் பருவத்தைக் குறிக்கும் பெயர்கள் என்று சொல்பவர் பார்ப்பு, பிள்ளை என்பன பறவை இனத்துக் குழந்தைகளைக் குறிக்கும் என்கிறார். எலி, அணில் இவற்றின் இளமைப் பெயர் குட்டி, நாய், பன்றி, புலி முயல்களின் குட்டிகளைக் குருளை என்று சொல்ல வேண்டும். நமக்கு எல்லாமே குட்டிகள்தான்.

நமக்கு நரி என்றால் தந்திரம் என்பதல்லாமல் வேறு தெரியாது. உலகின் ஆதிக்கதைகள் நரிகள், புலிகள், பேய்கள் பற்றியதாகவே இருக்கின்றன. எல்லா நரிகளும் ஏமாற்றுப் பிறவிகள் என்பது ஆச்சரியமாக இருக்கிறது. எந்த நரி காபி குடித்துக்கொண்டு பிற நரியை அழிக்கத் திட்டம் தீட்டுகிறது. எந்த நரி ஏனைய நரிகளைப் பற்றி இழிவாக எழுதுகிறது. எந்த நரி தனக்குப் பிடிக்காத மற்ற நரிகளின் மேல் வக்கீல் நோட்டீஸ் விடுகிறது. இதெல்லாம் நம் அறிவுலக வேலைகள். நரிகள், ஏனைய மற்ற விலங்குகளைப் போலவே உணவுக்கும் வாழ்வுக்கும் அலைகின்றன. ஜாக் லண்டன் போன்ற எழுத்தாளருக்குத் தோழமையாக இருந்தவை நரியும் ஓநாயும்.

இப்படித்தான் மிருகங்களை, பறவைகளைப் பற்றி தவறாகவே இருக்கின்றன நம் கருதுகோள்கள். நளனுக்கும் தமயந்திக்கும் கதையை வளர்த்தது அன்னப்பறவை. பாலம் கட்ட உதவியது அணில். நம் வீட்டுக்கு விருந்தைச் சொல்கிறது காகம். உயிரை விட்டு ஓடித் தன் எஜமானை பணக்காரனாக்குகிறது, குதிரை. கிளி, ஜோசியம் பார்த்து மனிதனுக்குச் சோறு போடுகிறது. யானை, பிச்சை எடுத்துப் பாகனைக் காப்பாற்றுகிறது. விநாயகருக்கு வாகனம் எலி. முருகனுக்கு மயில், சிவனுக்கு காளை, விஷ்ணுவுக்கு கருடன், பணக்காரனாகிய குபேரனுக்கு அடிமைதானே மனிதன்? குபேரன் நர வாகனன். 'நரவாகனப் பிரியே' என்கிறார்கள் வடமொழியாளர்கள்.

மிருகங்களை மிருகங்களாக இருக்கவிடுவதே மனிதத்தனம். குரங்குகள் எதற்காக இலங்கையைத் தாண்ட வேண்டும்? விலங்குகளும் பறவைகளும் இல்லாத மனிதர்கள் வெறுமையுற்றுப் போவார்கள். சென்னையில் சிட்டுக்குருவிகள் இல்லை. ஏன் எனில் சென்னை பாலையாகி இயல்பு திரிந்து கொண்டிருக்கிறது.

எல்லா மிருகங்களின் மனதிலும் காடு இருக்கிறது. அவற்றைப் பழக்க முடியாது என்கிறார் மலையாளக் கவி சச்சிதானந்தன். அவருடைய நல்ல கவிதைகளில் இதுவும் ஒன்று.

நினைவில் காடுள்ள மிருகத்தை
எளிதாகப் பழக்க முடியாது.
அதன் தோலில்
காட்டுச் சதுப்பு நிலங்களின் குளிர்ச்சி
அதன் மயிர்க் கால்களில்
காட்டுப் பூக்களின் உக்கிர வாசனை
அதன் கண்மணிகளில்
பாறைகளில் வழுக்கி விழும்
காட்டுச் சூரியன்...

(தமிழில் : சிற்பி)

கூண்டுக்கிளி குஞ்சு பொரித்தது. பிறந்த பறவைக்கும் சிறகு இருந்தது. சிறகு பறவைகளின் உயிர். கூட்டுப் பறவையின் குஞ்சுக்கு எதற்கு, எப்படி வந்தது சிறகு என்பது ஒரு கவிஞனின் கேள்வி. பதில் இதுதான்: இயற்கை பறவைக்குச் சிறகுகளைத் தருகின்றது. நாம் அதை முறித்துப் போடுகிறோம். ஏன்? நாம் மனிதர்களாக இருப்பதில்லை. அதுதான் காரணம்.

குறிஞ்சி பூக்கும் மலைகள்

இன்று சுற்றுப்புறச் சூழல் என்று பேசப்படும் சொல்லைப் பழந்தமிழர்கள் திணை வாழ்க்கை என்று சொன்னார்கள். உண்மையில், சுற்றுப்புறச் சூழல் என்ற சொற்கள் குறிக்கும் அர்த்தத்தைக் காட்டிலும் அழகும் விரிவும் கொண்ட சொற்கள் திணை வாழ்க்கை.

ஐந்திணை என்றும், அகம் ஐந்திணை என்றும் சங்க இலக்கிய இலக்கணங்கள் அந்த வாழ்க்கையை அழைக்கின்றன. பழந்தமிழர் தம் அந்த வாழ்க்கைச் சிறப்புதான் என்ன? நிலம் வேறு தாம் வேறு என்று கருதாத மேலான போக்குதான். மனித உயிர்களும் நிலத்தின் மேல் உள்ள மிருகங்கள், பறவைகள், மரம், செடி, கொடிகள் ஆகிய உயிர்களும் வேறு வேறானவை அல்ல என்ற புரிதல், சங்கத் தமிழர்களுக்கும் அவர்களுக்கு முன்னால் வாழ்ந்த தமிழர்களுக்கும் இருந்தது.

இந்த ஞானம், சுமார் இரண்டாயிரம், மூவாயிரம் ஆண்டுகளுக்கு முன் வாழ்ந்த தமிழர்களுக்கு எவ்வாறு இருந்திருக்க முடியும்? அவர்களுக்கு வரலாறும் உலகத் தோற்றமும் தெரிந்திருந்தது. உலகம் என்பது மண் திணிந்து உருவான கோளம் என்பதை அவர்கள் அறிந்திருந்தார்கள். மண் வேறு மணல் வேறு. மண் பிணைந்து இறுகிய தரை நிலம். அது உயிர்களின் வாழிடமாகித் தாவரங்களைப் பிறப்பிக்கும் தகுதி அடைய எடுத்துக்கொண்ட பல கோடி ஆண்டு வரலாற்றை அவர்கள் அறிந்தே இருந்தார்கள். மண்ணோடு வாழ்கிறவர்களுக்கு மண் தெரியும். கூட்டில் வாழும் பறவைக்கு மரம் தெரிவதுபோல.

பழந்தமிழர்கள், நிலத்தை அதன் தன்மைக்கு ஏற்ப ஐந்து வகையாகப் பிரித்தார்கள் அல்லது தம் இயல்புக்கு ஏற்றபடிப் பிரிந்திருந்த நிலத்தின் தன்மையை அறிந்து அந்தப் பிரிவுகளைக் கண்டறிந்தார்கள். மக்கள் முதலில் வாழ்ந்ததாகக் கருதப்படும் மலையும் மலை சார்ந்த இடத்தையும் முதல் வகையாக அறிந்தார்கள். அந்த நிலத்தில் மிக அரிதாகவும் சிறப்பாகவும்

பூத்திருந்த மலர்களைக் கண்டு மகிழ்ந்தார்கள். இருக்கிற பூக்களிலேயே சிறந்ததாக எந்தப் பூவைச் சொன்னால் அந்த நிலப்பகுதி நினைவுக்கு வருமோ, அந்தப் பூவை அந்த நிலத்துக்கு இட்டு அழைக்கக் கருதினார்கள். அவ்வாறு மலை நிலத்துக்குப் பெயராக வந்தது குறிஞ்சி. மலை நிலத்தில் சிறப்பாக வளர்ந்த மலர் குறிஞ்சி. ஆகவே, நாம் வாழ நேர்ந்த மலை நிலத்துக்கு ஒரு பூவின் பெயரையே இட்டு வழங்கினார்கள், ஆதித் தமிழர்கள். தமிழர் வாழ்வில் பூக்கள் அல்லது அவை தந்த இயற்கை வசித்த இடம் மிக உயர்வானது.

இதுபோல, மலையை விட்டுச் சற்றே இறங்கிவந்து வாழ்ந்த மக்கள் தொகுதி காட்டையும் அது சார்ந்த நிலத்தையும் கண்டது. காடு மக்களுக்குக் கனியை, காயை, விதையைத் தந்தது. காட்டின் ஊடே அடர்ந்த பசும்புல் நிலத்தை அவர்கள் கண்டார்கள். காட்டில் ஏராளமான மலர்களை அவர்கள் கண்டார்கள். மலர்களிலேயே மிகுந்த மணம் மிக்க மலர்களாக முல்லையைக் கண்டார்கள் கானவர்கள். கானம் என்றால் காடு. எனவே தாம் வாழும் நிலத்தை முல்லை என்றார்கள். முல்லை காட்டிடத்தே மலர்ந்து மணம் வீசிப் பின்பு நாட்டிடத்தே வந்திருக்க வேண்டும். புதர் மண்டிய அடர்ந்த கானகத்தில் எந்தப் புதரின் மறைவில் மலர்ந்தாலும் தம் இருப்பைக் காட்டும் இயல்பை உடையன முல்லைகள். மிருகங்களுக்கும் பகை இனக்குழுவுக்கும் அஞ்சி மறைந்து வாழ்ந்த கானகத் தமிழர்தம் வாழ்க்கையே போல முல்லையும் இருந்தமை ஒரு காரணமாகலாம்.

வாழ்க்கை தன் வசீகரங்களை மனித குலத்துக்குத் தரத் தயங்குவதில்லை. தேவைகள் கண்டுபிடிப்புகளை ஊக்குவிக்கின்றன. காட்டில் வாழ்ந்த மனிதர்களைக் காட்டுத்தீ அச்சமூட்டியது. காட்டு விலங்குகள் மனிதர்களை வேட்டையாடவும் செய்தன. தொடர்மழை செயலிழக்கச் செய்தது. பழங்கள் முதலான உணவுகள் தடைபட்டபோது மனிதர் விதிர்விதிர்த்தனர். வயிறு, மூளையில் உழப்படாத பிரதேசங்களைச் சமவெளிப் பிரதேசங்களில் தங்கள் வாழ்க்கையை விஸ்தரித்ததோடு, விவசாயம் என்ற இரண்டாவது மாபெரும் சமூக விஞ்ஞானக் கண்டுபிடிப்பை நிகழ்த்தினார்கள். முதல் கண்டுபிடிப்பு நெருப்பும் உணவைப் பதப்படுத்தியதும்.

விவசாயம், பெண்கள் கண்டுபிடிப்பே ஆகும். பிரசவம் காரணமாக ஓரிடத்தில் சில மாதங்கள் நிலைபெற்றிருந்த பெண்கள், விதைகள் மண்ணுக்குள் இருந்து முளை விடுவதை அது உற்பத்தியாகும் விசித்திரத்தைக் கண்டுபிடித்தார்கள். மண்ணைக்

கீறி விதைக்கும், விதை அல்லது நெல்லை ஆழப் புதைக்கும் கருவியென ஏரைக் கண்டுபிடித்தார்கள் பெண்கள்.

மக்கள் நகர்ந்து வந்து குடி இருந்து நகரத்தை ஏற்படுத்தினார்கள். ஆறு முதலான நீர் நிலைகளுக்கு அடுத்து நிறைய மருத மரங்கள் வளர்ந்து நிற்கக் கண்டார்கள். ஆகவே, அந்தச் சமவெளி ஆற்றங்கரை அடுத்த வயலையும் வயல் சார்ந்த இடத்தையும் மருத நிலம் என்றார்கள்.

தரை முடியும் இடத்தில் கடலும் கடல் பொருள்களான மீன் முதலியவற்றைக் கொண்டு அச்சூழலில் வாழ்க்கை நடத்தும் மக்கள் தங்கள் நிலத்து அரிய மலரான நெய்தல் என்ற பெயரை அந்நிலத்துக்கு சூட்டிக் கொண்டார்கள்.

நிலத்தை நானிலம் என்கிறோம். நான்கு நிலமே நானிலம் ஆகும். குறிஞ்சி, முல்லை, மருதம், நெய்தல் என்பவை அவை. எனினும் மழை வளம் குறைந்து போக, முல்லையும் குறிஞ்சியும் தம் இயல்பு அழிந்து வறண்ட பூமியாகும் நிலை ஏற்பட்டது. அதைப் பாலை என்றார்கள். பாலைவனம் அல்ல இது. தமிழகத்தில் பாலைவனம் இல்லை. வறண்ட, நீர்நிலை அற்ற பூமியே பாலை. பாலை என்பதும் ஒரு பூ.

நம் முன்னோர்கள் நிலத்தின்மேல் கொண்ட அன்பும் இயற்கைமேல் கொண்ட காதலுமே அவர்களுக்கு நிலத்துக்குப் பூக்களின் பெயரை வைக்கத் தோன்றியது. உலகப் பழைய வரலாற்றில் இதுபோல ஓர் இனம் தம் நிலத்துக்குப் பூக்களின் பெயரையே வைத்துக் கொண்ட வரலாறு இது.

நாம் பூக்களை இழந்து போனோம். காகித மலர்களையும் பிளாஸ்டிக் பூக்களையும் நம் நெஞ்சில் பயிரிடுகிறவர்களாக ஆனோம்.

குறிஞ்சி எனப்படும் மலைசார்ந்து வாழ்ந்த மக்கள் வாழ்வைக் காண்போம்.

மலை, மண்மேல் நிற்கும் அற்புதம். இயற்கை போட்ட புதிர். மலையைப் பார்க்கப்பார்க்க அலுப்புத் தீரவில்லை நம் முன்னோர்க்கு. மலையை அவர்கள் நேசித்தார்கள். ஆராதனை செய்தார்கள். மலை தெய்வாம்சம் பொருந்தியதென நம்பினார்கள். தெய்வாம்சம் என்பது விளங்கிக்கொள்ள முடியாத, அவிழ்க்க முடியாத புதிர்களோடு கூடிய ஆச்சர்யம் வேறு ஒன்றும் இல்லை. ஆகவே, அவர்களின் பிரமிப்பை ஓர் உருவம் ஆக்கினர். அந்த உருவின் பெயரே முருகன். முருகு என்றால், அழகு. மலையும் அழகு.

மலைத் தெய்வமும் அழகு. மலை இருக்கும் இடங்களிலெல்லாம் குன்று இருக்கும். குன்று இருக்கும் இடம் எல்லாம் குமரன் இருக்கும் இடமாகி அவை தொழும் இடமும் ஆயிற்று.

மலை, அழகு குடி இருக்கும் இடம் என்பதற்காகவே கடவுளுக்குக் கோவில் கட்டப்பட்டதே தவிர, கடவுள் இருப்பதால் மலைகள் பெருமை பெறவில்லை என்பதைப் புரிந்துகொண்டு மேல் செல்வோம்.

தமிழ்நாட்டின் வடக்கு எல்லையாக ஒரு மலையே இருந்தது. சுமார் இரண்டாயிரம் ஆண்டுகளுக்கு முந்திய தொல்காப்பியர் காலத்துப் புலவர் பனம்பாரன். அவர் தமிழகத்தின் எல்லையாக

வடவேங்கடம் தென்குமரி
ஆ இடைத் தமிழ் கூறும் நல் உலகத்து

என்கிறார். அதாவது அக்காலத்துத் தமிழ்நாட்டின் வட எல்லை வேங்கடமலை. அதாவது இன்றைய திருப்பதி. ஐம்பதுகளில் ஏற்பட்ட மாகாணப் பிரிவுகளின்போது தெலுங்கர்கள் நம் திருப்பதியைக் கைப்பற்றிக் கொண்டார்கள். எப்போதும் இழப்பதுதானே தமிழன் விதி. போகட்டும். மதுரையை ஒட்டிய ஆனைமலையில்தான் சமணர்கள் கூட்டமாக வாழ்ந்து, தமிழுக்கு ஏராளமான இலக்கிய, இலக்கணங்களைத் தந்தார்கள். மதுரைச் சிறுமலையைப் பற்றி இளங்கோ தம் சிலப்பதிகாரத்திலே புகழ்ந்திருக்கிறார்.

வாழையும் கமுகும் தாழ்குலைத் தெங்கும் (தென்னை) மாவும் (மாமரம்) பலாவும் சூழ அடுத்தோங்கிய தென்னவன் (பாண்டியன்) சிறுமலை என்கிறார். இளங்கோ அடிகள் என்று சொல்லப்படும் இளங்கோவாலேயே மலைகள் மீதான பற்றைத் துறக்க முடியவில்லை பாருங்கள்.

நமக்கு மலை மட்டும்தானே தெரியும். ஓங்கி உயர்ந்த மலையே மலை. அதைவிடக் கொஞ்சம் குன்றியது – அதாவது குறைந்தது குன்றம். உதாரணம் திருப்பரங்குன்றம், திருக்கழுங்குன்றம். குன்றை விடவும் குறைந்தது பாறை. பூம்பாறை, சிப்பிப் பாறை, குட்டைப் பாறை, தட்டப்பாறை. அறை என்றும் ஓர் பெயர் சிறு குன்றத்துக்கு உண்டு. உதாரணம் திருவெள்ளாறை. கல் என்பதும் சின்ன மலைக்கு ஒரு பெயர். உதாரணம் புகழ்பெற்ற திண்டுக்கல். நாமக்கல் என்ற ஊருக்குப் பழைய பெயர் ஆரைக்கல்.

(ரா.பி. சேதுப்பிள்ளை எழுதிய ‘ஊரும் பேரும்’)

மாதா, பிதா, குரு, தெய்வம் என்பது நமக்குக் கற்றுத் தரப்பட்ட ஒழுக்கம். குருவை மலைக்கு நிகராக உயர்த்தினார்கள். நன்னூல் என்னும்மிகச் சிறந்த இலக்கணம் குருவின்–ஆசிரியரின்–பெருமையை இப்படிச் சொல்கிறது.

அளக்கலாகா அளவும், பொருளும், துளக்கலாகா நிலையும், தோற்றமும், வறட்சியும் வளந்தரும் வன்மையும் மலைக்கே என்கிறார் நன்னூர் ஆசிரியர் பவணந்தியார்.

1. மலையை அளக்க முடியாததுபோல, அளந்து கூற முடியாத அறிவுள்ளவன் ஆசிரியன்

2. மலையில் என்னென்ன பொருள்கள் இருக்கின்றன என்று சொல்ல முடியாததுபோல, என்னென்ன விஷயங்கள் வைத்திருக்கிறார் எனும்படியாக விஷய ஞானம் உள்ளவர் ஆசிரியர்.

3. அளக்க முடியாது மலையை. அதுபோல அசைக்க முடியாத மனவுறுதி கொண்டவர் ஆசிரியர்.

4. சமதரை வறட்சி, கூர்ந்தாலும் மலைவளம் குறைவுபடாது போல, மாணவர் பாடத்தில் இடர்பட்டால், அவர் இடரை அருளோடு தீர்த்துவைப்பவர் ஆசிரியர்.

தாங்கள் நேசித்த உயர் மலையை தாம் மதிக்கும் ஆசிரியர்களுக்குப் பொருத்திப் பார்த்த நம் முன்னோர்களை நாமும் நேசிக்கலாம்தானே?

மாநகரத் தெருக்களில்...

எல்லாம் இன்றுபோல்தான் அன்றும். அது 1979. கடைசி மாதங்கள் பருவ ஒழுங்குபடி பனி பெய்ய வேண்டிய காலம். எந்த ஒழுங்கை எப்போது நாம் கடைப்பிடித்தோம். இன்று கடைப்பிடிக்க. வெயில் அந்த மாலை நாலு ஐந்து மணி வேளையிலும் வெறிநாயைப் போல் பிடித்துக் கவ்வியது. அண்ணா சாலை எனப்படும் அந்தக் கால மலை வழிச் சாலையில் (மவுண்ட் ரோடு) அண்ணா சாலை, எல்லிஸ் சாலை, வாலாஜா சாலை என்னும்படி அமைந்த அந்த நாற்சதுக்கத்தில் அண்ணா சிலையைப் பார்த்தபடி நின்றிருந்தேன். கொமல் பட்டணம் வந்து சேர்ந்திருந்தேன். கொஞ்சம் கனமான பை, என் தோளில் தொங்கியது. அதில் என் நிர்வாணத்தை மறைக்கும் ஆடைகள், சட்டைப் பையில் சில நூறு ரூபாய்கள். மனப் பையிலிருந்து நம்பிக்கைக் காசுகள் ததும்பி வழிந்தன.

இதுபோன்ற ஒரு சதுக்கத்தில்தான் புதுமைப்பித்தன் நேற்று நின்றிருந்தார். கடவுள் வந்து அவரைக் காபி சாப்பிட அழைத்துப் போனார். என்னை அழைத்துப் போகக் கடவுள் வரவில்லை. அவருக்கு வேறு வேலை இருந்திருக்கலாம். எனக்குப் பின்னால் நடைபாதையில் இரு கைகளும் இல்லாத ஒரு பெண் நடப்போரை யாசித்துக் கொண்டிருந்தாள். அவள் மடியை விட்டு ஒரு குழந்தை சிமெண்ட் தரைக்கு வர முயன்று கொண்டிருந்தது. மக்கள் யாரோ அவர்களைத் துரத்திக் கொண்டு வருவது போலவும் அதிலிருந்து தப்பித்து ஓடுவது போலவும் ஆன பாவத்தோடு விரைந்து கொண்டிருந்தார்கள். சென்னைவாசிகள் யாரும் யாருடனும் சிரிக்கவோ, உறவாடவோ, நட்பு பாராட்டவோ கூடாது என்று இறைவன் கட்டளை இட்டதுபோல அவரவர் அவரவர்கள் மேல் ஏறி ஊர்ந்து கொண்டிருந்தார்கள். மடலூர்தல் போல மனம் ஊர்தல் போலும்.

தெரு என்னை ஆச்சர்யப்படுத்தியது. ஆறு கிடந்தன்ன அகல நெடுந்தெரு என்று என் மூத்த சகோதரன் இரண்டாயிரம் ஆண்டுகளுக்கு முன்பு மதுரையில் நின்று ஆச்சரியப்பட்டது

மாதிரி, சென்னை பட்டணத்து வீதியைப் பார்த்து நான் வியந்து நின்றேன். அவ்வகலம் தேவை என்பதுபோல, இடைவெளி இல்லாமல் கார்களும், பேருந்துகளும் இரு சக்கரவண்டிகளும் உருண்டு கொண்டிருந்தன. பன்னூறு குதிரைகள் பூட்டிய தேரில் தான் சூரியப்பயணம் என்கிறது புராணம். குதிரைகளாக இருக்காது. அந்த இடத்தில் நாய்கள் வந்துவிட்டிருக்கும். சூரியக் கதிர்கள் பிடுங்கிக் கொண்டிருந்தன. சட்டென்று என் ஊரில் நான் அனுபவியாத புழுதி உக்கிரமுடன் என்மேல் படிந்திருந்தது. வாலாஜா பாதையில் நடந்து திருவல்லிக்கேணி நோக்கிப் போகும் தெரு அது. நவாப்முகமது அலி வாலாஜாவின் அரண்மையை நோக்கிப் போகும் தெரு அது. எனக்கு அரண்மனைகளில் ஒரு வேலையும் இல்லை. தவிரவும் அரண்மனை சுல்தான்களும் ராஜராஜனைப் போலவே மண்ணுக்குள்தான் இருக்கிறார்கள். மிகப்பெரிய அல்லிக்கேணி இருந்த இடத்தை ஒட்டி ஓர் அழகான கோயிலைக் கட்டி இருக்கிறார்கள் வைணவர்கள். அழகான இயற்கை எழில் சூழ்ந்த இடங்கள் இறைவனுக்கானவை என்கிற நம்பிக்கை. இப்போது கேணி இல்லை. அழுக்கும் புழுதியும் பாவிய கான்கிரீட் கட்டாந்தரைகள். நீர் இல்லை. ஈரம் இல்லை.

திருவல்லிக்கேணி மானுட சமுத்திரம். வேட்டி சட்டை அல்லது கைலி சட்டை அணிந்து நடந்து கொண்டிருக்கும் ஜனபூமி. மனிதரோடு இடித்துக் கொள்ளாமலே நடப்பது அரிது. சுமார் 35 ஆண்டுகளுக்கு முன்பு பார்த்த மேனிக்கு எந்த மாற்றமும் இல்லாத தெரு அது. ஸ்டார் தியேட்டருக்குக் கொஞ்சம் முன்னால் இருந்த இஸ்லாம் பாணி வளைவுகட்டிய தெருவுக்குள் நுழைகிறேன். அங்குதான் கவிஞர் கங்கை கொண்டான் வாழ்ந்தார்.

எழுபதுகளின் தொடக்கத்தில் 'வானம்பாடி' கவிதை இயக்கத்தோடு என்னை நான் இணைத்துக்கொண்டபோது அவ்வியக்கத்தின் முக்கியக் கவிஞராக விளங்கியவர் கங்கை. நல்ல கவிஞர். கோவை விவசாயக் கல்லூரியில் மாணவராக அவரை நான் சந்தித்தேன். நிறைய கவிக் கனவுகள். சினிமாக் கனவுகளோடு அவர் இருந்தார். அவர் கண் இமைகளில் சினிமா ரீல் சுருண்டு நெளிந்தது. சத்யஜித்ரே, மிருணாள்சென், பெனகல், ஆகியோரோடு சம்பாஷித்துக் கொண்டிருந்தார். எனக்கு உற்சாகம். எனக்கும் அந்த ருசி உண்டு. சக்ஹிருதயர்களின் சம்பாஷணைதான் எத்தனை இனிது. எங்கள் இருவர் கையிலும் ஒரு மட்டப்பலகை இருந்தது. அதனால் தமிழ் இயக்குநர்களை அளந்தோம். தேறவில்லை. தமிழ்ச் சினிமாவில் விதி இப்படியா ஆக வேண்டும்? திரைத்தாய் கண்ணீரும் கம்பலையுமாக எங்களுக்கு

முன் நிற்பதை ஸ்பஷ்டமாகப் பார்த்தோம். தாயே, தமையர்கள் நாங்கள் இருக்கும்போது உங்களுக்கு ஏன் கவலை? உலகத்தரத்தில் சினிமா எடுக்க நாங்கள் ஆச்சு என்றோம்.

கங்கை, படகர் மொழியில் ஒரு படம் இயக்கினார். அதன் இசையமைப்பாளர் தோழர் எம்.பி.சீனிவாசன். அந்தக் காலத்தில் (1978 – 1982) அந்தப் படப் பாடல்களை ரசிக்காத பெங்களூர்க்காரர்கள் இல்லை என்பார்கள். இது உண்மை என்பதை நானே நேரில் பார்த்திருக்கிறேன். அவருக்குத் தமிழ்ச் சினிமா வாய்ப்பு வந்ததும், எனக்குத் தந்தி கொடுத்து வரச் சொன்னார். தந்தி வந்தபோது, பாண்டிச்சேரியில் பாரதி டுடோரியலில் பி.ஏ மாணவர்களுக்குச் சிறப்புத் தமிழ் வகுப்பு எடுத்துக் கொண்டிருந்தேன். நான் மிகவும் விரும்பிச் செய்த தொழில் இது. எனக்குள் ஓர் அருமையான ஆசிரியர் இருக்கிறார். கற்பிப்பதில் எனக்குள்ள தாகமும் தேர்ச்சியும் எனக்கும் என் மாணவர்களுக்கும் தெரியும். துரதிருஷ்டவசமாக நான் தேடி அலைந்த ஆசிரியர் வேலை கிடைக்கவில்லை. கிடைத்திருந்தால் பேராசிரியர், துறைத்தலைவராகி, துணைவேந்தராகி, திட்டக்கமிஷன் உறுப்பினராகி ஏதோ ஒரு வட மாநிலக் கவர்னராகி, சொல்ல முடியாது ஜனாதிபதியாகி இருப்பேன். நாடு ஒரு நல்ல ஜனாதிபதியை இழந்துவிட்டது. நான் என்ன பண்ண?

சென்னையில் முதல் நாள் வைகறை, உறங்கி எழுந்தபோது ஏதோ ஒன்று குறைவது தெரிந்தது. எங்கள் ஊரில் சிட்டுகள் கரைவதைக் கேட்டுத்தான் கண் விழிப்பேன். எங்கள் தாத்தா வீடு (விருத்தாசலம்) பெரிய தோட்டத்தைக் கொண்ட பாரிய வீடு. இலந்தை, நுணா, முருங்கை என்று மரங்கள் செழித்து சிட்டும், தவிட்டுக் குருவியும், நாகணவாய்ப்புள்ளும் பேசும். தஞ்சாவூரில் என் தாய்மாமன் வீடும் காவிரிக்கரைதான். அங்கும் மனிதர்களுடன் சிட்டுக்குருவிகள் சம்சாரம் செய்திருந்தன. சென்னையில் சிட்டுக்குருவிகள் இல்லை. என்ன துரதிருஷ்ட பூமி இது. அப்புறம் சென்னையில் மொட்டைமாடிப் பகுதியைத் தேடிக் கொண்டிருப்பேன். மாலைகளில் காக்காய்ப் பள்ளிக்கூடம் நடத்தும் காக்கைகளைக் காணோம். மனிதர்களின் முகத்தில் சினேகம் காணோம். ஒவ்வொருத்தர் முகமும் திராவகத்தால் கழுவிவிட்டாற்போல் ஏன் இப்படி இறுகிக் கிடக்கிறது. முதல் நாள், இங்கு நல்ல காபி எங்கு கிடைக்கும் என்று ஒரு மத்திய வயசாளியிடம் கேட்டேன். ஏதோ கெட்டவார்த்தை சொல்லித் திட்டியதுபோல அவர் முகம் சுருங்கியது. அவர் பின்னிக்

கொண்டிருந்த யோசனை வலையை நான் அறுத்துவிட்டிருக்கிறேன். எல்லோரும் உள்முகப் பிரவேசம் நிகழ்த்துகிறார்கள் போலும். நட்பு மானசீகக் கை குலுக்கும் பரிவு அன்பு போன்றவைகள் சிட்டுகளைப் போலவே காணாமல் போயிருக்கின்றன இந்த ஊரில்.

எங்கள் சினிமா, ஐந்து நட்சத்திர உணவு உறையுள் விடுதியில் பணிசெய்யும் கிராமத்து இளைஞனுடையது. எங்கள் இயக்குநர் தேர்ந்தெடுத்த ஹீரோ கிராமத்து இளைஞனாக ஏறக்குறைய ஒரு வில்லனுக்குரிய தோற்றம் கொண்டிருந்தான். மேலும், ஐந்து நட்சத்திர விடுதியில் பணி செய்யும் பையன்கள் லட்சணமான தோற்றம் கொண்டவர்களாக இருப்பார்கள். இதை நான் இயக்குநரிடம் சொன்னேன். கங்கை, பில்டர் கோல்டுபிளேக் புகையை வழிய விட்டுக்கொண்டு பரிதாபப் புன்னகை மிளிர, குழந்தையிடம் பேசுவதுபோல், உங்களுக்குச் சினிமா தெரியாது என்றார். இருக்கலாம் உண்மைதான். சினிமா என்கிற மாயாலோகக் கதவின் வர்ணத்தைக்கூட நான் அறியேன். கதாநாயகியாக மூணே முக்கால் அடி உயரம் கொண்ட ஒரு பெண்மணியைப் போட்டிருந்தார் கங்கை. ஆனால், அவர் நன்றாக நடித்தார் என்பதும் உண்மைதான். எனினும் தோற்றம் எடுபடவில்லை. ஒரு கிராமத்தரமான இளைஞனை நகரம் எப்படியெல்லாம் மென்று துப்புகிறது என்பது படத்தின் விஷயம் என்று சொல்லப்பட்டது.

சினிமாவில் எப்போதும் சினிமாவுக்கு வெளியே ஒரு சினிமாவும், உள்ளே ஒரு சினிமாவும் புறத்தில் ஒரு சினிமாவும் சினிமாவுக்குள்ளே ஒரு சினிமாவும் என நான்கு சினிமாக்கள் இருக்கின்றன. நான் வில்ஸ்பில்டர் சிகரெட் புகைப்பேன். அந்தக் காலத்தில் புரடக்ஷன் மேனேஜர், "சார் நீங்கள் புகைக்கும் சிகரெட் டைரக்டர் புகைக்கும் சிகரெட்டைக் காட்டிலும் விலை கூடியது. அப்படி இருப்பது மரபன்று. (தொல்காப்பிய மரபியல் படித்தவன் தான் நான். இந்த மரபை நான் அறிந்தவன் இல்லை) ஆகவே, ஒன்று நீங்களும் அவர் பிடிக்கும் சிகரெட்டைப் பிடியுங்கள். அல்லது உங்கள் சொந்த செலவில் உங்கள் சிகரெட்டை வாங்கிக் கொள்ளுங்கள்" என்றார். என் சொந்த செலவில் நான் என் சிகரெட்டை வாங்கிக்கொண்டேன். சினிமா எனக்குக் கற்றுத் தந்த முதல் ஞானம் இது. அடுத்தது இயக்குநர் இரவு சாப்பிடும் போது பொதுவாகச் சொன்னது "நாம் நெருங்கிய நண்பர்களாக இருக்கலாம் என்றாலும், செட்டில் பெயர் சொல்லியெல்லாம் கூப்பிடக் கூடாது. நான் டைரக்டர், நீங்கள் அசிஸ்டெண்ட். எனவே, சார் என்றுதான் கூப்பிட வேண்டும்"

சினிமா உலகம், இன்னும் வர்ணாசிரமக் கூறுகளைத் தனக்குள் நுணுக்கமாகப் பதித்து வைத்திருக்கிறது. இங்கு இயக்குநர்கள், கதாநாயக நடிக, நடிகையர்கள், கேமராமேன் இவர்கள் முதல் வகுப்பினர், மற்றவர்கள் எல்லாம் கீழ் வகுப்பினர்களே. உண்ணும் உணவு இதைத் தெளிவுபடுத்தும். மேற்கூறிய அந்த முதல் வகுப்பினர்களுக்குக் கோழிக்கறி கட்டாயம். குழம்பும் மற்றவையும் சிறப்புத் தரத்தில் இருக்கும். மற்றவர்களுக்குக் கோழிக்கறி இல்லை என்பதோடு குழம்பும் இரண்டாம் தரத்தில்தான் இருக்கும். ஒரு பொது இலட்சியத்தை முன்வைத்து ஒரு தொழிலில், ஓரிடத்தில் கூடி இயங்குபர்களுக்குள் இந்த வேறுபாடு எப்படி வரலாம்? ஒரு சினிமா உருவாக்கத்தில் எம்.ஜி.ஆர்.க்கும் லைட் பிடிக்கும் தொழிலாளிக்கும் அடிப்படையில் என்ன வித்தியாசம் இருக்க முடியும்?

ஆக மனித மரியாதையை, மனித சமத்துவத்தைத் தெருவில் கதவுக்கு வெளியே நிறுத்திவிட்டு என்ன கலையை இவர்கள் சாதித்துவிடப் போகிறார்கள். இந்த மனித அவமானம் இயல்பே ஆகி, தினசரி வாழ்வாகவும் பரிமாணம் பெறும் சூழல் எனக்குச் சிரமம் தந்துகொண்டே இருந்தது.

எனினும், சென்னையும் மனிதர்கள் வாழும் இடம்தானே. மனிதர்கள் இல்லாமலா போவார்கள். இருந்தார்கள். ஒரு பெண் எனக்கு அறிமுகமானாள். நான் சம்பந்தப்பட்ட சினிமாவில் கதாநாயகிக்கு அடுத்த வேஷத்தில் அவள் நடிக்க வந்தாள். அவளை நானும் கலை இயக்குநரும் சென்று பார்த்து முடிவு செய்தோம். தியாகராய நகரின் ஒரு பகுதியில் கமலா (பெயர் மாற்றப்பட்டது) வசித்தாள். ஒரு பெரிய வீட்டின் புறவீட்டில் (அவுட்ஹவுஸ்) அவள் இருந்தாள். சாயங்காலம் ஏழு மணி அளவில் அவள் வீட்டுக்கு நாங்கள் போயிருந்தோம். அண்ணன் என்று ஒருத்தனை அறிமுகப்படுத்தினாள். நாங்கள் எடுக்க இருக்கும் படம் பற்றியும், அதில் கமலா நடிக்க வேண்டிய பகுதி பற்றியும் சுருக்கமாகச் சொல்லி, இயக்குநர் ஓட்டல் மதுரையில் இருப்பதையும் சொன்னேன். அந்தப் பெண் பதறிப் போனாள். அந்த ஓட்டலில் ஏற்கனவே ஒரு தகராறு நடந்து சிக்கலுக்குள்ளாயிருந்தாள். அவள் பிரச்சினையின் அசல் முகம் எனக்குப் புரிந்தது. கமலாவை சினிமாவுக்குத்தான் அழைக்கிறேன் என்பதையும் பகலில் வந்தால் போதும் என்பதையும் தெளிவுபடுத்தினேன். அந்தப் பெண்ணின் முகத்தில் மகிழ்ச்சி பரவியது. எனக்கு நிம்மதியாக இருந்தது. எங்கள் படம் சரியாக ஓடவில்லை. எனினும் கமலா நன்றாகவே

பிரபஞ்சன்

அவள் பகுதியைச் செய்தாள். படம் முடிந்ததும் கமலாவின் நட்பு தொடர்ந்தது. அண்ணன் என்று சொல்லப்பட்டவன் மாமா என்றும், அவனை விரட்டிவிட்டதாகவும் ஒரு நாள் சொன்னாள். யாரோ ஒரு மேக்கப் கலைஞருடன் சேர்ந்து வாழ்வதாகவும் சொன்னாள். ஒருமுறை அவர் கல்யாண வரவேற்புக்கும் நான் போயிருந்தேன். ஒரு புகைப்பட நிருபரை எனக்கு அறிமுகப்படுத்தி வைத்தாள். அவன்தான் முதல்முதலில் அவளைப் படம் எடுத்துச் சினிமா பத்திரிகையில் வெளியிட்டதாக நன்றியுடன் சொன்னாள். நான் எழுதும் பத்திரிகைகளில் அவளை அறிமுகம் செய்து வைத்தேன். திருமண வரவேற்புக்குப் பிறகு ஒருமுறை பாண்டிபஜார் ஓட்டலில் காபி சாப்பிட்டு வெளியே நின்று சிகரெட் பிடித்துக் கொண்டிருந்தேன். பாண்டி பஜார் சென்னையில் எனக்கு மிகவும் பிடித்த பகுதியாக இருந்தது. இருபுறமும் செழித்து வளர்ந்திருக்கும் வயதான தூங்குமூஞ்சி மரங்கள் அந்தப் பகுதியின் வரலாற்றையே சொல்வதாக இருக்கும். ஒரு காலத்தில் தோப்பாக இருந்த பகுதி. மனிதர்களுக்கும் அவர்களின் மூத்த பூமி உயிரிகளான மரங்களுக்கும் ஏற்பட்ட யுத்தத்தில் மனிதர்கள் அநியாயமாகப் பெற்ற வெற்றியைக் கொண்டாடும் நிலமாக இருக்கும் பரபரத்த வியாபாரப் பகுதி அது. அப்போது, என் அருகே வந்து நின்ற ஆட்டோவிலிருந்து இறங்கினாள் கமலா. சேம விசாரணைகளுக்குப் பிறகு தன்னுடன் அவள் வீட்டுக்கு வரச் சொன்னாள். வந்த ஆட்டோவிலேயே வீடு போய்ச் சேர்ந்தோம். பழைய மாம்பலம் பகுதியில் இப்போது வீடு பிடித்திருந்தாள். ஏன் என்றதுக்கு இப்போதைக்கு இது என்றாள். விஷயங்களில் புழக்கடை வரைக்கும் பயணம் செய்து துழாவும் மனப்பான்மை எனக்கு இல்லை. சொல்வதுக்கு மட்டும் காது கொடுக்கும் போக்கைச் சென்னை எனக்குக் கற்றுக் கொடுத்திருந்தது. எதிராளிகள் கையில் சாக்பீஸ் வைத்துக்கொண்டு நம் வரம்பை எழுதிக் காட்டிக்கொண்டே இருக்கிறார்கள். வீடு கொஞ்சம் இருண்டிருந்தது. போதிய மின்சாரம் இல்லாததால் அல்ல, வறுமையின் முகம் எப்போதும் இருண்டே இருக்கும். எனக்குப் பால் இல்லாத தேநீர் போட்டுக் கொடுத்தாள். வாழ்க்கை எப்படிப் போகிறது என்றேன். என்னைத் திரும்பிக்கூடப் பார்க்காமல் போகிறது என்றாள். இல்லாமை நல்ல நண்பர்களையும் பொய் சொல்ல வைக்கிறது என்றாள். அந்தப் புகைப்பட நிருபர், ஒரு புது பத்திரிகைக்காகப் படம் எடுக்க வந்தான். கமலாவும் பல ஆடைகளுடன் அவன் விரும்பும் போஸ் கொடுத்து இருக்கிறாள். அப்புறம் பிலிம் டெவலப் செய்வதற்கும் தனக்கும் ஏதாவது பணம் இருக்குமா என்று கேட்டிருக்கிறான்.

துரதிருஷ்டம் அப்போது அவள் கையிலும் காசு இல்லை. பக்கத்து வீட்டு அத்தையிடம் கடன் வாங்கிக் கொடுத்திருக்கிறாள். அவனும் வாங்கிக்கொண்டு போயிருக்கிறான். சென்னைக்குப் பிழைக்க வந்திருக்கிற எல்லோருக்கும் நேரக்கூடிய கஷ்டம்தான் என்று நான் சொன்னேன். கமலா அடுத்து சொன்னதுதான் எனக்கு வியப்பைத் தந்தது. எனக்கும் அவருக்கும் சுமார் பத்து வருஷம் சினேகம். எத்தனையோ கொடுக்கல் வாங்கல் எங்களுக்குள். ஒரு சமயம், கல்யாணம் பண்ணிக்கலாமான்னுகூட இருந்தோம். அப்பேர்ப்பட்ட மனுஷன் என்கிட்ட பொய்யா நடந்துக்கிட்டார். கேமராவில் பிலிம் இல்லாமலே என்னைப் போட்டோ எடுத்தார். சுமார் ரெண்டு மணி நேரம். நான் நாலு முறை வேறவேற டிரஸ் போட்டுக்கிட்டு போஸ் கொடுத்தேன் என்றாள். கேமராவில் பிலிம் இல்லாதது எப்போ தெரிஞ்சது என்று கேட்டேன். என்கிட்ட இருந்த கேமராதான். ஆசைப்பட்டுக் கேட்டார்ன்னு கொடுத்துட்டேன். அதை வச்சுக்கிட்டுதான் என்னை ஏமாத்தினார். அவள் வார்த்தைகளில் உண்மையின் துக்கத்தில் ஈரம் கசிந்தது. பசியும் வறுமையும் மனித மேன்மைகள் அனைத்தையும் சிதறடிக்கும். பசி வந்தால் பத்து விஷயங்கள் பறந்து போகும்னு தமிழில் ஒரு பாட்டே இருக்கிறது. அதில் முதலாவது பறந்து போவது மானம். மானத்தையே இழக்கத் துணியும் அளவுக்கு மனிதர்களை நொய்மைப்படுத்துகிறது வாழ்க்கை.

என் சென்னை வாழ்க்கை அனுபவங்களைக் கொண்டும் பல கதைகள் எழுதியிருக்கிறேன். அதில் ஒன்று கமலாவின் அனுபவம்.

சென்னையில் நடைபாதையில் வாழும் மனிதர்களின் தொகை ஆண்டுதோறும் கூடிவருவது மிகவும் கவலை தருகிறது. கணவன், மனைவி, குழந்தைகள், வயதானவர்கள், நோயாளிகள் என்று பெரும் கூட்டம் நடைபாதையில் கூடிவருவது ஒரு மனிதன் என்ற முறையில் எனக்குக் குற்ற மனப்பான்மையை, தவிப்பை ஏற்படுத்துகிறது. இவர்களுக்கு முன்னால் ஒன்றும் ஆகாததும் செய்ய முடியாததும் ஒருவகையான கையாலாகத்தனத்தை ஏற்படுத்துகிறது. அந்த நடைபாதை மக்கள் இயற்கை அழைப்புக்கு எங்குதான் போவார்கள். அவர்களின் குழந்தைகள் நிர்வாணமாக அலைகின்றனர். அழுக்கும் புழுதியும் மண்டிய தெருவில் படுத்து உறங்கும் அக்குழந்தைகளின் ஆரோக்கியம் பற்றிக் கவலைப்படுபவர் யார்?

கிராமங்களில் நலிந்த விவசாயத் தொழில், விவசாயிக் கூலித் தொழிலாளிகளாகவும் விவசாயம் சார்ந்த சிறு தொழிலாளிகளாகவும்

வாழ்ந்த ஏழ்மைக் கோட்டுக்குக் கீழே இருப்பவர்களை உதிரித் தொழிலாளர்களாக மாற்றிச் சென்னைக்கு அனுப்புகிறது. இவர்கள் வாழ்க்கை கெட்டதால், பட்டணம் வருகிறார்கள். இங்கே இவர்களின் இயல்புக்கு மாறான வேலையைச் செய்யும்படி வயிறுகள் நிர்ப்பந்திக்கின்றன. இவர்களில் சிலரை நான் அறிய நேர்ந்திருக்கிறது. அதில் ஒருத்தி புத்லிபாய். சினிமாவில் துணை இயக்குநராக இருக்கும் ஒரு நண்பர்மூலம் அவர் எனக்கு அறிமுகம் ஆனார். ஒரு நாள் அவரிடம் ஐம்பது ரூபாய் டிக்கட்டை நூறுரூபாய் கொடுத்து வாங்கும்போது, அவளை என் நண்பர் அறிமுகப்படுத்தினார். இப்போதைக்கும் புத்லிக்கு கள்ள டிக்கெட் விற்பதுதான் தொழில். புதுப்படங்கள் வெளியாகும்போதும், ரஜினி, கமல், விக்ரம், விஜய் படங்கள் ரிலீசாகும்போதும் அவள் சுறுசுறுப்பாக டிக்கெட் விற்றுக்கொண்டு திரிவதைப் பார்க்கலாம். எந்த மொழிக்காரி என்று எனக்குத் தெரியாது. சென்னைத் தமிழ் பேசுவாள். யாரையேனும் திட்டுவது அல்லது ரௌடித்தனம் செய்வது என்று இறங்கிவிட்டால் அவள் வாயிலிருந்து வரும் வார்த்தைகள் எழுத முடியாதவை மட்டும் அல்ல, சிந்திக்கவும் முடியாதவை. ஆண், பெண் உறுப்புகளும் அவற்றின் வெள்ளை மற்றும் கள்ளச் செயல்பாடுகளும், அதை நடத்துவோர் விசேஷங்களும் எதுகை, மோனை சொல் அழகுகளோடும், கற்பனை வீச்சோடும் சற்றேறக்குறைய படைப்பு விஷேசங்களிலும் வெளிப்படும். தாக்குதல்களுக்கு உள்ளாகும் நபர் வெட்கி, வார்த்தைகள் கிடைக்காது களத்தில் தோற்றோடிப்போகும் வகையில் இருக்கும். பேட்டையில் அனாவஸ்யமாக அவளுக்கு (அவள் பாஷையில்) ஒரு பவர் வந்தது இப்படித்தான். உதிரியாகவும் பாதுகாப்பற்றும் தனியாகவும் வாழ நேர்ந்த பெண்களுக்கு அவர்களின் இளம் பருவத்தில் நேரிடும் தொந்தரவுகள் புத்லிக்கும் நேர்ந்திருக்கிறது. தெருவில் இறங்கிச் சத்தம் போடுகிறவளாகவும், கெட்ட வார்த்தைகள் பேசுகிறவளாகவும் ரௌடித்தனம் செய்கிறவளாயும் எதற்கும் துணிந்தவளாயும் ஆன ஒரு பாவனை அவளுக்குத் தேவைப்படுகிறது. இப்படிப்பட்ட பெண்களிடம் சுலபமாக யாரும் அணுகுவது இல்லை. செக்ஸ் ரீதியான அழைப்புகள் குறைகின்றன. இந்தக் காரணங்களை முன்னிட்டே புத்லியும் அவள் மாதிரியான பெண்களும் இவ்வகைப் பொறுக்கி பிம்பங்களை விரும்பி அணிகிறார்கள். தொடக்கத்தில் உருவான பிம்பங்களையும் பாவனைகளையும் தொடர்ந்து தக்கவைக்கப் போராடுகிறார்கள். நான் கேட்டேன் சாது வேஷக்காரர்களும் அவமானத்துக்குப் பயந்தவர்களும் விலகிப் போகலாம். ரௌடிகள்

அழைப்பார்களே என்றதுக்கு அவள் சொன்ன பதில் ஆச்சர்யம் தந்தது. ரௌடிகள் அவர்கள் பேட்டையில் இருக்கும் இன்னொரு பெண் ரௌடியை விட்டு விலகியே இருக்கிறார்கள் என்பதும், அகஸ்மாத்தாக வந்து சிக்கும் பெண்களிடமே அவர்கள் அவர்களின் தேவைகளைப் பூர்த்தி செய்து கொள்கிறார்கள் என்பதும் அவள் கருத்தாக இருந்தது. மராத்திய குடும்பத்துப் பெண் என்று அவளைச் சொல்வது உண்டு. ஜனக்கூட்டம் பெருகிய நாள்களில் தியேட்டருக்கு முன் ஒரு மதயானை மாதிரி இரு கைகளையும் கட்டிக்கொண்டு அவள் நடக்கும் விமரிசையைப் பார்க்க வேண்டும். தியேட்டர் முதலாளிக்கும் வாரா நடை அது. போலீஸ்காரர்களின் பிரச்சினை எப்போதும் அவளுக்கு உண்டு. டீ, நாஷ்டா, சாப்பாடு, செலவுக்குப் பணம் என்று அவளிடம் இருந்தும் பணம் பெறும் போலீசை நானே பார்த்திருக்கிறேன். எந்த நடிகருக்கும் படம் எத்தனை வாரம் போகும், எப்போது யாருடையது தொங்கும், யாருடையது இரண்டாம் வாரத்துக்கு மேல் பிக்கப் ஆகும் போன்ற கணக்குகளை அவள் மிகச் சரியாக வைத்திருப்பதை நான் கேட்டிருக்கிறேன். 'பாபா' படுக்கும், 'சந்திரமுகி' ஓடும் என்று முதல் நாளே அவள் அறிவித்தாள்.

தியேட்டரின் வாசலில் தூங்குமூஞ்சி மரத்தின்கீழ் ஒரு பெட்டியில் தன் உடமைகளை வைத்துக்கொண்டு ஜீவனம் பண்ணிக் கொண்டிருந்தாள் புத்லி. சமயங்களில் மிகு குடியில் போக்குவரத்துச் சந்தடி நிறைந்த மதியப் பொழுதில் வீதியில் நின்று கொண்டு கார்களை, ஆட்டோக்களை மறித்துக்கொண்டு தகராறு செய்வாள். அந்தப் போதையிலும் என்னையோ நண்பரையோ கண்டால், வணக்கம் சார் என்பாள். அண்மையில் தியேட்டரில் கிடந்த செங்கல்லை எடுத்து மேனேஜரின் மேல் எறிய, அது அவன் காதைக் கிழித்துவிட்டது. சில நாட்கள் உள்ளே இருந்துவிட்டு வெளியே வந்தாள். விசேஷம் என்ன வெனில் தியேட்டர் வாசலில் தூங்குமூஞ்சி மரத்தின்கீழ் இருந்த பெட்டி அப்படியே இருந்தது. அதை தொட்டுப் பார்க்கும் தைரியம் யாருக்கும் வந்ததாகத் தெரியவில்லை. இந்த நகரத்தில் பல ரயில் நிலையங்களில் இருக்கும் தண்ணீர் கேன்களில் இரும்புச் சங்கிலி போட்டுப் பிணைக்கப்பட்டுள்ள அலுமினிய டம்ளர்களுக்கு ஆபத்து நேரலாம். அது அரசாங்க சொத்து, பெட்டி புத்லிபாயின் சொத்து. இத்தனை வருஷம் சினிமாத் தியேட்டருக்கு முன் வாழ்ந்தும் பல ஆயிரம் பேரைத் தியேட்டருக்குள்ளும் அனுப்புகிற புத்லிக்கு என்ன சினிமா பிடிக்கும்.

அது இன்னா சார்... இப்படியும் அப்பிடியும் ஒருத்தன் வரான். ஒருத்தி போறாள். பாட்டு போடுறாங்க. அடிச்சுக்கிறாங்க. என்னதுக்கு இந்த சனம் இவ்ளோ ரூபா போட்டு சினிமாவுக்குப் போறாங்களோ. சுத்த கடுப்பு சார் சினிமா.

சினிமா, புத்லிபாயைப் பொறுத்தமட்டும் தோற்றுத்தான் போய்விட்டது.

நான் பார்க்க நேர்ந்த இந்தக் கால் நூற்றாண்டுச் சென்னை மாறித்தான் இருக்கிறது என்று சொல்லத்தான் ஆசைப்படுகிறேன். ஆனால், இல்லை, வீடுகளின் வாசற்படிக் கற்களுக்குக் கீழே இருந்த தெரு, அவ்வப்போது மேவப்பட்டு உயர்ந்து உயர்ந்து வீட்டின் நிலைக்காலுக்குச் சமமாக உயர்ந்திருக்கிறது. மழைநீர் வீட்டுக்குள் வழிகிறது. நிறைய ஓடுவேய்ந்த வீடுகள் கைமாறி உணவு விடுதிகளாகவும் தங்கும் விடுதியாகவும் மாறி இருக்கின்றன. கடைத் தெருவை ஒட்டிய வீடுகளின் முகப்புகள் கடைகளாக்கப்பட்டு வாடகை வசூலிக்கப்படுகின்றது. மனிதர்கள் பகலிலும் மின்சார வெளிச்சத்துக்குப் பழக்கப்படுத்திக் கொண்டார்கள். தமிழர் கட்டடக் கலைக்கான சுவடுகள் மறைந்து கலப்புக் கட்டடக் கலை உருவாகி இருக்கிறது. பகல் வேஷக்காரரின் அரிதாரம் பூசிய முகம்போல பட்டணத்தின் முகம் செயற்கையாய் மின்னுகிறது. நிறைய உணவு விடுதிகள், மது அருந்தும் இடங்கள், வெற்றிலை பாக்குச் சிகரெட் கடைகள் பெருகி இருக்கின்றன. வட்டிக்கடை மார்வாடிகள் சென்னையை இன்னொரு குஜராத் ஆக்கிக் கொண்டிருக்கிறார்கள். சென்னை நகரின் அண்ணாசாலைக் கடைகளில் தமிழர்களுடயது மிகச் சிலவே. உணவு விடுதிகளில் சுமார் கால் நூற்றாண்டுகளுக்கு முன் பொங்கலில் நெய், முந்திரி என்கிற வஸ்துகள் காணக்கிடைக்கும். இட்லியும், தோசையும் பெருகி இருந்த நாட்கள் அவை. இரண்டாம் யுத்தத்துக்குப் பிறகு அதைத் தொடர்ந்து ஏற்பட்ட அரிசிப் பஞ்சமும் அதன் காரணமாக அரசு அறிமுகப்படுத்திய கோதுமை, மைதா, ரவை, உணவுகள் தமிழர்களிடம் இடம் கொண்டன. ஐம்பதுகளின் தொடக்கத்தில் கே.பி. காமாட்சி என்ற கவிஞர் சிங்காரி என்ற சினிமாவில்

ஒரு சாண் வயிறே இல்லாட்டா
உலகத்தில் ஏது கலாட்டா?
உணவுப் பஞ்சமே வராட்டா – நம்ம
உயிரை வாங்குமா பரோட்டா

என்று எழுதி கோதுமைப் பண்டங்களுக்கு எதிர்ப்புக் குரல் கொடுத்தார். கடந்த 25 ஆண்டுகளில் தமிழர் வாழ்வில் மிக முக்கியமான இடத்தைப் பூரியும் சப்பாத்தியும் பெற்று விட்டன. அன்று வேட்டி அணிந்தவர்கள் பலரையும் தெருக்களில் பார்க்க முடிந்தது. இப்போது பேண்ட்டே அதிகம் தட்டுப்படுகிறது. தமிழர் பேச்சில் தமிழ்ச் சொற்களும் அவ்வப்போது தென்படுகின்றன என்பதே ஓர் ஆறுதல். தமிழனைத் தமிழ்ச் சொற்களைப் பேசும்படிச் செய்ய ஓர் இயக்கமே தேவைப்படுகிறது. தமிழர்கள் தமிழ் புரியவில்லை என்கிறார்கள். எனக்குத் தெரிந்து மனிஷா கொய்ராலாவைக் கினிஷாகிய்ராலா என்று எந்தத் தமிழனும் சொன்னதாகத் தகவல் இல்லை. நடிகை பிபாஷாபாசு பெயரை உச்சரிக்கையில் தமிழர்கள் தவறு செய்வதில்லை. ஆனால், தமிழ்ச் சொற்கள் புரியவில்லை. தமிழ்ச் சொற்கள்தாம் புரியவில்லை.

தமிழ்த் தெருவில் சத்தம் அதிகரித்திருக்கிறது. வாகனச் சத்தம், மனிதச் சத்தம், இசைக் கருவிகள் சத்தம், அரசியல் சத்தம், சினிமா பாட்டுச் சத்தம் என்ற சத்தங்கள். ஆட்டோக்களில் அண்மைக் காலமாகத்தான் 'பெண்ணுக்குத் திருமண வயது 21' என்ற அரிய உண்மையையும், 'சிரிக்கும் பெண்ணை நம்பாதே சீறும் பாம்பை நம்பு' போன்ற தத்துவங்களையும் காண முடிகிறது. கணினி யுகம் தோன்றி உலகம் ஒரு கிராமமாக அல்ல, ஒரு தெருவாகச் சுருங்கியிருக்கிறது என்பது எந்த அளவு உண்மையோ அந்த அளவு பெண் தற்கொலைகள், வரதட்சணைக் கொடுமைகள், பாலியல் பெரும் குற்றங்கள், பாலியல் சீண்டல்கள், காவல் துறையில் பெண்கள் மீதான அத்துமீறல்கள் மலிந்து இருக்கின்றன.

மிகவும் பளபளப்பாகி இருக்கிறது சென்னை. ராட்சஸ வாசல் ஆயிரம் விளக்குகள் எரிகின்றன. நம்மை வரவேற்கத் தேவர்களும் அசுரர்களும் காத்திருக்கிறார்கள். அவர்கள் நம்மை அழைத்துப் போகின்றனர். நாம் தொடர்கிறோம். எங்கே போகிறோம்? சொர்க்கமாக இருக்கலாம் ஏன் நரகமாகவும் இருக்கலாம். இரண்டிலும் மனிதர்கள்தானே வாழ்கிறார்கள். போவோம்.

❖ ❖ ❖

தமிழ் வளர்ச்சியில் தமிழன் பங்கு

தமிழ் வளர்ச்சியை தமிழர்கள் தங்களது பொறுப்பு என்றோ கடமை என்றோ கருதவில்லை என்று நினைக்கத் தோன்றுகிறது. தம்மை ஆளும் அரசாங்கம், அழகாகப் பேசுகின்ற தலைவர்கள் பார்த்துக் கொள்வார்கள் தமிழ் வளர்ச்சியை என்று தமிழர்கள் நினைக்கிறார்கள். தங்கள் தாய்மொழியின் வளர்ச்சி பற்றிச் சிந்திக்காத மக்கள், மொழியை இழப்பதோடு ஓர் இனமாகும் தகுதியையும் இழக்கிறார்கள். இனம் சிதையும்போது அவர்களின் நாடும் பூகோள வரைபடத்தில் இல்லாமலே போய்விடுகிறது. உலக வரலாற்றில் இதற்கு நிறையச் சான்றுகள் உண்டு.

மொழியை, கருத்துகளைப் பரிமாறிக்கொள்ளும் கருவி என்கிறார்கள். மொழி கருவி மாத்திரம் அல்ல; ஒரு மொழியின் ஒவ்வொரு சொல்லும் ஒரு வரலாறு. தண்ணீர் என்ற சொல்லைப் பயன்படுத்தும் ஒவ்வொரு தமிழனும் அவனுக்கு முன் இருந்த சுமார் ஐயாயிரம் பத்தாயிரம் ஆண்டுக்கால ஓர் இனத்தின் கண்டுபிடிப்பு வரலாற்றைப் பேசுகிறான் என்று பொருள். தண்ணீர் வேண்டும் என்று சொல்லும் ஒருவர் இன்றுகூட தன் கட்டை விரலைத் தன் வாயில் வைத்துக் கொண்டுதான் சொல்கிறார். இதன் பொருள் மொழி அமையாத ஆதி காலத்தை அவர் இதன்மூலம் சொல்ல வருகிறார் என்பதாகும். அதோடு நீர் என்ற சொல் கண்டுபிடிக்கப்பட்டு ஓரினம், அதை ஏற்றுக் கொண்ட வரலாற்றையும்கூடச் சேர்த்துச் சொல்கிறார். அந்த ஒரு கண்டுபிடிப்புச் சொல்லோடு, தண் என்கிற இயற்கை சார்ந்த குளிர்ச்சி என்று பொருள்படும் சொல்லையும் குறிப்பிடுகிறார். கடும் கோடை நீளும் உஷ்ணப் பிரதேசங்களில் வாழ நேர்ந்த மனிதர்கள், தமிழர்கள் குளிர்ச்சியை எவ்வளவு தூரம் மதித்தார்கள் அல்லது விரும்பினார்கள் என்பதும் மனசில் ஈரம் இருக்க வேணும் அப்பா என்ற சொல்வழக்கு மூலம் தண்ணீர் என்ற உருவப் பொருளை நெஞ்சின் ஈரம் என்ற அரூபப் பொருளாக மாற்றி ரசாயனம் செய்கிறார்கள் என்பதையும், அந்தத் தண்ணீர் வேண்டும் மனிதன் சொல்கிற ஒற்றைச் சொல் விவரிக்கிறது

அல்லவா? இதுதான் மொழியின் சக்தி, தமிழின் சக்தி. நாம் அளிப்பது குளிர்ந்த வரவேற்பு. ஐரோப்பா அளிப்பது வார்ம் வெல்கம் என்பதையும் இதோடு சேர்த்துச் சிந்திப்பது நல்லது.

இந்தத் தாய்த் தமிழைத் தமிழர்களாகிய நாம் நம் வாழ்வின் அனைத்து இயக்கங்களிலும் செயல்பாட்டிலும் பயன்படுத்தி வளர்க்கிறோமா என்பதே நம்முன் உள்ள கேள்வி.

இல்லை என்பதே பதில்.

பெட்டிக் கடைகளுக்கு அடுத்தபடியாகப் பல்கிப் பரந்து கிடக்கின்றன, ஆங்கில நர்சரி மற்றும் ஆங்கிலப் பள்ளிகள். இங்கிலாந்தின் அல்லது அமெரிக்காவின் இன்னுமொரு மாநிலமாகத் தமிழ்நாடு மாறி வருகிறது என்பதன் அடையாளமே இது. தமிழனுக்கு ஆங்கிலப் பள்ளிகள் அடையாளமாக இருக்க முடியுமா என்ன?

தமிழ் மட்டுமே அறிந்த ஒருவர், ஓர் அலுவலகத்துக்குள் சென்று மேல் அதிகாரிகளைச் சந்தித்துத் தன் காரியங்களை நிகழ்த்திக்கொள்ளும் நிலையில் தமிழ்நாட்டுச் சூழல் இல்லை. அரசு செயலர், இயக்குநர் போன்ற முக்கியப் பெரிய பொறுப்புகளில் இருப்பவர்கள் அகில இந்திய ஆட்சிப் பணி (ஐ.ஏ.எஸ். மற்றும் ஐ.பி.எஸ்) மூலம் வந்தவர்கள் முக்கால்வாசிப் பேர்கள் அயல் மொழியினர். அவர்களில் பலர், இன்னும்கூட விக்டோரியா மகாராணியின் பேரப்பிள்ளைகளாகத் தம்மைக் கருதிக் கொண்டிருப்பார்கள். இவர்களுக்கு முன், இவர்களுக்குச் சம்பளம் தரும் ஏழைக் குடியானவர் சொல் அம்பலம் ஏறுவது இல்லை. தவிரவும் அவர்கள் எந்தப் பிரதேசத்தில் ஆட்சிப் பொறுப்பில் இருக்கின்றார்களோ அந்தப் பிரதேசத்தின் பண்பாடு அறியாதவர்கள். பாரதி, பாரதிதாசன் விழாக்களும் எதற்குச் செலவழிக்கிறார்கள்? இவர்கள் எல்லாம் யார்? என்று கேட்ட கலைப் பண்பாட்டு இயக்குநரை (ஐ.ஏ.எஸ்) எனக்குத் தெரியும்.

ஆங்கிலேயர்களிடம் இருந்து பெற்ற, இந்த ஐ.ஏ.எஸ், ஐ.பி.எஸ்., போன்ற பதவிகளைச் சுதந்திர நாடு இன்னும் வைத்திருக்க வேண்டுமா என்ன? ஓர் அலுவலகத்தில் குமாஸ்தாவாகச் சேரும் ஒருவர், அரசு செயலாளராகத் தலைமைச் செயலாளராக உயர்ந்து ஓய்வுபெறும் அமைப்பை நாம் ஏன் தோற்றுவிக்கக்கூடாது? என்றால் தமிழ் மட்டுமே தெரிந்த ஒருவர் தம்மை ஆளும் ஆட்சியரை நேரில் சந்தித்து உரையாட முடியும்; பயன்கொள்ள முடியும்.

கடைசி நிலையில் உள்ள தமிழன், உயர்நிலைத் தமிழனிடம் தமிழில் கடிதம் எழுதித் தமிழில் பதில் பெறவும் சுலபமாகத் தொடர்புகொள்ளும் நிலையில் இருந்தால் மட்டுமே இது தமிழ்நாடு. இல்லையேல் அயல்நாடு.

ஒரு தமிழ்க் குழந்தை பள்ளிக்குப் படிக்கச் செல்கிறது என்றால், அதன் வீட்டிலிருந்து குறைந்தது அரைக் கி.மீ அதிகபட்சம் ஒரு கிலோ மீட்டருக்குள் தொடக்கப்பள்ளி இருந்தாக வேண்டும். அது, அரசுப் பள்ளியாகவும் தமிழ்வழிப் பள்ளியாகவும் இருக்க வேண்டும். ஆங்கிலம், பிரஞ்ச், ரஷ்யன், ஜப்பான், ஜெர்மன் முதலான அயல்மொழிகளை அக்குழந்தை ஐந்தாம் வகுப்பு தொடங்கிப் பயில, வாய்ப்புகளை அரசு நல்க வேண்டும். ஆங்கிலத்தில் 35 அல்லது 40 மதிப்பெண்கள் வாங்கினால்தான் தேர்வு என்னும் மூடத்தனத்தை என்று ஒழிக்கிறோமோ அன்று தான் தமிழ்ப்பிள்ளைகள் பத்தாம் வகுப்பைத் தாண்டும். தமிழ்த் தேர்வுக்கும் 35 ஆங்கிலத்துக்கும் 35 என்ற தேர்வு மதிப்பெண் தமிழைக் கேவலப்படுத்தும் முயற்சி என்பதே என் கருத்து, தவிரவும் பள்ளிப் படிப்பை முடிக்காத தமிழ்ச் சிறுவர்கள் பலர் ஆங்கிலத்தில் தோற்றுப் போனவர்கள். இது கொடுமை அல்லவா? எதிர்கால விஞ்ஞானிகளும் கலைஞர்களும் மேதைகளும் மாடு மேய்க்கும் அவலம் தமிழ்நாட்டார் மனங்களை நோகச் செய்யவில்லையா? அவர்கள் நம் பிள்ளைகள் அல்லவா?

தமிழ் இளைஞன் ஒருவன் விவசாயம், மருத்துவம், பொறியியல். கணினியியல் எதையும் தமிழ்மொழி மூலம் கற்கும் நிலையே தமிழ் வாழும் நிலை. வாழ்கிறதா? தமிழ் வழியில் படித்து வந்தால், அரசு வேலைவாய்ப்புகளில் முன்னுரிமை தர வேண்டாமா தமிழ் அரசு? ஏன் இல்லை? இது, தமிழ் அரசு இல்லை. அது தான் காரணம். அரசு வேலை வாய்ப்பு மட்டும் அல்ல. தனியார் நிறுவனங்களிலும் தமிழில் பயின்றோர்க்கு முன்னுரிமை வேண்டும். அதோடு பொருள் உதவியும் தரப்பட வேண்டும். என்ன செய்வது? தமிழர் நிலை அதுதான்.

தமிழ்மொழியின் முதல் புதினம் பிரதாப முதலியார் சரித்திரம். இதை எழுதியவர் வேதநாயகம் பிள்ளை. அவர் ஒரு கருத்தைச் சொல்கிறார்.

வாதியும் தமிழன், பிரதிவாதியும் தமிழன். வழக்காடும் வழக்குரைஞரும் தமிழர். நீதிபதியும் சமயங்களில் தமிழர். அப்புறம் எதற்கு இவர்களுக்குள் ஆங்கிலம்.

நீதி. காசு செலவழித்துப் பெறும் தங்க நகையாக இருக்கக் கூடாது. அது இயல்பாக வழியும் அருவியாக இருக்க வேண்டும். வழக்குரைஞர்களோ நீதிபதிகளோ ஒரு வழக்குக்கு முக்கியமானவர்கள் இல்லை. நியாயம் முக்கியம். பாதிக்கப்பட்ட தமிழன், தானே தன் வழக்கை நடத்தி நீதியின் கனியை ருசிக்க வேண்டும்.

தமிழ் நீதியைத் தராத மொழியா என்ன?

நேற்று தோன்றிய உலக அறிவை, கண்டுபிடிப்பை, தத்துவத்தை இலக்கியத்தைத் தமிழன் இன்றே படித்துக்கொள்ளும் மொழியாக்க முயற்சிகளை அரசு நிறுவனங்கள் உடனுக்குடன் தொடர்ந்து பணியாற்ற வேண்டும். தமிழ்நாட்டுப் பாடநூல் நிறுவனம், தென்னிந்தியப் புத்தக டிரஸ்ட் என்று பல நிறுவனங்கள் சிறப்பாகச் செயல்பட்ட காலம் ஒன்றுண்டு. இவை செயல்பட மறந்தமைக்கு காரணம் யார்?

தமிழின் அடர்த்தி கூட வேண்டும். இன்று நிலைமை அப்படி இல்லை. இந்த ஆண்டு நோபல் பரிசு பெற்ற அறிவியல் தொழில் நுட்பம், இலக்கியம் இந்த ஆண்டே தமிழுக்குக் கொண்டு வரப்பட வேண்டும். தமிழ் மட்டுமே தெரிந்த தமிழனை அறிவு பெற வைக்கும் அடிப்படைச் செயல்பாடு இது. இல்லையெனில் அறிவுலகத்தோடு தமிழன் தொடர்புகொள்ள இயலாது. தனித்தீவாகத் தேங்கிப் போய்விடும் அபாயம் ஏற்படும். உலக வளர்ச்சியோடு சகலவிதத்திலும் தம்மைப் பொறுத்திக் கொள்ளாத இனம் தேங்கிப் போகும்; வீங்கும்; அப்புறம் மறையும்.

மார்க்வெஸ் எழுதிய 'நூறாண்டுத் தனிமை' எனும் புதினம் நோபல் பரிசு பெற்றுப் பல மொழிகளிலும் ஆக்கம் பெற்றது. உலகம் அதன்பின் லத்தின் அமெரிக்க இலக்கியங்கள் உச்சி மேல் வைத்துக் கொண்டாடத் தொடங்கியது. மலையாளத்தில் எட்டு வேறுவேறு மொழிபெயர்ப்புகளில் அந்தப் புதினம் வெளிவந்துவிட்டது. தமிழில் இன்னும் அது ஒரு பதிப்புக்கூட வெளிவரவில்லை. மலையாளிகள் 'மலையாளமே என் மூச்சு' என்று கோஷம் போடுவதில்லை.

உலகம் இன்று நினைப்பதை, பேசுவதைத் தமிழில் இன்றே ஏந்திக் கொள்ள வேண்டும். அதுபோலச் சிறந்த தமிழ் படைப்புகளைச் சங்க இலக்கியம் தொடங்கிச் சமகால இலக்கியம் வரைக்கும் சிறந்தவற்றை (கட்சி அரசியல் பார்வை இல்லாமல்) ஏனைய இந்திய உலக மொழிகளுக்குக்கொண்டு செல்ல வேண்டும். நோபல் பரிசு வாங்கிய பல படைப்பாளிகளைப் பின்னுக்குத்

தள்ளும் படைப்பாளர்கள் பலர் தமிழில் உண்டு. இதை உலகம் அறிய வேண்டாமா?

தமிழன் காசு கொடுத்து வாங்கிப் படிக்கும் பல பத்திரிகைகள் மானம் கெட்ட பத்திரிகைகள். அடுத்தவனின் அந்தரங்கத்தை விற்றுப் பிழைக்கும் காமத் தரகுப் பத்திரிகைகள். இவை ஒழிக்கப் பட வேண்டும்.

சூ... எனும் நடிகர் ஜோ எனும் நடிகையைத் திருமணம் செய்வாரா மாட்டாரா? என்று கவலைப்படும் ஓர் இனம் செத்துப் போகும். இந்தக் கவலையைக் காசு வாங்கிக் கொண்டு விற்றுப் பிழைக்கிற பத்திரிகை முதலாளிகள், எழுதுகிற பத்திரிகையாளர்கள் சிலுவையில் அறையப்பட வேண்டியவர்கள்.

தமிழர்களுக்கு அவர்களைப் பற்றி, அவர்களின் இயற்கைச் சூழலைப் பற்றி, அவர்களின் குடும்பத்தைப் பற்றி, அவர்களின் ஊரைப் பற்றி அவர்களின் தொழில்களைப் பற்றி, அவர்களின் ஆரோக்கியத்தைப் பற்றி, அவர்களின் உணவைப் பற்றி, அக்கறையோடு சொல்லிக் கொடுக்கும் பத்திரிகைகளே வேண்டும். உறவுகள், தமிழர்களுக்கும் உலகுக்கும் இருக்க வேண்டிய தொடர்புகள் பற்றிய ஜன்னல்களைத் திறந்துவைக்கும் பத்திரிகைகளே நல்ல பத்திரிகைகள்.

அரசியலில் இரண்டு வகை உண்டு. ஒன்று கட்சி சார்ந்த அரசியல். மற்றது தத்துவம் சார்ந்த அரசியல். இரண்டையும் சரியான தரத்தில், விமர்சனங்களோடு தமிழர்களுக்குச் சொல்லும் பத்திரிகைகளே, தமிழர் வாங்கிப் படிக்க வேண்டிய பத்திரிகைகள்.

தமிழ் சினிமாவும் தொலைக்காட்சிகளும் தமிழர் மூளைகளில் குப்பைகளைக் கொண்டு சேர்க்கின்றன. எந்த மதிப்பீடுகளும் இல்லாத மானுடப் பண்பாட்டைக் கேலி செய்பவையாக இருக்கின்றன. சினிமாவிலாவது அவ்வப்போது சிறு மாறுதல்கள் நடக்கின்றன. முன்னேற்றம் நோக்கிச் சில சினிமாக்கள் நகருகின்றன. தொலைக்காட்சியோ சினிமாவின் சவலைக் குழந்தையாகவோ பெண்களைக் குறித்த கொச்சைச் சித்திரிப்பாகவோ இருக்கின்றது.

கலையும் தொழில்நுட்பமும் சேர்ந்து பிறப்பித்த புத்தம் புதிய ஊடகம் தொலைக்காட்சி. தமிழர்களைக் கொச்சைப்படுத்தி அவர்களின் சிந்தனைத் தளத்தைச் சிறுக்கச் செய்கின்றன. தொலைக்காட்சித் தொடர்கள்.

சினிமா, தொலைக்காட்சி எதுவானாலும் கதையோ, கவிதையோ, நாடகமோ எதுவானாலும் கலையின் அடிப்படை

மனித வாழ்க்கைதான். மனிதப்பாடுகள் மனித நிகழ்ச்சிகள், மனிதத் துயரங்கள், மனிதப் போராட்டங்கள், மனித நம்பிக்கைகள், மனிதனின் வெற்றி தோல்விகள், மனித உன்னதங்கள், மனிதனின் அற்புதங்கள் இவையே கலை; இவையே இலக்கியம். மனித வாழ்க்கையின் ஒரு சின்னக் கூறுதான் காதல். இந்தப் புரிதலுடன் கூடிய தொலைக்காட்சியே இன்றைய தேவை.

எனக்குத் தமிழர்கள்மேல் நம்பிக்கை உண்டு. மாபெரும் சுதந்திரப் போராட்டத்தில் மகத்தான பங்காற்றியவர்கள் அவர்கள். முன்னேற்றத்துக்கான எந்த நல்ல முயற்சிகளுக்கும் அவர்கள் ஆதரவு தருவார்கள். காவிரி வற்றலாம். மனித நெஞ்சின் ஈரம் காய்வது இல்லை. எவ்வளவுதான் கால்பட்டுக் கசங்கினாலும் தினம்தினம் புற்கள் முளைக்கவே செய்கின்றன. பூக்கள் மலரவே செய்கின்றன. நம்பிக்கையோடு முயல்வோம். தமிழர் வாழ்வில் புதிய ஒளியைப் பாய்ச்சும் மாற்றம் வரும் என்று நம்புவோம்.

நம்பிக்கைதானே வாழ்க்கை.

ஆகையினால் காதல் செய்வோம்!

காதல் வசப்பட்ட என் நண்பர்களில் சிலர், தமிழ்நாட்டில் காதலிக்க இடம் இல்லை என்று சொல்வதைப் பலமுறை கேட்டிருக்கிறேன். கடற்கரையில் போலீஸ் தொல்லை; பரிதாபத்துக்குரிய சுண்டல் சிறுவர்களின் இடையறாத கெஞ்சல்கள்; சினிமா இருட்டில் பேச முடிவதில்லை; சௌகர்யமான பல ரெஸ்டாரண்ட்டுகளில் நுழையும் பொருளாதார யோக்யதை இல்லை. பொதுவிடங்களில் சஞ்சரிக்கலாம். எனினும் திருப்பாச்சி அரிவாள்களோடு திரிகிறார்களாம் தாய்மாமன்கள். அல்லது முறை மாப்பிள்ளைகள். அதேநேரம், நம் சினிமா கதாநாயகர்களும் நாயகிகளும் வெட்ட வெளியில் பத்துப் பதினோரு 'குட்டன்களோடும் குட்டிகளோடும்' ஆடிப்பாடி களிகூறுகிறார்களே எப்படி? பொய்தான்.

எந்தக் கிராமத்தில் இப்படிச் சந்தித்து ஆட்டம் போட முடியும்?

காதலின் நூறு அம்சங்களில் ஒன்றுதான் ஆட்டம் போடுவதும் பாடுவதும். மீதி தொண்ணூற்று ஒன்பது சதம், அது ஒரு மனவினை. அது இருவர் சம்பந்தப்பட்ட விஷயம் என்பதாலேயே, இது மனங்களின் அந்தரங்கம் என்பதாலேயே, காதலை நம் முன்னோர்கள் அகம் என்றார்கள். அகம் என்பது உள்.

காதலை நுட்பமும் ஆழமும் கூடிய உணர்வாகப் பார்த்தவர்கள் நாம். அதை மறைபொருள் என்று நினைத்தோம். மலரினும் மெல்லியது காமம் என்று நெறிப்படுத்தினோம். காமம் என்பது காதல்தான்.

ஒரு பெண்ணும் ஆணும் காதலிக்க அல்லது காதல் வழி நடத்த ஒரு மரத்தடி நிழலுக்கு வந்து சேர்கிறார்கள். அவள், அந்த மரத்தடி வேண்டாம் அங்கு போகலாம் என்று தூரத்தில் உள்ள மரநிழலைக் காட்டுகிறாள். ஏன், இந்த மரத்தடிக்கு என்ன குறைச்சல்? என்று ஆண்களுக்குரிய மூடமும் படபடப்புடனும் உசாவுகிறான் அவன். அவள் காரணம் சொல்லுகிறாள். "சின்ன வயசில் என் தோழிகளுடன் இங்குதான் புன்னைக்காய் வைத்து

விளையாடுவோம். ஒரு நாள் மாலை விளையாடும்போது அம்மா அழைக்கும் குரல் கேட்க, அவசரமாய்ப் புன்னைக் காய்களைத் திரட்டிக்கொண்டு வீட்டுக்கு ஓடினேன். அப்போது மண்ணிலேயே தங்கிப்போன ஒரு புன்னை, அன்றிரவு பெய்த மழையால் முளைத்துவிட்டது. அம்மா, எனக்கு ஊட்டும் பாலையும் தேனையும் புன்னைச் செடிக்கு ஊற்றினேன். புன்னை மரமாயிற்று. நானும் வளர்ந்தேன். நான் அடம் பிடிக்கும்போதெல்லாம் அம்மா, 'பார், உன் தங்கை, எவ்வளவு சமர்த்தாக இட்டதைக் குடித்து அமைதியாக இருக்கிறாள்' என்று புன்னையைக் காட்டிச் சொல்வாள். நான் இந்தப் புன்னையைத் தங்கையாகவே நினைத்து வந்தேன். அந்த மரநிழலில் காதலிக்க முடியுமா? தங்கையின் முன்னாலா காதலிப்பது?"

காதலையும் காதலர்களையும் அந்தரங்கத்தையும் மறை பொருளையும் அப்படிக் காப்பாற்றியவர்கள் நாம்.

புத்தகங்களுக்கென்று தனியான வாசனை உண்டு. அபூர்வமாக இருக்கும். முதலில் என்னிடம் வந்தவை, பள்ளிக்கூடப் புது புஸ்தகங்கள். அப்புறம், அப்பா வாங்கிப் படிக்கக் கொடுக்கும் தீபாவளி மலர்கள். காகிதம், மை, எல்லாம் சேர்ந்து மயக்கடிக்கும். மர்மமான வாசனையைத் தருவதாக இருக்கும். அழுக்குப்படாத காகிதங்களே அபூர்வமானவை. வைகறையும் நள்ளிரவும் எல்லா ஊர்களையும் அழகுபடுத்துவது மாதிரி, நானாக முதலில் வாங்கிப் படித்த புத்தகங்கள் துப்பறியும் நாவல்கள். மூன்று பக்கமும் சிவப்புச் சாயம் பூசின மேதாவி, சிரஞ்சீவி நாவல்கள். ஷெவர்லட் காரில் வந்து கொலை செய்யும் சோதாக்களும் சிகரெட் பிடித்துக் குறைந்த ஆடை அணிந்த வில்லிகளும் இவர்களைப் புலனாய்வுசெய்யும் துப்பறியும் சிங்கங்களும் மலிந்த உலகம். கடைசிக் கட்டத்தில் குற்றவாளி துப்பாக்கியை எடுத்துச் சுட, குண்டு உத்தேசித்த கதாநாயகியின்மேல் பாயாமல், வில்லிகள் மேல் தான் பாயும். தொடர்ந்து கல்கண்டும் துப்பறியும் சங்கர்லாலும். என் பதின்பருவக் (டீன்ஏஜ்) காலத்தில் என்னை மிகவும் தொந்தரவு செய்தவள் பூரணி. மறுபக்கம் பத்மினி. பூரணியோ நிலவைப் பிடித்து சிறு குறைகள் துடைத்துக் குறுமுறுவல் பதித்த முகத்தையுடைய பேரழகி. அவள் இதழ்கள் தின்பதற்கல்ல, தின்னப்படுவதற்கு. மறுபுறம் பத்மினியும் நானும் ஆற்றில் படகில் அமர்ந்து 'முல்லை மலர் மேலே மொய்க்கும் வண்டு போலே' என்று பாடியபடியே இரவைக் கழிப்போம். அப்புறம் பத்மினி, ராமச்சந்திரன் என்கிற டாக்டரைக் கல்யாணம் செய்துகொண்டு

அமெரிக்கா போனார். ஏனோ, ராமச்சந்திரன் என்கிற பெயரே எனக்குப் பிடிக்காமல் போய்விட்டது. அப்புறம், யமுனா. அவள் வாழ்ந்த துக்காம்பாளையத் தெரு வீட்டை நானும் பிரகாஷும் தேடிக் கண்டுபிடித்தோம். தெருவில் இருந்து உயர்ந்த, இருபுறமும் படியமைந்த யமுனாவின் வீடு. பாபுவும் நானும் யமுனாவைப் பார்க்க இங்குதான் போவோம்... கொஞ்சம் தெறிப்பான பேச்சும் அசட்டுத்தனமற்ற துளக்கமும் ஈர்க்கும். அதேசமயம் அதிகமும் ஈர்க்க வேண்டும் என்ற முன்யோசனை அற்ற உடல் மொழியையும் கொண்ட பெண்ணைச் சந்திக்கும் போதெல்லாம் உடனடியாகக் காதல் கடிதம் எழுதிக் கொடுத்த பருவம் அது. அப்பா, எனக்கு பிரான்சில் இருந்து வந்த 500 பக்க வழவழ கோடு போட்ட நோட்டுப் புத்தகம் ஒன்றைப் பரிசளித்திருந்தார். அதில் பாதிக்கு மேலாக, என் ஒன்பது பத்து வகுப்புக்குள் காதல் கடிதங்கள் எழுதித் தீர்த்து விட்டிருந்தேன்... காதல் வெற்றி பெற்றதா என்றா கேட்கிறீர்கள். இது காதலா என்ன? அவசம்.

*

தமிழில் ஆதி இலக்கியங்களில் சரிபாதிக்கு மேலாக அக இலக்கியங்கள் அல்லது காதல் இலக்கியங்கள் என்று பொதுவாக ஓர் உண்மையே போன்ற கருத்து வைக்கப்படுகிறது. அது முற்றிலும் சரி அன்று. அகம் என்பது காதல் அன்று. மனித விழுமியங்களில் ஒன்றாக ஆண்–பெண் உறவைச் சித்தரிக்கும் நாடக பாணிப் பாடல்கள் அவை. வாழ்க்கையையும் அல்லது யதார்த்தத்தையும் புனைவையும் இணைத்துச் செய்த கற்பனா லோகக் கதைகள் அவை. பெண், ஆண் – மன நுட்பங்களை, மனப் பரிமாணங்களை மண்ணின்மேல் வைத்துச் சொல்லிய பாடல்கள் சங்கக் கவிதைகள், மனித மனத்தை வடிவமைப்பதில் மண்ணுக்கும் இயற்கைச் சூழ்நிலைக்கும் உரிய இடத்தைச் சங்க இலக்கியம்போல வரையறுத்த பிறிது மொழி இலக்கியம் நான் கண்டதில்லை. மலை நிலத்திலும் காட்டிலும் ஆற்றங்கரை நாகரிகத்திலும் கடற்புரத்திலும் வன்பாலையிலும் வாழ நேர்ந்த மனிதர்களின் மன ரசாயனத்தில், அந்தந்த நிலத்து ஓசைகள் அல்லது இசைகள், கத்து பறவைகள், உண்ணும் உணவுகள் தட்பவெப்பங்கள் முதலானவற்றுக்கு உள்ள இடம் குறித்த பரிசீலனைகளும் அந்தந்தச் சூழ்நிலைகளில் ஆண்களும் பெண்களுமான மனிதர்கள் தங்கள் சுற்றுப்புறத்துக்கும் எந்தவிதமாக இசைவாகிறார்கள் என்கிற நுட்பமே அகம். நம் அக இலக்கியங்கள் காதல் அன்று, காதலை நோக்கிச் செல்லும் பயணம். அது மாத்திரம் அன்று. குறிஞ்சி

நிலப்பெண் ஒரு காதலி அல்லள். முல்லை நிலக் காதலன் தனி ஆண் அல்லன். மாறாக, இவர்கள் அந்நிலத்தின், சமூகத்தின் பிரதிநிதிகள். ஆண்-பெண் உறவில் நிகழும் 'நாடகங்கள்', அச்சமூகம் அம்மனிதர்களுக்குக் கற்றுத் தந்திருக்கும் நாகரிகம் மற்றும் பண்பாட்டு விழுமியங்களே ஆகும். வெறும் உடலுறவு அல்லவே காதல். உடல் இன்றியும் காதல் இல்லையே! விஷயம் என்னவெனில் பெண் மற்றும் ஆணின் விரல்கள் தீண்டுதலில், தீண்டுபவை விரல்கள் அல்ல. மாறாக ஒரு கலாச்சாரம், ஓர் இனத்தின் நாகரிகம் தன்னைத் தான் ஸ்பரிசித்துக் கொள்கிறது என்பதே பொருள். இந்த நாகரிகத்தைச் சொல்வதே தமிழ் அக இலக்கியங்கள்.

தமிழின் சங்க இலக்கியங்களை, அந்தக் காலத்துச் சமூக வளர்ச்சியோடேயே இனம் காண வேண்டும். பெண்ணின் உலகம், ஆணை நம்பியும் அவன் அன்பை எதிர்பார்த்தே இருந்தது என்பதையும் கூடிய புரிதலோடேயே அந்தப் பழைய இலக்கியத்தை அணுக வேண்டும். அவை உன்னதமானவை அல்ல. மாறாக, அந்தக் காலத்தை உண்மையாக, நாடகீயமாகச் சொல்பவை. அவ்வளவுதான். காதல் உலகத்தில் ஆண், ஒரு முதலாளியைப் போல, போலீஸ்காரனைப் போல நடந்து கொள்ளும் சந்தர்ப்பத்தில் காதல் துளிர்ப்பதில்லை. காதல் அந்த மனிதரின் விடுதலைக் கூர் உணர்வில் தோன்றும் இயற்கை விழைவு. நம் சமூகம் காதலைப் புரிந்துகொள்ளும் சமூகம் இல்லை. இந்திய ஜனத்தொகையில் பெரும்பான்மையோர் வன்புணர்ச்சியில் பிறந்தவர்கள். ஏனெனில், சகாவான பெண் சம்பந்தப்பட்டுத் தாயாவதில்லை. இந்தத் தேசத்தில் காதல் தொழிலில் சமபங்கு ஆற்றாத பெண், காதலியாகக் கருதப் படலாமோ எனில் மாட்டாள். மாறாக, அவள் சுரண்டப்படும் மற்றுமொரு தொழிலாளியே ஆவாள்.

*

காதல் நுட்பத்தை அவ்வையைப் போலவும், கபிலனைப் போலவும் மிக நுண்ணிய தளத்தில் சித்திரித்தவர் தி. ஜானகிராமன். அவருடைய அரிய கதைகளில் ஒன்று 'தவம்'. தமிழர்கள் கட்டாயம் படிக்க வேண்டிய இலக்கியத்தில் முக்கியமானது ஜானகிராமனுடையது.

கோவிந்தவன்னி, ஒரு பெரிய மிராசுதாரரிடம் வண்டியோட்டிக் கொண்டு வாழ்கிறவன். உடையார் (மிராசுதாரர்) தஞ்சாவூர் போகும்போது சொர்ணம்பாள் வீட்டில் தங்குவது வழக்கம்.

ஒருநாள் போகிறார்கள். "கோவிந்தவன்னி, முதன்முறையாகச் சொர்ணத்தைப் பார்க்கிறான். பணித்து மின்னல் அடிச்சாப்லே இருந்தது. தொன்னைப்பூ பூத்து ரெண்டு நாள் ஆனப்புறம் அந்த மஞ்சள் வெள்ளையாய்ப் போயிடுமே, அதுவும் காலை வெயில்லே, அதைப் பார்த்தா எப்படி இருக்கும். அந்த நிறம்... மனுஷப்பிறவி இவ்வளவு அழகா இருக்க முடியுமா... 'மறுநாள், சமையற்காரியுடன் பேச்சுக் கொடுத்து, சொர்ணம் ஒரு நாளைக்கு வாங்கும் சன்மானம் எவ்வளவு என்று தெரிந்து கொள்கிறான். இந்தப் பணத்தை இந்த முதலாளியிடம் மட்டும் அல்ல; இந்தத் தேசத்திலேயே பத்து வருஷம் உழைத்தாலும் அவன் சம்பாதிக்க முடியாது. 'அக்கரைச் சீமைக்கு' கப்பலேறிவிட்டான். பத்து வருஷம் மாடு உழைப்பு என்பார்களே, அதை வன்னி செய்தான். ஒருவேளைச் சாப்பாடு, ஒரு தேத்தண்ணீர், காசு காசாகச் சேர்த்தான். குண்டு, யுத்தம், உயிர்ப்பயம். இவற்றுக்கு நடுவே சொர்ணத்தின் தவம் மட்டுமே அவன் ஜீவனாக இருந்தது. பத்து வருஷங்களுக்குப் பிறகு ஊர் திரும்புகிறான். தஞ்சாவூர் போய்ச் சேர்கிறான். இனி ஜானகிராமன் வார்த்தைகளிலேயே சொல்வோம்.

இரும்பு கேட் திறந்திருக்கவே சரேலென்று உள்ளே நுழைந்தான்.

"யாரது?"

'அம்மா இருக்காங்களா?'

'இருக்காங்க'

வன்னி உள்ளே நுழைந்தான்.

'யாரு?'

'இன்னும் யார் இருக்காங்க?'

'வேறு ஒருத்தரும் இல்லை. ஏன்?'

'பார்க்கணும்'

'யார் ஐயா அது, பழகின குரலா இருக்கு'

'ஆமாம்'

'அட வன்னியரல்லே. ஆளே மாறிப் போயிட்டயே!' நடை விளக்கு குப்பென்று எரிந்தது.

'என்ன ஐயா, இதோ நிக்கிறேனே, தெரியல்லையா? கண்ணு தான் தெரியலே, காதுகூடவா கேக்கல்லே?'

'யாரு அம்மாவா?'

வன்னி பதறிவிட்டான். கண்ணை அகற்றிப் பார்த்தான். அவன் வாய் அடைத்துவிட்டது.

உடல் பச்சை பாய்ந்து கறுத்திருந்தது. ஆனால் தோள் பட்டையிலும் கன்னத்திலும் எலும்பு முட்டிற்று. தலை முக்கால் நரைத்துவிட்டது. வகிட்டுக் கோட்டில் வழுக்கை தொடங்கி அகன்றிருந்தது.

அந்த உடலில் சதையே மறைந்துவிட்டது.

'எங்கிருந்தையா வரே?'

'சிங்கப்பூரிலிருந்து'

'அங்கே எங்கையா போனே'

'உனக்காகத்தான்'

'எனக்காகவா?'

'ஆமாம். உனக்காகத்தான் போனேன். ஆனா உன்னை இப்படிப் பார்க்கணும்னு இல்லை. அன்னிக்குப் பார்த்த மாதிரி பார்க்கணும்னு போனேன். சமையல்காரி சொன்னா. அம்மா அறுநூறு எழுநூறு ஒரு நாளைக்குச் சம்பாதிக்கிறான்னா. கிளம்பிட்டேன். பத்து வருஷமா மலையை எண்ணிப் போடறாப்பலே சேர்த்தேன். குண்டு பீரங்கிக்கெல்லாம் அசையலே. தூங்கலே'

கடுதாசிக் கவரை எடுத்துப் பிரித்து ஏழெட்டு நூறுரூபாய் நோட்டுகளை வைத்தான்.

அந்த அழகுபோன ஜீவன், விக்கிப் போய் அவனைக் கண் கொட்டாமல் பார்த்துக் கொண்டு நின்றது.

'என்ன உடம்பு உனக்கு?'

'உடம்புக்கென்ன முப்பதுக்கப்பாலே வருஷம் பத்தாகக் கூட்டிக்கணும். அடுத்த ஆடிக்கு நூறு பிறந்திடும். நான் தாசி.

ஒரு வருஷம் எனக்குப் பத்து வருஷம்... தவம் கிடக்கிறதுக்கு முறை உண்டு. கண்டதுக்கெல்லாம் தவம் கிடந்தா மனசு தான் உடையும்.'

'இந்தா' என்று அவனைத் தழுவி முத்தமிட்டாள். பிறகு அவள் சொன்னாள்.

'இதையே பத்து வருஷத்துக்கு முன்னாடி கொடுத்திருந்தால் நீ படற சந்தோஷம் வேற. ஆனா, நான் இந்த மாதிரி நெறஞ்சி ஆனந்தப்பட்டதே கிடையாது... நான் ரொம்ப இளமையா,

ரொம்ப அழகா இருக்கிறாற்போல இருக்கு' என்று சொர்ணம் சொன்னாள்.

அவன் புறப்பட்டான் என்று முடிகிறது கதை. பட்டினத்தார், அருணகிரிநாதர் சொன்னதை தி.ஜானகிராமன் வேறு பாஷையில் சொன்னார். ஆனால் ஜானகிராமனிடம் காதல் இருக்கிறது. பெண் மேல் மரியாதை இருக்கிறது. வன்னி தவறு செய்துவிடவில்லை என்றே நான் நம்புகிறேன்.

*

காதல், அழகோடு இணைத்துப் பேசப்படுகையில் எனக்கு ஆச்சரியமாக இருக்கிறது. உண்மையில் அழகு என்பதே ஒன்றில்லை. அழகில்லாதது என்பதும் ஒன்று இல்லை. ஆரோக்கியமும் அறிவும் அன்புமே அழகுகள். அழகு, முப்பது நாள் முகத்தில் பூசும் களிம்பில் இல்லை. முகத்திலும் இல்லை. கண்ணுக்கு மை அழகு என்கிறார்கள். கண்ணுக்கு அழகு கண்ணோட்டம். எது இயல்பாக இருக்கிறதோ அது அழகு. எது இயல்புக்கு விரோதமாக இருக்கிறதோ அது ஆபாசம்.

அழகு பற்றி ஒரு ரஷ்ய எழுத்தாளன் அருமையான கதை ஒன்றைத் தந்திருக்கிறான்.

போர்க்களத்தில் பீரங்கியால் தாக்கப்பட்டு, ஒரு வீரனின் முகமே சிதைந்து போகிறது. 18 மாத சிகிச்சைக்குப் பிறகு அவன் உயிர் பெறுகிறான். அவன் முகமே அவனுக்கு அடையாளம் தெரியவில்லை. குரலும் மாறிவிடுகிறது. அவன் விடுமுறையில் தாய் தந்தையைப் பார்க்கப் போகிறான்.

கதவைத் தட்டுகிறான். கதவைத் திறந்த அம்மா, யாரப்பா நீ என்கிறாள். அவன் மகனின் நண்பன் என்கிறான் மகன். அன்று இரவு அங்கே தங்குகிறான். அம்மா அப்பாவிடம் அவர்களின் மகனின் வீரம் பற்றி அவனே எடுத்துரைக்கிறான். மறுநாள் திரும்பும் முன், அந்த மகனின் சினேகிதியைப் பற்றி விசாரிக்கிறான். ராணுவ முகாமுக்குத் திரும்புகிறான். அவன் தாயிடம் இருந்து கடிதம் வருகிறது. "மகனே, உன் நண்பன் ஒருவன் வந்திருந்தான். நம் வீட்டில் அவன் தங்கினான். எனக்கென்னவோ, வந்தவன் நீ தான் என்று தோன்றுகிறது. உண்மையை எழுது என்று எழுதி இருக்கிறாள் தாய். மகன் உண்மையை எழுதுகிறான். தாயும் அவன் சினேகிதியும் ராணுவ முகாமுக்கே வருகிறார்கள்.

'ஏண்டா என்னிடம் பொய் சொன்னே?'

'இந்தக் கோரமுகத்தை என்னாலேயே சகிக்க முடிவில்லையே. உனக்கு இது பிடிக்குமா?'

இப்போது தானடா உனக்காக நான் பெருமைப்படுகிறேன். என் மகன், தாயகத்துக்காகப் போராடிய வீரன் அல்லவா? அதுதானடா என் பெருமை'.

சினேகிதியைப் பார்த்து அவன் கேட்கிறான்.

'இப்போதும் இந்த முகத்தை நீ விரும்புவாயா?'

'மூடனே, இப்போதுதானடா நான் உன்னைக் காதலிக்கிறேன்.'

காதல் எங்கோ இருக்கிற பொருள் அல்ல. நம்மிடம்தான் இருக்கிறது. நாம் ஆணோ பெண்ணோ நமக்களிக்கப்பட்ட தொழிலைப் பரிபூரணமாகச் செய்வோமாயின், நாம் வீரர்கள், அறிஞர்கள், அழகர்கள், மொத்தமாக மக்கள். நாம்தான் காதலிக்கப்படுவோம். காதலிப்போம்.

நமக்குக் காதல் சித்திக்குமாக!

❖ ❖ ❖

பறவைகள் பாடாத பகல் பொழுது

குடும்பம் மனிதர்களுக்கு என்ன செய்கிறது? குடும்ப அமைப்பு மனிதர்களுக்குச் சிறகா அல்லது சிறையா? இந்தக் குடும்பம் என்னும் அமைப்பில் மனிதர்கள் தங்களைப் பொருத்திக் கொண்டிருப்பது, மகிழ்ச்சியாலா? அல்லது நிர்ப்பந்தத்தாலா? மனிதர்கள் விடுதலை போன்ற பெரிய லட்சியத்தை எல்லாம் பேசிக் கொண்டிருக்கிறார்களே, அது குடும்ப அமைப்பில் சாத்தியப்பட்டிருக்கிறதா, இனிமேல் படுமா என்பது போன்ற கேள்விகள் பல காலமாக எனக்குள் இருக்கின்றன.

ஓட்டம், தாண்டுதல், சடுகுடு, வாலிபால் என்று பல விளையாட்டுப் போட்டிகளில் பரிசு பெற்ற பெண் மற்றும் ஆண் வீரர்களுக்குப் பரிசுகள் அளிக்கும் வாய்ப்பு எனக்குக் கிடைத்திருக்கிறது. அந்த லட்சுமிகளும் ரீட்டாக்களும் பாத்திமாக்களும் என்ன ஆனார்கள். யாரோ ஒருத்தனுக்கு வாழ்க்கைப்பட்டுக் குழந்தைகள் பெற்று, 'தெரியுமோ, என் கையால வத்தக் குழம்பு பண்ணிப் போட்டாத்தான் என் வீட்டுக்காரருக்குப் பிடிக்கும்' என்று பக்கத்துவீட்டுப் பெண்களிடம் பெருமை கொள்கிறார்களாக இருக்கும். பையன்களும் தான் சம்பளம் கொழிக்கும் வேலையில் அமர்ந்து நிறைய வரதட்சணை வாங்கி அமெரிக்காவில் கணினி நிபுணர்களாகக் குப்பை கொட்டுகிறவர்களாக இருக்கும்.

மனித ஆற்றலின் புதைகுழியா குடும்பம்? நான் அறிந்த இளம் எழுத்தாளர் மிகுந்த நம்பிக்கை ஏற்படுத்தியவர், திடுமென எழுதுவதை நிறுத்திக் கொண்டார். என்ன சமாச்சாரம்? திருமணம் செய்து கொண்டார். சிந்திக்க நேர்ந்தால் ஏதாவது எழுதுகிறீர்களா என்கிற கேள்விக்கு முன்னால், வானத்தைப் பார்த்துக் கொண்டு 'நாவல் எழுதுகிறேன்' என்கிறார். இரண்டு மூன்று தொகுதிகள் போட்ட ஒரு நண்பர் அண்மைக்காலமாகவே தொலைந்து போனார் என்ன என்றால் குடும்பப் பிரச்சினை என்கிறார். குடும்பமே பிரச்சினையா, குடும்பத்துக்குள் ஏற்படும் பிரச்சினையா என்பதற்கு அவரிடம் பதில் இல்லை.

மானுட வாழ்வு அற்பமானதல்ல. அது கடுமையானது. அற்புதமானது. அது ஒரு கோப்பை அமுதம். அதை நாம் எப்படியும் அருந்தலாம். நின்றுகொண்டோ, அமர்ந்து கொண்டோ, ஆடிக்கொண்டோ அதை நாம் அருந்தலாம். அதற்கான சுதந்திரம் நமக்குண்டு. அருளப்பட்ட அந்த ஒரு கோப்பை அமுதத்தைச் சிந்தி தொலைத்துவிடக் கூடாது. ஏனெனில் அது மீண்டும் தரப்படுவதில்லை. நாம் அந்த அமுதத்தைச் சாக்கடையில் கொட்டுகிறோம். வாழ்க்கையை நாம் வாழ்வதில்லை; வதங்கி மடிகிறோம். நாம் பிழையாக வாழ்கிறோம். அதாவது நாம் பிழைக்கிறோம். பிழையான வாழ்க்கையே பிழைப்பு. வாழ்வதில்லை நாம்.

குடும்பம் என்பது என்ன? கணவன், மனைவி, குழந்தை அல்லது குழந்தைகள், பெற்றோர்கள் அனைவரும் சேர்ந்து வாழும் ஒரு கூரையின் கீழான வாழிடம். இந்த வாழிடத்தை நோக்கியே நம் கல்வி, தொழில் எல்லாம் வடிவமைக்கப்பட்டுள்ளன. நன்கு படித்து நல்ல உத்தியோகம் பெற்றால் சிவப்பான துணை கிடைக்கும். நிறைய வசதிகள் கிடைக்கும்; கல்யாணம் அப்புறம் குழந்தைகள். பொருளாதாரம் உங்களைச் சிதைக்கும். கடன் வாங்கிச் சமாளிப்பீர்கள். உங்கள் கனவுகளில் உங்களுக்கான உங்களுக்கே உரிமையான வீடு ஒன்று அடிக்கடி தோன்றி உங்களை அலைக்கழிக்கும். லோன் போட்டு வீடு கட்டுவீர்கள். குழந்தைகளின் கல்லூரிச் செலவு உங்களை தாக்கித் தடுமாற வைக்கும். அவர்களுக்கு, உங்களுக்குக் கட்டுப்படியான அளவில் திருமணம். பேரன், பேத்திகள் அவர்கள் பிரிந்து போனபின் கடன் வாங்கிக் கட்டிய வீட்டில் நீங்கள் தனிமை வாழ்க்கை வாழ்ந்து மரித்துப் போவீர்கள். என்ன ஆச்சர்யம்! வாழவே தொடங்காத பெண்களும் ஆண்களுமான நாம் எப்படி மரித்துப் போக முடியும்? ஆனால் முடிகிறது.

யோசித்துப் பார்க்கையில் நாம் நமக்கான வாழ்க்கையை வாழ்வதே இல்லை. குடும்பத்துக்காக வாழ்கிறோம். ஒரு நபர் அல்லது இரு நபர் சம்பாதித்து ஒரு முழுக் குடும்பத்தின் தேவையைப் பூர்த்தி செய்கிற விசித்திர வித்தையை நாம் பழகி இருக்கிறோம். கணவனுக்காக, மனைவிக்காக, குழந்தைக்காக, பெற்றோர்களுக்காக, உறவினர்களுக்காக. நட்புக்காக பள்ளி, கல்லூரி, வேலை செய்யும் நிறுவனம், காவல்துறை, நீதித் துறை, சட்ட விதிகளுக்குட்பட்டு அங்ஙனம் வாழ்கிறவர்களையே நாம் நல்ல குடும்பம் என்கிறோம். கல்யாணம் பண்ணாதவர்களுக்கு நாம் கல்யாணப் பத்திரிகைகூட வைப்பதில்லை. அவர்களை முழு

பிரபஞ்சன் ❖ 85

மனிதர்களாக நாம் ஏற்பதில்லை. தனி மனிதர்களுக்கு வாடகை வீடு தர யோசிக்கிறோம். தனியாக வாழும் ஆணைப் பிரம்மச்சாரி என்ற மதிப்புடன் ஏற்றுக் கொள்கிறோம். நாம் தனியாக வாழும் பெண்ணைச் சந்தேகத்துடன் நோக்குகிறோம். நாம் பெண்களின் தனி வாழ்க்கையை ஏற்பதில்லை. மனிதர்கள் இன்னொரு மாட்டுடன் நுகத்தடியில் பூட்டப்படவே பிறக்கிறார்களா என்ன?

மனிதர் என்ற சொல்லைக் காட்டிலும் மாண்புடைய வேறு ஒரு சொல்லை நான் கேட்டது இல்லை என்றார் மாக்சிம் கார்க்கி. அவர் சொன்ன மனிதர் என்பதில் சம்சாரி இல்லை. உடம்பு கனத்து, தொப்பை தள்ளி செட்டில் ஆவதற்காகப் புல்லையே பார்த்துக்கொண்டு ஓடும் குதிரைகளை அல்ல. படைப்பு மனம் மிகுந்த மனிதர்களையே அவர் சொல்கிறார். தன் லட்சியம், தன் தனித்துவம், சமூக உணர்வு, தனித்த பார்வை, மாற்று மொழியில் சொன்னால், நம்மை அவர் குமாஸ்தாக்கள் என்கிறார். வாழ்க்கையைச் சவாலாக அல்ல, தோழமையுடன் எதிர்கொண்டு வாழ்க்கை தரும் ரசங்களை அருந்தி, ஒரு கவிதை போல வாழ்வது வாழ்க்கை. பாறையைப் பிளப்பதற்கல்ல. பள்ளம் தோண்டி மீண்டும் அதை நிரப்பும் வெட்டி வேலை அல்ல வாழ்க்கை.

ஒரு கூரையின்கீழ், கண்ணுக்குத் தெரியாத கை, கால் விலங்குகளால் பிணைக்கப்பட்டுச் சுமார் அறுபது ஆண்டு காலம் காலைப் பலகாரமாக இட்லி, தோசைகளையே தின்னுகிற மனிதர்கள், மகத்தான – அதுகூட வேண்டாம் – வித்தியாசமான வாழ்க்கை வாழ்தல் எங்ஙனம் சாத்தியம்?

குடும்பம், குறிப்பாகப் பெண்களின் படைப்புத்திறனையே அழித்து விடுகிறது. குடும்பம் என்னும் அமைப்புக்குள் சிக்கிய ஆண்களில் சிலர் வெகுசிலர் தப்பித்துக் கரை ஏறினாலும் கூடப் பெண்கள் முடக்கப்படவே செய்கிறார்கள். பெண்களின் இறுதி லட்சியம் திருமணம் என்கிற சமூகம் நம்முடையது. அதை நோக்கியே அவர்கள் தயாரிக்கப்படுகிறார்கள். எத்தனை விஞ்ஞானிகள், எத்தனை விளையாட்டு வீரர்கள், எத்தனை படைப்பாளிகள், எத்தனை சிந்தனையாளர்கள், எத்தனை ஆதி மனிதர்கள் அடுப்படியில் வேகிறார்கள். இருட்டறையில் புசிக்கப்பட்டு உமிழப்படுகிறார்கள். எத்தனை பெரிய மானுட நஷ்டம் இது.

தொடக்கத்தில் பல ஆயிரம் வருடம் முன்பு, நாம் குழுவாக, குலமாகக் கூட்டம் கூட்டமாகத்தான் வாழ்ந்தோம்.

வேட்டையாடினோம். உண்டோம். உல்லாசம் கொண்டோம். பிறகு விவசாயம் கற்றோம். சொத்து சேர்ந்தது. சொத்து நமக்குப் பிறந்த வாரிசுக்கே போக வேண்டும் என்று நினைத்தோம். குடும்பம் என்ற அமைப்பைக் கண்டுபிடித்தோம். கற்பு, ஒழுக்கம் என்ற பலமான கதவுகளைச் செய்து பூட்டிக் கொண்டோம். என்ன கண்டோம்? தமிழ், இந்திய இலக்கியங்கள் எல்லாம் குடும்பப் பெருமை பேசுகின்றனவையே ஆகும். 'விட்டு விடுதலை ஆகி நிற்பாய் இந்தச் சிட்டுக் குருவியைப் போலே' என்று பாரதி வாக்கை மறந்துவிட்டோம். தனிமனித சுதந்திரத்தை மேலும் வளர்த்தெடுக்கும் தனிமனித ஆளுமையை மேலும் மரியாதை செய்யும் ஓர் அமைப்பை நாம் வாழும் காலத்துக்கேற்ப நாம் ஏன் தெரிவு செய்யக்கூடாது? உலக அழகுகளை உலகச் சுகங்களை வாரி மனசுக்குள் அடைத்துக்கொள்ளும் ஒரு வாழ் முறையை நாம் ஏன் கட்டமைக்கக் கூடாது? கணவன், மனைவி, குழந்தைகள், பெற்றோர், ஆசிரியர், மாணவர், காவல்துறை, பொது மனிதர்கள், நல்லொழுக்கம், தீயொழுக்கம் என்கிற முரண்கள் அற்ற இசைவான மானுடகுலத்துக்கு ஏற்ப நெகிழ்ந்து கொடுக்கும் விதிமுறைகளை மனிதர்களை முழுமைப்படுத்தும் ஓர் அமைப்பை நாம் ஏன் தெரிவு செய்துகொள்ளக் கூடாது?

ஒரு கதை. குமாரசாமி, வழக்கம் போல ஒரு நாள் காலை அலுவலகம் வருகிறார். அலுவலகம் விடுமுறை. அவரின் அடுத்த மேசையில் சுமார் நாற்பது ஆண்டுகளாக வேலை பார்த்த மோசஸ் முதல் நாள் இரவு இறந்துவிட்டது தெரிகிறது. அவர் மனம், தன் நண்பனின் வாழ்க்கை பற்றி அலசுகிறது. நண்பன் வீடு சென்று தன் இறுதி மரியாதையைத் தெரிவித்துக் கொள்கிறார். மதிய நேரம் அந்நேரத்து மனித வாழ்க்கையைக் காண நேர்கிறது. பள்ளிக்கூடத்து வாசலில் விற்கும் மாங்காய், நாவற்பழம், பூங்காவின் குளிர்ந்த பெஞ்ச், காக்கைகளும் குருவிகளும் பேசும் சப்தம், குழந்தைகளுக்கு மதியம் சோறூட்டும் தாய்மார்கள், காலை சாப்பாட்டுக் கேரியர்களுடன் திரும்பும் மனிதர்கள், எங்கிருந்தோ அவர் காதில் விழும் ஓர் இனிமையான பாட்டு, கல்லூரி விட்டுத் திரும்பும் யுவதிகள், சினிமா தியேட்டருக்கு முன் திரண்டு நிற்கும் மனிதர்கள், மாலை வருகையுடன் வரும் இனிய தென்றல், காப்பித்தூள் வறுபடும் இனிய மணம், தெரு பிளாட்பாரத்தில் விற்கப்படும் மனிதத் தேவைகள், பலூன்கள் விற்கும் மனிதர், வண்ணவண்ண ஐஸ் விற்கும் வியாபாரி, கிழங்கு விற்கும் கூடைக்காரி என உலகம் அழகாக விறுவிறுப்பாக இயங்குகிறது. குமாரசாமிக்கு ஏதோ ஞானம் பிறந்தாற்போல

இருக்கிறது. வாழ்க்கையின் ரம்மியங்களை இழந்து புழுத்த காகிதங்களுடன் நாற்பதாண்டு காலத்தைக் கழித்து விட்டதால் கழிவிரக்கம் தோன்றுகிறது குமாரசாமிக்கு.

மறுநாளே அலுவலக வேலையை ராஜினாமா செய்கிறார். தனக்குப் பிடித்த 10-5 வேலை இல்லாத புரூப் ரீடர் வேலையை ஏற்றுக் கொள்கிறார். இது என் 'குமாரசாமியின் பகல் பொழுது' என்னும் கதை. என் ஆசை, குமாரசாமி மட்டும் அல்ல குமாரிகளுக்கும் இது நேர வேண்டும் என்பதேயாகும்.

இன்னுமொரு காதல் கதை. பிரஞ்சுக் கதை.

வயது எண்பதைத் தொடும் தம்பதியர் அவர்கள். மக்கள் சஞ்சாரம் இல்லாத வனப்பகுதிக்கு வருகின்றனர். மேலே ஆகாயம், சுற்றிலும் நேசம் மிகுந்த இயற்கை. புதைந்து போன அந்த உணர்வு மேலோங்குகிறது. வாழ்நாள் முழுக்கப் பலப்பல சோதனைகள், அசந்தர்ப்பங்கள், தோல்விகள் மனச் சஞ்சலங்கள் என்று வாழ்ந்த அந்தத் தம்பதியர்க்குப் பல கதவுகள் திறந்து விட்டாற் போல இருந்தது. குடும்பத்தோடும் உறவுகளோடும் பங்கிட்டுக் கொண்டிருந்த தங்கள் சுயத்தை இப்போது மீட்டுக் கொள்கிறார்கள். வானத்தின் கீழே, கட்டற்ற அந்தப் பிரதேசத்தில் அவர்கள் காதலிக்கத் தொடங்குகிறார்கள். அடகு வைத்திருந்த தங்களைத் தாங்களே அடைந்து கொள்கிறார்கள். அப்போது போலீஸ் அங்கு வந்து அவர்களைக் கைது செய்கிறது. பொது இடத்தில் அவர்கள் ஆபாசமாக நடந்து கொண்டார்கள் என்று எண்பது வயதில் தலைக்குனிவு.

ஆசிரியன் நம்மைக் கேட்கிறான்?

ஏன் அல்லது எது அவர்களைத் தடைசெய்தது? ஏன் அவர்கள் இளமையைத் தொலைத்தார்கள்? எளிய மனிதர்களின் தோளில் பாஷைகளைத் தூக்கி வைத்தது எது? மனித வாழ்வில் தலையிட யாருக்கு உரிமை? மொத்தத்தில் அவர்கள் வாழாமல் போனார்கள்.

யோசிக்கலாம்.

இன்னும் கொஞ்சம் பேய்கள்

பேய் சமையல் செய்யுமா? செய்யும் என்றுதான் எனக்குத் தோன்றுகிறது. ஜெயங்கொண்டானுக்கும் தோன்றுகிறது. பேய்களின் உள்ளும் புறமுமான வாழ்க்கை பற்றி ஜெயங்கொண்டானுக்கு அத்துபடி. அவன் சொன்னதை நான் சொல்கிறேன்.

"போதுமான உணவு இல்லாமையால் பேய்கள் இளைத்துப் பனை மரங்களுக்குக் கையும் காலும் முளைத்ததுபோல இருந்தன. பேய்களின் வாய்களை குகை வாய்களை விடப் பெரிசு. அந்தக் குகைக்குள் எரியும் கொள்ளிக் கட்டைகள்போலக் கண்கள். பேய்களின் தொப்புள்களில் பாம்புகளும் உடும்புகளும் புற்றெனத் திளைத்துத் தங்குகின்றன. பேய்களின் உடம்பு முடிகள் பாம்புகள் போலத் தொங்குகின்றன. மூக்கின் உள்ளே ஆந்தைகளும் துரிஞ் சல்களும் உலவுகின்றன. மண்வெட்டி, கலப்பைகளைச் சேர்த்துக் கட்டினாற்போலப் பற்கள். உதடுகள் மார்பில் வந்து விழுகின்றன. மனிதர்களுக்கே குழந்தை இருக்கும்போது பேய்களுக்கு இருக்காதா என்ன? மூங்கில்களைக் கண்டால் அம்மா என்று நினைத்து ஓடுகின்றன அக்குழந்தைகள். ஒட்டகங்களைக் கண்டு தம் குழந்தைகள் என இடுப்பில் தூக்கி வைத்துக் கொள்ளும் பெண் பேய்கள். பசித்துக் கிடக்கும் பேய்கள், முதல் குலோத்துங்கன், கலிங்கத்தின்மேல் படையெடுத்துச் சென்றபோது, கலிங்க வீரர்களின் உடல்களைத் தின்னலாம் என்று நினைத்து அவனுடன் போர்க்களம் போகின்றன. அந்தக் களத்தில் செத்து விழுந்த வீரர்களின் மூளைச் சேற்றில் வழுக்கி விழுந்து கால் முடப்பட்டன, சில பேய்கள்; வீரர்களின் பற்களை நெல்லாகக் கொண்டு யானைத் தந்தத்தை உலக்கையாகக் கொண்டு உரலில் இட்டுக் குத்தும் போது உரலில் கைமாட்டி கை இழந்தன, சில பேய்கள்; போர்க்களத்து வீரர்களின் குடல்களைப் போட்டுச் சூப் வைக்கும்போது அல்லது கூழாக்கும்போது சூடான கூழ் தெறித்துக் கண் குருடானது, சில பேய்களுக்கு. கூழை ஆற வைக்காமல் பசி காரணமாக அப்படியே சாப்பிட்டதில் நாக்கு சுருண்டு வயிற்றுக்குள்ளே போய் ஊமையாகின, சில பேய்கள்.

வென்ற வீரர்கள் தோற்கடிக்கப்பட்ட வீரர்களைக் கண்டு சிரிக்கும் வெடிச்சிரிப்பில் செவிடாயின, சில பேய்கள்; இமயமலைக்குப் போய் இந்திரஜால வித்தை கற்றுவந்த பேய் ஒன்று காளியிடம் தன் வித்தையைக் காட்டுகின்றது.

பேய்களிலும் திருட்டுப் பேய் உண்டு. ஒரு பேய், ஒரு வீரனின், தலையை எடுத்து ஒரு இடத்தில் வைத்துவிட்டு குளித்து வந்து சாப்பிடலாம் என்று போய்த் திரும்பி வந்து பார்க்கையில் மற்றொரு பேய் அந்தத் தலையைத் தின்றுவிட்டது. பேய் நாட்டுச் சட்டப்படி திருட்டுப் பேயின் தலை வெட்டப்பட்டது. பேய்களுக்கு ஜோசியம் தெரியும். வாஸ்து தெரியுமா என்றால் தெரியாது. ஏன் எனில் பேய்களுக்கு வீடில்லை. மரத்துக்கு வாஸ்து இல்லை. ஆனால், பேய்களின் மத்தியிலும் பாலியல் வன்முறை உண்டு. குட்டை குட்டையான பெண் பூதங்களைப் பிடித்து வந்து, ஆண் பேய்கள் வன்புணர்ச்சி செய்ய, அதன் காரணமாகக் குட்டைப் பிசாசுகள் பிறந்து விடுகின்றன. அதனால் இனக்குழப்பம் நேர்ந்து விடுகிறது. சோழர்களிடம் துப்பறியும் படை இருந்தது. இன்றைய உளவுப் பிரிவு மாதிரி உளவுப் பிரிவில் பேய்கள் வேலை பார்த்தன. அரசியல்ரீதியாகப் பேய்கள் கூட்டணி சேர்ந்து அரசியல் செய்கின்றன. அரசர்கள் பேய்களுக்கு என்ன சம்பளம் கொடுப்பார்கள்? வாரத்துக்குப் பத்து மனிதத் தலைகளாக இருக்கும். பேய்கள் லஞ்சம் வாங்கின என்பதற்குப் போதுமான சாட்சியம் இல்லை.

பேய்களுக்குத் தமிழ் இலக்கணத்தில்தான் முதன்முதலில் இடம் கிடைத்தது. அதற்கு முன்னர் வாய்மொழிக் கதைகளில் பேய்கள் நிறைய இருந்தன. புனிதவதி எனும் காரைக்காலைச் சேர்ந்த கவிஞர், தன்னைப் பேயாக மாற்றும்படிச் சிவனிடம் வரம் பெற்றவர். அதீத ஆசையே பேய்த்தன்மை. சிவனிடம் புனிதவதி கொண்ட பெருவிருப்பமே பேயாகக் கருதப்பட்டது. காரைக்கால் பேய், தன் மூத்த திருப்பதிகங்களில் பேய்களின் சில இயல்புகளைச் சுவாரஸ்யமாகப் பாடுகிறார். அப்புறம் பரணி பாடியவர்கள், பெரிய வீரர் ஒருவரின் வீரச் சிறப்பைப் பாடுவதே பரணி எனும் இலக்கிய வகை. ஜெயங்கொண்டார் அதில் சிறந்தவர். நமது மன்னர்களில் பெரும்பாலோர் ஒன்று அந்தப்புரத்துப் பெண்களின் எண்ணிக்கையைப் பெருக்குவார்கள். அது சலித்துப் போனால், போர் தொடுத்தல் எனும் வன்முறையாளராக மாறுபவர்கள். கவிஞர்கள் அந்த மன்னர்களின் நீசத்தனத்தை வீரம் என்று கொண்டாடுவார்கள். புஷ் படையெடுத்தால் தப்பு. ராஜராஜன் படையெடுத்தால் சரியா? இரண்டுமே மனிதகுல விரோதம்தானே?

வாழ்க்கை என்கிற அபத்தத்தின் ஊடே சில அற்புதக் கணங்கள் தாம் வாழ்க்கையை வாழ்ந்து தீரச் சொல்லுகின்றன. அந்த அற்புதக் கணங்கள், சில கதைகளில் சில கவிதை வரிகளில் சில சினிமாக்களில் சில நாடகங்களில் நமக்குத் தரிசனம் தருகின்றன. இன்னும் கொஞ்சம் வாழ ஆசை ஏற்படுகின்றது. புதுமைப்பித்தனின் 'காஞ்சனை' இந்த ரகம் தான். இதைப் பற்றி அவரே அவருக்கே உரிய தொனியில் பேசியிருக்கிறார். காஞ்சனையைப் படித்த ரசிகர் ஒருவர் அவரிடம் வந்து உங்களுக்குப் பேய் பிசாசுகளில் நம்பிக்கை உண்டா? என்று கேட்கிறார். பேயும் பிசாசும் இல்லை என்றுதான் நம்புகிறேன். ஆனால் பயமாக இருக்கிறதே என்கிறார் பு.பி. ஒரு நண்பர் (க.நா.சு ?) ஜேம்ஸ் ஜாய்ஸ் மாதிரி எழுதியிருப்பதாக அவரைப் பற்றிச் சொன்னார். பு.பி சொல்கிறார். வார்த்தைகளை வைத்துக் கொண்டு வாசகர்களைப் பயம் காட்டுவது ரொம்ப லேசு என்பதைக் கண்டுகொண்டேன். சும்மா மிரட்டுகிறதுக்காக எழுதியது என்று அவரே சொன்னாலும் நாம் அதை நம்ப வேண்டிய அவசியம் இல்லை. பு.பி அந்த ரகம் அல்லர்.

கதையில் அவர் வீட்டு வாசலில், பெண் ஒருத்தி பிச்சை எடுக்கிறாள். அவன் மனைவி அந்தப் பெண்ணை வீட்டுக்குள் சேர்த்துக் கொண்டு வேலை கொடுக்க விரும்புகிறாள். அவர் மறுக்கிறார். மனைவியின் முடிவே முடிவாகிறது. அந்தப் பெண் தன்னைக் கடக்கும்போது அவள் பாதங்கள் பூமியில் பதியாதிருப்பதைக் கண்டு அவர் பயப்படுகிறார். இரவில் அறையில் நாற்றம் பரவுகிறது. அசாதாரண சூழ்நிலை நிலவுகிறது. வந்தவள், கர்ப்பிணி மனைவியை என்ன செய்யப் போகிறாளோ என்று அஞ்சி நடுங்குகிறார். எதிர்பார்த்தது போலவே, நள்ளிரவில் மனைவி அலறி விழிக்கிறாள். அவள் கழுத்தில் இரண்டு குண்டூசிகள் குத்திய ரத்தக்கசிவு. அதே நேரம் சேகண்டி ஒலிக்கிறது. தெருவில் அசாதாரணமான ஒருவன், அந்தப் பெண்ணை வெளியே வர அழைக்கிறான். அவருக்கு விபூதி தருகிறான். மனைவிக்கு ஒன்றும் ஆகாது என்கிறான். மறுநாள் மனைவி 'இந்த ஆம்பிள்ளைகளே இப்படித்தான்' என்கிறாள்.

பேயென்று அவர் கருதிய காஞ்சனை, உண்மையாகவே பேய் என்றே கதையை நகர்த்துகிறார் பு.பி. அதற்கான சூழ்நிலைகளை – துர்வாசனை, வவ்வால், தரையில் கால் பாவாமை, பேய்ச்சிரிப்பு இரவு, பத்திவாசனை, என்று சொல்லி வடிவமைக்கிறார். படிக்கச் சுவாரஸ்யம் தருவது பு.பி.க்கு அரிதான கலை அல்ல. கதையின் உள்பொருளை, மக்கள் புழங்கும் கதைகளின் இருந்தே அவர் எடுத்துக் கொண்டிருக்கிறார். அதை மீறி, கதையின் பரிணாமம்

பிரபஞ்சன் ❖ 91

விரியவில்லை. அவர் நோக்கம் வாசகரை மருட்டுவதுதான் என்றால், கதை வெற்றியே என்று சொல்ல வேண்டும்.

தமிழில் முக்கியமான எழுத்தாளரும் கலை இலக்கியச் சிந்தனையாளருமான சி.மோகன் இந்த ரகக் கதை ஒன்று எழுதி இருக்கிறார். ரகசிய வேட்கை என்பது கதையின் பெயர்.

அவள் பதிமூன்றாவது வயதில் பருவமடைந்தாள். பருவமடைந்த ஆறு ஏழு மாதங்களுக்குப் பிறகுதான், அந்த உருவம் அவளிடம் வந்தது. பயந்து பதறிப் போனாள். அவள் அம்மாவை நெருங்கிப் படுத்துக் கொண்டாள். பின் அது மீண்டும் வந்தது. அவள் மேல் படர்ந்தது. அவள் கத்தினாள். குரல் எழவில்லை. விலகி உதற எண்ணினாள். நகர முடியவில்லை. கடந்த பத்து வருடங்களில் வருடத்துக்குப் பத்து முறையாவது அது வந்து கொண்டிருந்தது. தற்கொலை செய்து கொள்ளக்கூட அவள் மனம் உருவெடுத்தது. தான் ஏன் சாக வேண்டும்? அதைக் கொன்று விட்டால் என்ன? அன்று அது வரும் என்கிற சமிக்ஞை வந்து சேர்ந்தது. அதுவரும் இரவுகளில் நாற்றம் ஒன்று வந்தது. அது வருகையும் நிகழ்ந்தது. அது அவள் மேல் ஆவேசத்தோடும் வேட்கையோடும் இயங்கியது. தொடக்கத்தின் சில அனுபவங்கள் அவளுக்கு அது அத்துமீறும் கொடுமை, வன்முறை பின்னர் அதுவே ரகசிய வேட்கை. இன்று தன் வசம் இழக்கக் கூடாது என்று தீர்மானத்தில் இருந்த அவள் தலையணையில் மறைத்து வைத்திருந்த கத்தியை எடுத்துச் சொருகுகிறாள். கணவனின் இடது மார்பில் கத்தி பாய்ந்திருந்தது.

புதுமைப்பித்தனின் அது, வெளியிலிருந்து வழக்கமாக வருவது. மோகனின் கதையில் வரும் அது வெளியிலிருந்தல்ல. அவளுடனே இருப்பது. அவள் பருவம் அடைந்த பிறகு வந்து சேர்ந்தது. அவள் சம்மதம் இன்றி, அவளை வன்முறைக்குள்ளாக்குவது அதனால் அவளை அவமானத்துக்குள்ளாக்குகிறது. அவளுக்குள்ளே வஞ்சகமாகவும் பகையாகவும் உருவாகும், அந்தச் சினம் அல்லது ரௌத்திரம் கத்தியால் நேர் எய்துகிறது. அவளின் ரௌத்ரத்தின் பரிமாணங்களே கதையின் மையம். 'பரிமாணங்களின்' ஒற்றை இழை அவளாகவும் இருக்கிறாள். ஒற்றை இழை அவளை ஆக்ரமித்த சக்திகளுக்கு எதிரானதாகவும் இருக்கிறது. அவள் பேசுவதில்லை. அவள் பேச்சு கேட்கப்படுவதில்லை. அவள் நீண்டும் உருண்டும் திரண்ட வெறும் முடிவு என்று பயன்படுத்தப்பட்டதற்கு எதிரான வீச்சு எனவும் கொள்ளலாம். காலம் காலமாகத் தொடரும் நிறைவேறாத ஆசை இருந்தும் செயல்படுத்த முடியாத வேட்கையாக இருந்தது அது. இக்கதை பழைய நாட்டு மரபில்

வந்தது அல்ல. முற்றிலும் புதியது. நவீன மனம் கொள்ளும் கோலம் இது. மிகவும் உருவ நேர்த்தியுடன் சேதாரம் இல்லாத வார்த்தைகளால் சொல்லப்பட்ட கதை.

அகிரா குரோசாவாவின் 'கனவுகள்' எனும் படம் மீண்டும் ஒருமுறை உலகத்தின் மகத்தான கலைஞர் அவர் என்பதை உரக்க நிறுவுகிறது. பல்வேறு காலகட்டங்களில் மனிதக் கனவுகள் காட்சிகளாக விரிகின்றன. அதில் ஒன்று நாம் பேசும் விஷயம் சார்ந்தது.

போர் முனையிலிருந்து வீடு திரும்புகிறான் ஒரு கமாண்டர். தோற்றுப் போன படைப்பிரிவின் தலைவன் அவன். அவன் தலைமை ஏற்று நடத்திய 3ஆம் படைப்பிரிவு முற்ற முழுக்கக் கொல்லப்பட்டது. அவன் கைது செய்யப்படுகிறான். எதிரியின் முகாமில் பெரும் சித்ரவதையை அனுபவிக்கிறான். பின் விடுதலை செய்யப்படுகிறான். வீடு திரும்பும் அவன் நடை, ஒவ்வொரு அடியிலும் அவன் வலியை இயலாமையை, தோல்வியை நமக்கு உணர்த்துகிறது. இருட்டும் நேரம் குகை வழியாக நடக்கிறான். யாரோ தன்னைப் பின் தொடர்வது தெரிகிறது. திரும்பி நிதானிக்கிறான். நடக்கிறான். குகை வழியில் ஓநாய்கள் கத்தும் சத்தம் அவனை அச்சம் கொள்ளச் செய்கிறது. நடக்கிறான். ஒரு சோல்ஜர் அவனை நோக்கி வந்து, ராணுவரீதியான வணக்கம் செலுத்தி கமாண்டரிடம் உரையாடுகிறான். முகம் வெண்மை, கண்கள் குவிந்திருக்கின்றன.

"கமாண்டர், என் சந்தேகத்தை நிவர்த்தி செய்யுங்கள். நான் எங்கள் வீட்டில் என் அம்மா செய்த கேக்கைச் சாப்பிட்டேனே, நன்றாக நினைவிலிருக்கிறதே, ஆனாலும் என்னைச் செத்துப் போனவனாக எல்லோரும் சொல்கிறார்களே'...

கமாண்டர் துயரத்துடன் சொல்கிறான் "அது உன் பிரேமை. என் கையில் சாய்ந்துதான், நீ மரணமடைந்தாய். நீ சுடப்பட்டதற்கும் பிரக்ஞை திரும்பியதற்கும் இடைப்பட்ட நேரத்தில் நீ கண்ட கனவு அது. அந்தக் கேக் கனவு. ஆனால், அதன்பிறகு நீ செத்துப் போனாய். என்பதுதான் உண்மை."

"ஆனால், என் அம்மா, சொன்னது?"

"அது பிரேமை, கனவு..."

படைவீரனான அந்த ஆவி சோர்ந்து போகிறது. இனி, அது எங்கு போகும்? கமாண்டர் சொன்னது பொய்யாக இருக்க முடியாது. வாழ்வது என்ற பெயரால் போராடியது அது. யுத்தங்களில்

பிரபஞ்சன் ❖ 93

தன் பணியை ஆற்றியது. அப்புறம் போரின் நியதிக்கேற்பக் கொல்லப்பட்டது. அதன்பின் அதன் நரம்புகளில் வாழ்ந்து தீராத ரத்தம் ஓடிக்கொண்டே இருக்கிறது, புதை குழிக்குள் தன்னைப் புதைத்துக் கொண்டு. அதன்பின் வாழ்வுக்குப் பின் மரணம் என்றால், மரணத்தின் பின்? என் வாழ்வு மனித வாழ்வு, வாழ்ந்து தீரும் முன்னே ஏன் பறிக்கப்பட வேண்டும். இதன் சூத்ரதாரி யார்? இன்னும் பலப்பல கேள்விகள். அந்தப் படை வீரனின் சோர்வு நம் முகத்தின் மீது வீசப்படுகிறது.

அந்தப் படைவீரனின் ஆவி இருளில் சென்று மறைந்தபின் ஒரு படைப்பிரிவே நடந்து அந்தக் கமாண்டர் முன் வந்து நின்று வணக்கம் செலுத்துகிறது.

"கமாண்டர், எங்களுக்கு இட்ட பணியை முடித்தோம். எங்களுக்கான அடுத்த கட்டளை என்ன?"

கமாண்டர் நிலைகுலைந்து போகிறான். செத்துப்போன அவன் படைப்பிரிவே எழுந்து வந்திருக்கிறது. கண்கள் நீர் கசிய மன்றாடும் தொனியில் அவன் பேசுகிறான். "புரிந்து கொள்ளுங்கள். உங்கள் படைப்பிரிவு, ஒருவர் பாக்கி இல்லாமல் அழிக்கப்பட்டுவிட்டது. என் அபத்தமான உத்தரவால்தான் நீங்கள் கொல்லப்பட்டீர்கள். என்னை நம்புங்கள் நானும் சாகத்தான் விரும்பினேன். துரதிஷ்டவசமாக நான் கைது செய்யப்பட்டேன். சொல்லொணாத சித்ரவதைகளை அனுபவித்தேன். நீங்கள் இறந்துவிட்டீர்கள். அமைதியடையுங்கள். உங்களுக்கான இடங்களுக்குத் திரும்பச் செல்லுங்கள். திரும்பச் செல்லுங்கள்.

ஒரு கமாண்டராகப் படைக்கு உத்தரவிடுகிறான் அவன். படை இருளில் கலந்து மறைகிறது. துயரம் தாங்காமல் அந்தக் கமாண்டர் தரையில் சரிகிறான்.

ஒரு செருப்பின் கதை

பிப்ரவரி மூன்றாம் தேதி எனது செருப்பு காணாமல் போய்விட்டது. நாலாம் தேதி புதுச்சேரியில் நடக்க இருந்த கருத்தரங்கம் ஒன்றுக்குப் புறப்பட்டுக் கொண்டிருந்தேன். புறப்படும் நேரத்தில்தான் செருப்பு காணாமல் போயிருந்ததைக் கண்டுபிடித்தேன். அப்போது மதியம் சுமார் இரண்டு மணி.

அந்தச் செருப்பு என்னிடம் இருந்ததே சுமார் இருபத்து நான்கு மணி நேரங்கள்தான். புத்தம் புதுச் செருப்பு. ராயப்பேட்டை மருத்துவமனைக்கு அருகில் இருக்கும் அந்தப் புகழ் பெற்ற பெரிய செருப்புக் கடையில் வாங்கியது. விலை ஒரு ரூபாய் குறைய அறுநூறு ரூபாய். வழக்கமான கருப்பு பழுப்பு நிறம் இல்லாத வித்தியாசமான வண்ணத்தில் இருந்தது அது. ஓநாயின் தோல் நிறம் போல கருப்பும் வெள்ளையும் மிடைந்த நிறம். ஏதோ அதன்மேல், ஞானிகளின் தலைக்குப் பின்னால் சுற்றும் சக்கரம் போல, பொன்னிறம் மின்னியதாக என் காட்சிப் புலனுக்குத் தோன்றியது. எனக்காகவே என் கால்களின் சௌகர்யம் மற்றும் சந்தோஷங்களுக்காகவே செய்யப்பட்டதாகக் கடையில் வேலை பார்த்த அந்த இளைஞன் கூறினான். விரைவில் அவன் ஒரு கடைக்கு முதலாளியாகும் வாக்சாலகம் அவனுக்கு இருக்கிறது என்று நினைத்துக்கொண்டு அவனை நான் வாழ்த்தவும் செய்தேன்.

இரண்டாம் தேதி மாலை காபியை மூன்று மணிக்கே சரவணபவனில் முடித்தேன். ராயப்பேட்டை மேம்பால நிழலில் காலாற நடக்கத் தொடங்கினேன். நல்ல காபிக்குப் பிறகு ஒரு 'கிங்ஸ்' சிகரெட்டுடன் நடக்கையில் மனம் விச்ராந்தியாக இருந்தது. பையில் சில ஆயிரங்கள் இருந்தன. நான் எதிர்பாராமல் வந்த பழைய பாக்கிப் பணம். உலகம் மிகவும் ரம்யமாக இருந்தது. பெண்கள் அதீத அழகாகக் காட்சியளித்தார்கள். ஆண்கள் அழுது வடிந்து கொண்டிருந்தார்கள். ஆட்டோக்கள் சோம்பலோடு ஓடிக் கொண்டிருந்தன. யாரோ ஒரு மெக்கானிக் சிறுவன், டீ கிளாசுகளுடன் நடந்து போனான்.

திடுமென என்முன், அந்தக் கடை தோன்றியது. கடைக்குள் கண்ணாடி வழியாக அழகிய செருப்பு அடுக்குகளைப் பார்க்க முடிந்தது. அவை கைதட்டி அழைக்கும் சத்தமும் எனக்குள் கேட்டது. கண்ணாடிக் கதவைத் தள்ளிக்கொண்டு உள்ளே நுழைந்தேன். செருப்புகள் பெரும்பாலும் கருப்பு நிறமாகவே இருக்க வேண்டிய அவசியம் என்ன? தெரியவில்லை. பார்த்துக் கொண்டே வந்ததில், அது ஒரு ஓரமாக அமைதியாக என்னைப் புன்சிரிப்பு தோன்றப் பார்த்தது. பெருங்கூட்டத்தில் நம்மைக் கவர்ந்திழுக்கும் ஏதோ ஒரு ஒற்றை முகம்போல, காலம் காலமாகப் பரிச்சயப்பட்ட ஜீவாந்திரத் துணையைப் போல அது இருந்தது. விலை ஒரு பொருட்டல்ல. எடுத்துக் கொண்டேன். பழசை அங்கேயே புறக்கணித்தேன். மெத்தென்று, குஷன் வைத்து பாதத்தை மயிலிறகால் வருடிக் கொடுப்பது போன்ற சுகம் தரும் அணியாக இருந்தது அது. வரிசையாக நிற்கிற ராஜகுமாரர்களில், தனக்கே பிடித்தவனுக்கு மாலை இட்ட இளவரசியின் சந்தோஷத்துடன் நடந்தேன்.

அப்போது மணி நான்கு.

கடைக்கும் எங்கள் குடியிருப்புக்கும் ஒரு பர்லாங் தூரம் தான். பின் மாலை ஏழு மணிபோல, மியூசிக் அகாடமி அருகில் இருக்கும் கேசட் விற்கும் கடைக்குச் சென்று ‘பழைய மேதைகள், வரிசையில் முசிறியும், பர்வீன் சுல்தானாவும், வைத்திருந்து இரவல் போய்த் திரும்பாத ராமனாதனும் வாங்கிக் கொண்டு திரும்பினேன். அப்போது அந்த அழகிய ஓநாய்த் தோல் அணியின் மேல் தான் நடந்தேன்.

மறுநாள், வெளியே போகும் வேலை இல்லை. மதியம் வரை இரண்டு நண்பர்கள், நான்கு ரசிகர்கள் ஆகியோருடன் உரையாடி இருந்தேன். புறப்படும்போது பார்த்தால் அது மட்டும் இல்லை. அதன் பக்கத்தில் வரிசையாக மூன்று ஷூக்கள் இருந்தன. வீட்டில் அணியும் அவாய் இருந்தது. அது மட்டும் இல்லை. எனக்குச் சம்பந்தம் இல்லாத, என்னுடையது அல்லாத ஒரு ஜோடி எருமைத் தோல் செருப்பு கிடந்தது. யாரோ ஒருத்தர் மாற்றிப் போட்டுக் கொண்டு போயிருக்கிறார். தெரியாமல் நடந்திருக்கும் அது. நடக்கும்போது தெரிந்திருக்கும். அப்போதாவது அவர் திரும்பி இருக்கலாம். வீட்டுக்குப் போனதும் தெரிந்திருக்கும். அவர் மனைவி சொல்லி இருக்கும். பழகிய காலேகூட சொல்லி இருக்கக்கூடும். அந்தப் பழைய எருமைத் தோல் செருப்பு, சொறி நாய் படுத்துக் கிடக்கிறாற்போல் என் வீட்டு வாசலில்

படுத்திருக்கிறது. தெரியாமல் போட்டுச் சென்ற அந்த இலக்கியம் தொடர்பான நண்பர், இன்றோடு பதின்மூன்று நாட்களாகியும் இன்னும் தெரியாமலேயே இருக்கிறாரா என்பது எனக்குத் தெரியவில்லை. தன்னை விரும்பாத ஒன்றைத் தான் விரும்பிக் கைப்பற்றி அல்லது கால்பற்றி அபகரித்தல் வன்முறை அல்லாமல் வேறு என்ன? இலக்கியத்தின் பெயரால் கோஷ்டி சேர்ப்பது, தூஷிப்பது, புறக்கணிப்பு நிகழ்த்துவது, அணி கட்டுவது எல்லாம் தான் இருக்கிறதே. இதுவுமா?

...செருப்புகளை நான் அலட்சியமாகப் பார்த்தது இல்லை. செருப்புகள் ஒரு மாநிலத்தில் சுதந்திர உணர்வைத் தட்டி எழுப்பியதை நான் வரலாற்றின் மூலம் அறிவேன். இந்தியாவின் பெரும்பகுதியை ஆங்கிலேயர் ஆண்டபோது புதுச்சேரியைப் பிரஞ்சுக்காரர்கள் ஆண்டார்கள். 19ஆம் நூற்றாண்டின் கடைசிப் பகுதியில் புதுச்சேரி வழக்கறிஞர் பொன்னுத்தம்பிப்பிள்ளை, கோட்டும் சூட்டும் அணிந்து காலில் ஷூக்கள் அணிந்து. நீதிமன்றத்துக்குள் பிரவேசித்தார். பிரஞ்சுக்கார நீதிபதிக்கு, இது அவமானத்தைத் தந்தது. அடிமை தேசத்தைச் சேர்ந்த ஒரு வழக்கறிஞர், தம்முன் செருப்புடன் வருவதாவது? அந்தச் செருப்பை நீதிமன்றத்துக்கு வெளியே போட்டுவிட்டு வரச்சொன்னார். ‘மற்ற பிரஞ்சு வழக்கறிஞர்கள் செருப்பணிந்து இருக்கிறார்களே?’ என்று பிள்ளை கேட்டார். ‘அவர்கள் எங்களவர்கள். உங்களைப் போன்ற எங்கள் அடிமைகளுக்கு அந்த உரிமை இல்லை’ என்றார் நீதிபதி. ‘நீதி மன்றத்துக்குள் நான் வழக்கறிஞனாக வந்திருக்கிறேனே அன்றி, நான் அடிமையா, சுதந்திரனா என்பது பிரச்சினை இல்லை’ என்றார் பிள்ளை. நீதிபதி பிள்ளையை ‘வெளியேறு’ என்றார். பேச்சு வளர்ந்தது. முடிவில், பிள்ளையை நீதிபதி தண்டித்துவிட்டார். வழக்கு பிரான்ஸ் தேசத்துப் பாரிசில் இருக்கும் நீதிமன்றத்துக்குச் சென்றது. இந்தியாவில் பிறந்த ஒரு ‘அடிமை’ பிரஞ்ச் சட்டத்தையும் வாழ்க்கை முறையையும் ஏற்றுத் தம்மை மாற்றிக் கொள்ளும் ‘ஞானம்’ கைவரப் பெற்றால், பிரஞ்சுக்காரருக்கு இருக்கும் உரிமைகள் கிடைக்கும் என்று பாரிசில் சட்டமே இயற்றப்பட்டது. அதன்படி பிள்ளை, பிரஞ்சு குடிமகனானார். காலில் செருப்பணிந்து நீதிமன்றம் சென்றார். பிரஞ்ச் நீதிபதி அவரைக் கைகுலுக்கி வரவேற்றார். ஒரு இந்திய அடிமை பிரஜை பாரிஸ் நீதிமன்றத்தையும் பாராளுமன்றத்தையும் தன் பக்கம் திருப்பி, புதிய சட்டத்தையே உண்டாக்கிய அந்த நிகழ்ச்சி, புதுச்சேரி மக்கள் மத்தியில் மாபெரும் சுதந்திர உணர்வை ஏற்படுத்தியது. புதுச்சேரி சுதந்திரம் 1954ஆம் ஆண்டு

கிடைத்தமைக்குப் பிள்ளையின் செருப்பும் முக்கியக் காரணம் என்பது. செருப்புகள் அறிந்த வரலாற்றுண்மை.

... செருப்புகள் பற்றி நாம் சிந்திக்கிறோமா என்றால் இல்லை. நம்முடன் இருந்து நம்முடன் கூடவே நடந்து, நம்மைச் சுமந்து, நம்மை அசுத்தங்களில் இருந்தும் வெயில் உஷ்ணத்திலிருந்தும் காப்பாற்றும் ஒரு பொருள் பற்றி நாம் சிந்திப்பது இல்லை. தொலைக்காட்சி நிகழ்ச்சி ஒன்றில் ஒரு கணவரைப் பார்த்து நிகழ்ச்சியாளர், 'உங்கள் மனைவியின் விருப்பம், ஒரு குறிப்பிட்ட விஷயத்தில் என்னவாக இருக்கிறது?' என்றார். 'அதுபற்றி நான் சிந்தித்தது இல்லை?" என்றார் கணவர். 'ஏன்' என்றதுக்கு, 'இதுக்கெல்லாம் நேரம் எங்கே இருக்கிறது' என்றார் கணவர். ஆனால், நம் தேச மனைவிமார்களுக்கோ சிந்திக்க கணவர்களைத் தவிர வேறு எதுவும் இல்லை.

செருப்புகளின் வாழ்க்கை மிகவும் பதற்றம் நிறைந்தது. உருவாகும்போதே தாங்கள் எந்தப் பாதத்தை வந்தடையப் போகிறோம் என்கிற பதற்றம் அவற்றுக்கு ஏற்பட்டு விடுகிறது. வீட்டுக்கு வெளியே விட்டுச் சென்றால், தங்களை யாராவது கடத்தி விடுவார்களோ என்கிற பதற்றம். தேயும்போது உடம்பிளைக்கும் பதற்றம். பழுது பார்ப்பவர் ஆணி அடிக்கும்போது பதற்றமும் வலியும். தூக்கி எறியும்போது புறக்கணிக்கப்படும் துரதிஷ்டம். அவை நமக்கு என்னென்ன தருகின்றன என்பதையும் நாம் யோசிக்க வேண்டும். முதலில் செருப்புகள் இல்லாத கால்களை நம்மால் கற்பனை செய்யவும் முடிவதில்லை. நம் சேகரிப்பில், செருப்புக்கு முக்கியம் இருக்கிறது. வசதியானவர்கள் வீடுகளில் ரகவாரியாகப் பல செருப்புகள் காணக் கிடைக்கின்றன. ஒரு செருப்புக் கடையே அவர்களிடம் இருப்பது மாதிரி தோன்றுகிறது. ஒரு தலைவரின் வீட்டில் அவரிடம் இருந்த காலணிகளை படம் எடுத்து, பிரச்சாரம் செய்து அவற்றை வாக்குச் சீட்டாக்கி இன்னொரு கட்சி வெற்றி பெற்றது. அண்மை வரலாறு பெரிய தீப்பெட்டி மாதிரி செருப்புகள் அணிந்து குழந்தைகள் பள்ளிக்கூடம் போவது ஓர் அழகான அழகு. பார்த்த மாத்திரத்தில் ஆண்–பெண் செருப்புகள் அடையாளம் விளங்க இருக்கின்றன. ஆண் செருப்புகள் எப்போதும் முறம் போன்றவை. பெண் செருப்புகள் பலவண்ணம், மென்மை, குழைவு, கலர்நேர்த்தி இவை போன்ற பல சிறப்புகள் கொண்டவை. ஆண் செருப்புகள் செய்யும் தொழிலாளிகள், பெண் செருப்புகள் செய்யும்போது மட்டும் கலைஞர்கள் ஆகிவிடுகிறார்கள். தமிழ்நாட்டில் செருப்புகள் செய்த காலணித் தொழிலாளர்கள் செம்மார் எனப்பட்டனர்.

காலுக்குச் செம்மை செய்பவர்கள் செம்மார்கள். தெலுங்கு நாயக்கமார்கள், தமிழ்நாடு வருகையில் தம்முடன் நூற்றுக்கணக்கான காலணித் தொழிலாளர்களையும் கொண்டு வந்தார்கள். புதிதாக அரசுக் கட்டடங்கள் எழும்போது காலணித் தொழிலாளியை நரபலி கொடுத்து அந்த உடலின் மேல் கட்டடம் எழுப்பும் வழக்கம் இருந்ததாகப் படித்திருக்கிறேன். பலி கொடுக்கப்படும் தொழிலாளிகள், சிறைக்குள் அடைக்கப்பட்டிருப்பார்கள். தேவைப்படும்போது களத்துக்கு அழைத்துச் செல்லப்படுவார்கள். மனித இனத்தைப் போன்ற குரூரமான வேறொரு இனம் இருக்க முடியுமா, என்ன? மன்னர்கள் காலத்தில் காலணித் தொழிலாளர்க்குத் தேவை அதிகம் இருந்தது. மன்னர்கள் இரண்டு காரியங்கள் மட்டும் செய்வார்கள். ஒன்று காதலிப்பார்கள் அல்லது போர் செய்வார்கள். போர் செய்யும் ஆயிரக்கணக்கான வீரர்களுக்குச் செருப்பு செய்ய வேண்டிய அவசரத் தேவைகள் தொடர்ந்து பல நூற்றாண்டுகள் இருந்தன.

மனிதர்கள் தாங்கள் எதை அதிகம் விரும்புகிறார்களோ அதையே தங்கள் வசையாக மாற்றுவார்கள். இது ஒரு மனத்தத்துவம். வசைகளுள் பெரும்பங்காக இருப்பது பெண்களின் உறுப்புகள். அதேபோல, இழி காரியங்களில் வன்முறைகளில் முதல்படி வகிப்பது 'செருப்பால் அடிப்பேன்' என்று கூறுதல். அடித்தலைக் காட்டிலும் அடிப்பதாகச் சொல்லுவது கூடுதல் குற்றம். இதன் அர்த்தம், மனிதனின் மிகக் கீழாக இருப்பதாகிய ஒரு பொருளால் தாம் தாக்கப்படுவது பெரும் இழிவு என்ற மனோபாவத்தால் ஆகும்.

கிரேசியா டெலடா என்னும் (பெண்) எழுத்தாளர், இத்தாலியைச் சேர்ந்தவர் 1926ஆம் ஆண்டு நோபல் பரிசு பெற்றவர். மனித வாழ்வில் அற விழுமியங்கள் பற்றி விதந்தோதிய நல்ல எழுத்தாளர். தால்ஸ்தாயின் சிந்தனை வகுப்பைச் சேர்ந்தவர் இவர் எழுதிய கதைகளுள் ஒன்று செருப்பு.

எலியா ஒரு கவி. ஆகவே வேலைக்குப் போவதில்லை. வீட்டில் வறுமை பிச்சுத் தின்றது. இந்த நிலையில், அவனுடைய பணக்காரச் சித்தப்பா மரணப் படுக்கையில் கிடப்பதாகத் தகவல் கிடைக்கிறது. அவரைப் பார்க்கப் புறப்படுகிறான். நடைதான். பழைய செருப்பு அறுந்துவிட்டது. நடக்கவே சிரமம்தான். ஒரு நடைபாதை ஓட்டலில் ஓய்வு கொள்கிறான். அங்குத் தங்கி இருந்த ஒரு பயணியின் புதுச் செருப்பு அவனைக் கவர்கிறது. திருடிக் கொண்டு நடக்கிறான். நடக்கையில் அவன் மனசாட்சி

அவனைக் குற்றம் சொல்கிறது. அதன் தொந்தரவு தாங்கமாட்டாமல் மீண்டும் பல மணி நேரம் நடந்து, அந்தப் பழைய விடுதிக்கே வந்து திருடிய செருப்பை வைத்துவிட்டு மீண்டும் நடக்கிறான். இதனால், ஒருநாள் தாமதமாகச் சித்தப்பா வீட்டுக்கு வருகிறான். அந்த மாலைதான் அவர் காலமாகியிருக்கிறார். தந்தி கொடுத்தும் வராத எலியாவுக்குத் தம் மேல் அன்பு இல்லை என்ற முடிவுக்கு வந்த சித்தப்பா தன் பெரும் பணத்தை அனாதை விடுதிக்கு எழுதி வைத்து விடுகிறார். அற்பச் செருப்புக்காக ஒரு நாளைச் செலவு செய்து பெரும் நன்மையைக் கெட்டுப் போக்கிக் கொள்கிறான் எலியா.

ஆக நண்பரே, தாங்கள் ஒரு பெரிய சொத்தை இழக்கக் கூடும். உங்கள் வாரிசுகள் இல்லாத சித்தப்பா, மாமா, அத்தை, யாராவது உங்கள் மேல் பெரும் சொத்தை எழுதிவைக்க இருக்கலாம். ஒரு எழுத்தாளனின் செருப்பைத் திருடிய காரணத்தால், பாவத்தால், உங்களுடைய பெரிய நன்மை உங்கள் வீட்டுக் கதவைத் தட்டாமல் போய்விடக்கூடும். எனக்குத் தெரியாமலேகூட, என் ஓநாய்த் தோல் செருப்பை என் வீட்டு வாசற்படியில் நீங்கள் வைத்துவிட்டுச் செல்லலாம். உங்களைக் கடவுள் ரட்சிப்பாராக...

இந்திய தேசத்தையே அதன் ஒரு பகுதியை செருப்பு ஆண்டிருக்கிறது. அயோத்தியின் சிம்மாசனத்தில் செருப்பு அமர்ந்து ஆண்டது. ராமனிடம் இருந்த உடைமைகள் மூன்று. ஒன்று சீதை, (உடைமையாகத்தான் ராமன் சீதையை ஆண்டான்) அடுத்தது அவன் கட்டிய வேட்டி. அதைக் கேட்டால் நன்றாக இருக்காது. ஆகவே பரதன் அவன் செருப்பைக் கேட்டான். இந்தியர்களுக்குச் செருப்புகளால் ஆளப்படும் அனுபவம் இரண்டாயிரம் ஆண்டுகளாகவே உண்டு.

தமிழ் இழப்பும் இருப்பும்

பற்பசையும் சோப்பும் தயாரிக்கும் சில பன்னாட்டு நிறுவனங்கள் தம் அண்மைத் தயாரிப்புகளில், மூலிகைகளைச் சேர்த்துப் புதுமை படைத்துள்ளன. பல உள்நாட்டு மூலிகைகளின் பட்டியலைச் சொல்லித் தங்கள் தயாரிப்புகளின் விசேஷத்தை ஊடகங்களில் உரத்துக் கூவுகின்றன. இதன் அர்த்தம் யாது? உள்நாட்டு மூலிகைப் பயன்களை இப்போதுதான் அவை கண்டுபிடித்தனவா என்ன? இல்லை, உண்மையில், ஒரு நாட்டின் தட்பவெப்பங்களில் விளையும் மூலிகைகளே, அந்த நாட்டு மக்களின் ஆரோக்கியத்தைக் காப்பாற்றும் வைத்தியர்கள் பொறுப்பை ஏற்கின்றன. இயற்கையின் விசேஷ குணம் இது. ஆங்கில ஆதிக்கம் அழித்த பல சுதேசிப் பயன்பாடுகளில் தமிழ் மருத்துவமும் ஒன்று. நகரில், ஆங்கிலப் பள்ளிகளுக்கு அடுத்தபடியாக முளைத்திருக்கும் தீமைகளில் ஒன்றான அலோபதி மருந்துக்கடைகள், இந்த உண்மைக்குச் சாட்சியம். எனினும் ஆங்கில ஆதிக்கம் இருந்த பூமியில் பன்னாட்டு ஆதிக்கம் நேர, அவற்றில் ஒன்றான இந்த வியாபார நிறுவனங்கள் திடுமெனத் தமிழ்நாட்டு மூலிகைகளைப் பயன்படுத்தும் காரணங்கள் என்ன? இரண்டு. ஒன்று வித்தியாசம் எதையேனும் செய்து, வியாபாரத்தை விருத்தி செய்வது. மற்றது, இயல்பாகவே தமிழர்களின் பார்வை தம் மண்ணை நோக்கித் திரும்பி இருப்பது.

இது, ஒரு சாதகமான நல்ல அம்சம். வேப்ப எண்ணெய்யைக் கொண்டும் துளசியைக் கொண்டும் சோப்புகள், பல மருந்துகளால் ஆன முகப்பூச்சுகள் எல்லாம் கடை விரித்திருக்கின்றன. அண்மையில் கல்லூரி மாணவிகள் கைத்தறிப் புடவைகளில் ஈடுபாடு காட்டியதுபோல இருபாலரும் சித்த. ஆயுர்வேத மருந்துப் பொடிகளில் ஆர்வம் கொள்கின்றனர். கல்வி தொடர்பாகத் தமிழ் மொழிக்கு நியாயமாக முதல் இடம் அளிக்கக் கோரும் இயக்கம் கனிந்து கொண்டிருக்கிறது. சுதேசிக் கலர் பவண்டோ போன்ற பானங்களின் இடத்தைப் பன்னாட்டு நிறுவனங்கள் பெரும் முயற்சியில் கைப்பற்றியிருக்கின்றன. தமிழர் பயன்படுத்தும்

பெரும்பாலான பொருட்களில், வாழ்க்கை முறையில், 'தமிழும்' இல்லை. தமிழ் மண்ணோடு, தமிழ்ப் பண்பாட்டோடு இணைந்த சாரம், தமிழர் வாழ்க்கையில் இல்லை. தமிழ்ப் பண்பாட்டுக்கூறுகள், பழக்கவழக்கங்கள், தமிழர் வாழ்வில் இல்லை.

சேர, சோழ, பாண்டிய மற்றும் வேளிர்களோடு, அவர்களின் குழுப் பெயர்களோடு இணைந்த சேரநாடு, சோழநாடு, பாண்டிய நாடு என்பன போன்ற பெயர்களாலும் தன் ஊர், தம் சாதிகளாலுமே, தமிழர் சிந்தனை குறுகி இருந்தது. தமிழ் அறிவாளர்களான புலவர்களே அன்று, இவற்றை இணைத்துத் 'தமிழகம்' என்றார்கள். தமிழ் என்பது மொழியோடு இணைந்த வெறும் சொல்லாக அர்த்தப்படுத்தப்படவில்லை. மாறாகத் தமிழ், அது பேசும் இனமான தமிழர், அவர் வாழ்ந்த இடமான தமிழ் மண் என்பதாகவே தமிழ் எனும் சொல், பொருள் கொண்டது. தமிழ் என்னும் சொல், இலக்கண இலக்கியத்தையும் அகப் பொருள் பண்பாட்டையும் குறித்தது. பண்பு அடிப்படையில் தமிழ் இனிமை, வீரம் என்று பல பொருள்களைக் கொண்டது. சங்க காலம் தொடங்கிப் பத்தாம் நூற்றாண்டு வரை, தமிழை முன்வைத்து, தமிழனைத் தமிழக மனிதனாக உருவகித்த செயற்பாடு, பத்தாம் நூற்றாண்டுக்குப் பின் சரிந்தது. ஆரிய சமஸ்கிருத ஊடுருவல், தமிழர் வாழ்வை, அதன் சத்தான பல பகுதிகளை மாற்றிப் போட்டது. தமிழர்கள் தமிழை விட்டு வெளியேற்றப்பட்ட முயற்சிகள் 3ஆம் நூற்றாண்டு தொடங்கி 700 ஆண்டுகள் நடந்து, 10ஆம் நூற்றாண்டில் வெற்றியைக் கண்டது.

தமிழர் வாழ்க்கையில் மிக முக்கியமான, தமிழர் கண்டுபிடிப்பான, தாம் வாழும் வாழிடங்களுக்குச் சுற்றுப்புறத் தாவரங்களின் பெயரையே சூட்டிக் கொள்ளும் அசலான தமிழ் பண்பாடு குலைக்கப்பட்டது. தில்லை மரங்கள் சூழ்ந்த ஊரைத் தில்லை என்றே அழைத்தனர் தமிழர். அது சிதம்பரம் ஆயிற்று. மயிலாடுதுறை மாயவரம் ஆயிற்று. பழைய மலை அல்லது பழமலை விருத்தாச்சலம் ஆயிற்று. குளம், தீர்த்தம் ஆயிற்று. இயற்கையோடு இரண்டறக் கலந்திருந்த தமிழ் வாழ்வு பிடுங்கப்பட்டு மதங்களோடு சேர்த்துக் கட்டப்பட்டது. தங்கள் நிலத்தோடு மரங்களோடு, பூக்களோடு வாழ்ந்த தமிழ் வாழ்க்கை, கோயிலோடு பிணைக்கப்பட்டது. ஓர் இன மக்களின் மண் சார்ந்த மனோபாவங்கள் அழிக்கப்படுகிறபோது, தமிழர்களின் மண்ணும் மண் சார்ந்த கலாச்சாரமும் அபகரிக்கப்பட்டு அவர்களின் வெற்றிடத்தில் மதம் திணிக்கப்பட்டது. அருண்மொழித் தேவன்,

ராஜராஜன் ஆன பிறகு அவன் ராஜரீகம் எத்தன்மைத்தாய் இருக்கும் என்பதில் வியப்படைய வேண்டியதில்லை.

வாழும் நிலம், தட்பவெப்பம் நீர், உணவு ஆதாரங்களே, பண்பாட்டைத் தகவமைக்கும் காரணங்கள். தமிழர்களின் இசை குறிஞ்சி, மருதம், முல்லை, நெய்தல், பாலை நிலங்களை, சூழலை ஆதாரமாகக் கொண்டது. அந்த நிலங்களின் பெயர்களிலேயே பண்கள், இசைக் கருவிகள் இருந்தன. தமிழர் சங்கீதத்தின் தோற்ற மூலமாக இருந்தது பழந்தமிழர் இசையின் ஆதி இசை, இது வைதிகம் வளர்ந்த காலத்துச் சமஸ்கிருத வடிவம் ஏற்றுப் பின்னர், தெலுங்கர் ஆட்சியில் தெலுங்கு பேசி வளர்ந்தது. இதில் கவனிக்கப்பட வேண்டியது கீர்த்தனைகளின் மொழி மாறியதேயன்றியும், இந்துஸ்தானி இசை கர்நாடக இசையோடு கொண்டும் கொடுத்தும் தன்னை ஸ்திரப்படுத்திக் கொண்டது. இந்துஸ்தானியே, கர்நாடக சங்கீதத்தின் குட்டி எனவும் ஆய்வாளர்கள் கூறியுள்ளார்கள். மேலும் வைதிகத்தை எதிர்த்துக் கடுமையாக ஐந்து, ஆறு நூற்றாண்டுகள் போர் செய்து தமிழ் மண்ணில் வேரூன்றிய பௌத்தம், சமணம் ஆகிய மதங்கள் சங்கீதத்தை, நாட்டியத்தை கூத்தைத் தத்தம் தத்துவ வழியில் நின்று புறக்கணித்தன. கடுமையான 'ஒழுக்க'மும் துறவும், உணவு முறையும் கொண்டிருந்த சமணம், ஓரளவு நெகிழ்வுற்ற பௌத்தம், இசையையும் கூத்தையும் தம் கையில் எடுத்திருக்குமேயானால், தமிழக வரலாறு மாறியிருக்கும். ஏழாம் நூற்றாண்டு தொடங்கி நடந்த பக்தி இயக்கமும் தோன்ற வழியற்றுப் போயிருக்கும். மற்றும் ஒரு முக்கிய சமூக நிகழ்வும் உண்டு. இசையை தம் வாழ்வாகக் கொண்டிருந்த பறையர், துடியர், பாணர்கள், பாடினிகள் சமூக வாழ்விலிருந்துமே விலக்கி வைக்கப்பட்டமை, தமிழர் பண்டைய இசையையும் விலக்கி வைக்கப்பட்டதாக ஆயிற்று... கோயில்கள் கலாச்சாரப் பிரதேசமாக ஆக்கப்பட்டுவிட்டபின், கோயிலுக்குள் பிரவேசம் மறுக்கப்பட்ட ஆதி தமிழர்களின் இசை எங்ஙனம் வளர்ச்சியுற முடியும்? இந்த விபரீதத்தின் இன்னொரு பக்கமே, தமிழக கோயில்களில் தமிழ் வழிபாடு, தமிழ்க் குடமுழுக்கு இல்லாமையும்.

தமிழர்களின் மண்ணும் இசையும் நிறம் மாறியபின் அவர்களின் இறைவர்கள் மாறினர். குன்றின் தலைவனாம் குறிஞ்சித் தலைவன், அழகையுடைய முருகன் 'ஸ்கந்தன்' ஆக்கப்பட்டான். ஏற்கெனவே அவனுக்குக் கல்யாணம் ஆகியிருந்தது. அவன் காதல் மனைவியின் பெயர் வள்ளி. வைதிகம், தங்கள் பங்களிப்பாகத் தேவயானையைத் திருமணம் செய்வித்தது அவனுக்கு. சிவப்பானவன் என்ற

பொருளில் சிவன் என்றழைக்கப்பட்ட இறைவன், முருகனுக்குத் தந்தையானான். பார்வதி என்பவள் மனைவியானாள். 'கதையல்ல நிஜம்' நிகழ்ச்சியில் பிரிந்தவர் கூடுவதுபோல, அன்றைக்கும் இந்தக் கதை நிஜமாயிற்றுபோலும். பாலைக் கடவுள் கொற்றவை இரு உருவம் எடுத்தாள். காளி என்றும் சிவன் மனைவி என்றும் ஆனாள். இப்படியாகத் தமிழர்கள் அறியாத கடவுளர் பெருகி, ஏறக்குறைய பாரதி காலத்து (1921) இந்திய ஜனத்தொகை அளவுக்குப் பல்கினர் – முப்பத்துமுக்கோடி.

வடவேங்கடமும் தென்குமரியும் இரு பக்கக் கடல்களும், தமிழ்நாட்டின் எல்லைகளாக ஒரு காலத்தில் இருந்தன. இன்றயை மலையாளமும் (மலைஞாலம்) கன்னடப் பெரும் பகுதியும் ஆந்திரப் பகுதியும் தமிழ்நாடேயாகும். எருமை நாடு, மகிஷாசுர நாடு ஆகி, மைசூர் ஆனது. காவிரி, தென்தமிழ்க் குமரி, காவிரியை இழந்தோம். பவானியை இழக்கப் போகிறோம். பவானியில் கேரளாவில் அணைகட்டுகிறார்கள் என்று செய்தி வருகிறது. மலைவளம் வீரப்ப அரசால் ஆளப்பட்டுத் தனித்தீவாகியிருக்கிறது. உதகையை உள்ளிட்ட மலைப்பகுதிகளில் பல பறவை இனங்கள், மர இனங்கள் அழிந்தே போயின. இன்றைய சென்னை நகரில் மட்டும் 19ஆம் நூற்றாண்டில் சுமார் நூறு ஏரிகள் இருந்தன. வள்ளுவர் கோட்டம் இருக்கும் பகுதிக்கு ஏரிக்கரை என்பதே பழைய பெயர். ஏரி அப்பால் ஏறிப்போன இடத்தை முப்பால் அறிஞரும் அறியார். தேவிகுளம், பீர்மேடு தமிழகத்துக்கு வேண்டும் என்று சிலர் சொன்னபோது, 'மேடாவது, குளமாவது' என்ற காமராசர் இப்போதிருந்தால் வருத்தப்படுவார்.

தமிழர், அகம், புறம் என்று வகுக்கப்பட்ட வாழ்வில் திளைத்தனர் என்பார்கள். அகம் புறம் என்பது காதலும் வீரமும் ஆகும். 24 மணிநேரமும் காதலிப்பது என்பது சாத்தியம் இல்லை. (சிட்டுக்குருவி மற்றும் அஸ்வகந்தி லேகியம் சாப்பிட்டாலும்கூட) அதே போல் 24 மணி நேரச் சண்டையும் ஆகாது. இடைப்பட்ட நேரத்தில் தமிழர் என்னதான் செய்தனர்? அரசர்கள் காலை நேரங்களில் தங்கள் அரியாசனத்தில் அமர்ந்து மக்களுக்குத் தரிசனம் தந்தார்கள். வழக்கு தீர்த்தார்கள். நெய்யோடு புலால் கலந்த அரிசிச் சாதம் சாப்பிட்டார்கள். பாணர்களுக்குப் பரிசு தந்தார்கள். பின்னர், தம் மார்பால் தம் உரிமை மகளிரைத் தழுவிக் கொண்டு ஓய்வு கொண்டார்கள். தீயோரைத் தண்டித்தார்கள். வீரர்களுக்குச் சௌகர்யம் செய்து கொடுத்தார்கள். சுற்றத்தை வறுமை இன்றி வாழ வைத்தார்கள். (உறையூர் முதுகண்ணன் சாத்தனார் பாட்டு – புறநானூறு)

அரச வாழ்க்கை இப்படியானது. புலவர்கள் குடும்பத்தில் வறுமை மிஞ்சியது. தொழிலாளர்கள் உழைத்தார்கள். உழைப்பவர்கள் இயற்கையாகவே சுரண்டப்பட்டார்கள். சங்க இலக்கியங்கள் காட்டும் வாழ்க்கைச் சித்திரங்கள், புனைவும், யதார்த்தமும் கூடியவை. கடும் யதார்த்தமும் மிகையும் உண்டு. பொதுவாக அவை மேட்டுக்குடி வாழ்க்கையைச் சித்தரித்தன. வாழ்வின் கீழ்மட்டத்தில் இருந்தவர்கள் இலக்கியத் தகுதி பெறாமல்தான் இருந்தார்கள்.

ஒன்று நிச்சயம்.

தமிழனின் வீரம், புறம் கொடாத் தன்மை, மானத்துக்காகப் போரிடல் இவை இன்றும் நீடிக்கும் தமிழ்ப் பண்புகள். தன்னிடம் இருப்பதைப் பங்கிட்டுக் கொடுத்தல் இன்னும் நீடிக்கும் தமிழ்க் குணம்.

பழந்தமிழர்கள் அரசர்கள், அந்தணர்கள் என்கிற பிராமணர்கள், போர் வீரர்கள், சேவகர்கள், அரசு சார்ந்த மேல், கீழ் உத்தியோகஸ்தர்கள், விவசாயிகள், நெசவாளர்கள், குயவர்கள், கிராம அதிகாரிகள், ஏவலர்கள், பஞ்சமர்கள், சண்டாளர்கள், என்று பிரிக்கப்பட்டு வாழ்ந்தார்கள். சோழச் சமுதாயம் இடங்கை, வலங்கை என்று சாதிப் பிரிவினையைக் கொண்டது. அரசனைச் சார்ந்தோர் மட்டுமே (இன்றைய ஐ.ஏ.ஏஸ் மேல் அதிகாரிகள், கார்பரேட் தலைவர்கள்) நல்ல, சுகமான வாழ்க்கை நடத்தினர். கல்வி பொது வாய்ப்பாகச் சங்க காலத்துக்குப்பின் இல்லை. பெண்கள், எக்காலத்திலும் உயர் தரத்தில், மனித மரியாதைகளுடன் இருந்ததாகச் செய்தி இல்லை. பழைய தமிழ்ச் சமுதாயம் ஆண் சமுதாயமே. பரத்தையர், விலைமகளிர் உண்டு என்பதால் விபசாரத்தைப் பேணிய சமுதாயம் உயர் சமுதாயமாக இருக்க முடியுமா என்ன? நிலத்தை ஐவகையாகப் பிரித்த தமிழர்கள் காலத்தையும் மிக நுட்பமாகப் பிரித்தார்கள். பெரும் பொழுது என்ற பகுப்பில் கார், கூதிர், முன்பனி, பின்பனி, இளவேனில் முதுவேனில் அடங்குவன. காட்டை அழித்து, நீர் நிலைகளையும் அழித்தபின், காலங்கள் குழம்பின. இன்றைய தமிழனுக்குப் பெரும் பொழுது இல்லை. காலை நண்பகல் ஏற்பாடு, மாலை, யாமம், வைகறை என்ற சிறு பொழுதின் வகை 10–5 உத்தியோக வாழ்வில் குழம்பித்தான் போகும். இல்லறம் நல்லறம் ‘பிரேமானந்த’ வாழ்க்கை விலக்கு. விதிவிலக்கிற்கும் கடவுள் நம்பிக்கை உண்டு. ‘ஐயப்போ’ மற்றும் ஆதிபராசக்திச் சிவப்பு இல்லை. அன்றைய திருமணம் இன்றைய சீர்திருத்த மணம் மாதிரிதான் இருந்தது.

மாமுது பார்ப்பான் மறைவழி காட்டும் நிலமை சிலம்பு காலத்தில் வந்தது. பெண்கள் கற்பு வலியுறுத்தப்பட்டது. கவனிக்கவும் பெண்கள் கற்பு மட்டும் தான். கணவன் பிரிந்து தாசி வீட்டுக்குப் போனால் பெண்களுக்குக் கோபம் வராது. ஊடல்தான் வரலாம்.

கணவனை இழந்த பெண், உடன்கட்டை ஏறினாள். பல சமயம், கைம்மை நோன்பு நோற்றாள். தலையை மழிக்கும் பழக்கம் தமிழருடையது.

வரி, கொஞ்சம் கூடுதல்தான். மன்னர்களின் அந்தப்புர ஜனத்தொகை கூடினால், வரியும் கூடியது.

பொதுவாக 'உயர்' மக்கள் அரிசிச் சோறு (புழுங்கல் அரிசி) உண்டனர். வரகும் சாமையும் உண்டதுண்டு. கடுகு தாளித்து, மிளகு, புளி, உப்பு சேர்த்துச் சமைத்தார்கள். பாண்டியன் நெடுஞ் செழியனுக்கு மிளகாய் பஜ்ஜி தெரியாது. மிளகாய் அன்று இல்லை. புளிப்புக்கு மாங்காய், நாவல்பழம் பயன்பட்டன. ஊறுகாய் இருந்தது. வாழை, பலா, மாங்காய் நுங்கு. இளநீர், சோம்பு, வள்ளிக்கிழங்கு போன்றவையும் இருந்தன. எல்லாச் சாதியாரும் பார்ப்பாரும் இறைச்சி உண்டார்கள். குடிக்கும் நல்ல பழக்கம் (பிராந்தி, விஸ்கி கிடைப்பதில்லை) தமிழரின் சுகப்பழக்கம். தேள், மற்றும் பாம்பு விஷம்போல போதை ஏற வேண்டும் என்று ஆசைப்பட்டார்கள். ஆண்கள் (உயர்குடி) வேட்டியும் மேலாடையும் அணிந்தார்கள். அரச ஊழியர் மட்டுமே சட்டை அணிந்தார்கள். பெண்கள் கீழே புடவை மட்டும் கட்டினர். மார்புகளை மறைக்கும் பழக்கம் இல்லை. நகரங்களில் மாடி வீடுகள் இருந்தன. கிராமங்களில் பெரும்பாலும் குடிசைகள் தான். பெண்கள் பந்து விளையாட்டிலும் பல்லாங்குழியிலும் நேரம் போக்கினர். (அரச காலத்தில் டி.வி இல்லை. அழ வேண்டிய அவசியம் இல்லாமல் இருந்தது) எனவே, விளையாட நேரமிருந்தது. கூத்துகள் நடந்தன. ராஜாக்கள் மேட்டுக் குடிகள் கலைகள் வேறு, மக்கள் கலைகள் வேறு.

திரும்பிப் பார்த்ததுபோதும் கொஞ்சம் முன்னால் பார்க்கலாம். தமிழன் என்ற அடையாளம் அழிந்து கொண்டிருக்கும் இந்த வேளையிலும், மேலும் அது முற்றும் அழிந்துவிடாமல் காப்பாற்றப்பட்டாக வேண்டும். சில கேள்விகள் நமக்கு உதவ முடியும். தமிழனை இனம் காட்டுவது எது? இரண்டாயிரம் ஆண்டுகாலத் தொடர்ச்சியாக வரும் தமிழ்ப் பண்பாட்டின் இன்னும் இருக்கும் மிச்சம் எது? அது இன்னும் செழிப்பாகப் போஷிக்கப்பட மேற்கொள்ளப்பட வேண்டிய குறைந்தபட்ச

செயல்திட்டம் என்ன? சிறப்புற உருவாகி வரும் தலித், பெண்கள் இயக்கங்களை இந்த மீள் செப்பத்தில் இணைத்துக் கொள்வது எப்படி?

வைதிகத்திலிருந்து முற்றாகத் துண்டுபடுத்திக் கொள்ளும் தமிழ் முயற்சிகள் ஊக்குவிக்கப்பட வேண்டும். ஓரளவு சமய, சாதி சாராத பொது இலக்கியமாகத் தமிழ்ச் சமூகம் ஏற்றுக் கொண்ட திருக்குறளுக்கு இந்த முன் நகர்த்தலில் இருக்கும் பங்கு என்ன? சிலப்பதிகாரக் கண்ணகியிடம் இந்தவிதச் சிந்தனைக்குத் தர ஏதும் இருக்குமா? 'பீடன்று' என்ற சொல்லும் கவுந்திக்கு அவள் அருளிய பொதுச் சொற்களும் அவையில் அவள் நிகழ்த்திய உரையும் இக்கண்ணோட்டத்தில் என்ன பயன் தரும்? சங்க இலக்கியங்களின் ஊடாகப் பெறக் கூடிய தமிழ்ப் பொதுப்பண்புகள் என்ன? இருபதாம் நூற்றாண்டு தொடங்கி பின்னோக்கி எழுதப்பட வேண்டிய தமிழ், தமிழின் மக்கள் வரலாற்று நூல்களின் தேவை யோசிக்கப்பட வேண்டும். பிராந்திய, மாவட்ட வரலாறுகள் எழுதப்பட்டவை தொகுக்கப்பட வேண்டும். இரண்டாயிரம் ஆண்டுகளில் வைதிகம், சாதி, வர்க்கம் ஆகியவற்றின்மேல் எடுக்கப்பட்ட போராட்டங்களின் எழுச்சிகளின் வரலாறுகள் தொகுக்கப்பட வேண்டும். வாய்மொழி வரலாறுகள், நாட்டுப்புறக் கதைகள், பாடல்கள் இந்த வரலாற்றில் பெரும் பங்கு எடுக்க முடியும் என்பது உணரப்பட வேண்டும். தமிழ் இசைத் துறையில், தஞ்சை ஆபிரகாம் பண்டிதர், விபுலானந்தர், தமிழிசை மூவர்கள் முதலான மாற்றுச் சிந்தனைகள் தொகுக்கப்பட வேண்டும். தமிழ் நாடக, கூத்துகளின் அசல் வடிவம் கண்டு தேற வேண்டும். உலகத்தின் சகல அறிவுத் துறைகளின், கலை இலக்கியங்களின் உச்சங்கள் தமிழுக்குக் கொண்டு வரப்பட வேண்டும். தமிழின் அற்புதப் பங்களிப்புகள் மேலை மொழிகளில் கொண்டு செல்லப்பட வேண்டும். அனைத்துக்கும் மேலாக, உடனடியாகச் செய்யத் தக்கது, தொடக்கக்கல்வி, மேல்நிலைக் கல்வி, ஆய்வுக் கல்வி, அறிவியல் தொழில்நுட்பக் கல்வி ஆகியவற்றில் தமிழ் முழுப் பங்கு வகிக்குமாறு செய்யப்பட வேண்டும். கல்வி, மத்திய அரசின் பட்டியலில் இருந்து முழுமையாக, தமிழ்நாட்டு அதிகாரத்துக்கு உட்பட வேண்டும். தமிழகத்துக்குத் தமிழ் அரசிடம் இருந்தும், எந்த அரசுத் துறையிலிருந்தும் வரும் அறிக்கைகள், தமிழில் இருந்தாக வேண்டும். தமிழக நீதிமன்றத்தில், தமிழ் வழக்கறிஞர்கள், தமிழ் நீதிபதிகள், தமிழ் வாதி பிரதிவாதிகளிடம் தமிழில் பேச ஆணையிடும் வழிவகை காணப்பட வேண்டும்.

இவை அனைத்துமே, பல்வேறு காலமாகத் தனி மனிதர்களாலும் அமைப்புகளாலும் செய்யப்பட்டுக் கொண்டுதான் இருக்கின்றன. எனினும் இவை தொகுக்கப்படவில்லை. இவை சரியாக விமர்சிக்கப்பட்டு ஆவணப்படுத்தப்படவில்லை.

வைதிகம், உயர்சாதி, மேல்வர்க்கக் குணாம்சங்கள் கொண்டவர்களே தமிழுக்கும் தமிழ் இனத்துக்கும் விரோதிகளாக இருக்கிறார்கள். பதவி அரசியல், தமிழனைக் காட்டிக் கொடுத்துக் கொண்டிருக்கிறது. பன்னாட்டு மூலதனங்களின் தரகர்களுக்குத் தமிழ் அடையாளம் பிடிக்காது. தமிழ், தமிழின விரோதிகள் தமிழகத்துக்கு வெளியில் மட்டும் அல்ல. தமிழ்நாட்டுக்குள்ளும் வாழ்ந்து கொண்டிருக்கிறார்கள். இவர்களில் பலர், தமிழ் தமிழ்நாட்டு அரசியல் பண்பாட்டுத் தலைவர்களாகவும் இருக்கிறார்கள். இதில் சிலர் மடங்களின் தலைவர்கள்.

இருளாண்டி என்னும் நண்பன்

அரண்மனையின் பின்பக்க வாயிலைத் தொட்டுக் கொண்டு போகும் நகரத்தின் பிரதான தெருவான ஐயன்கடைத் தெரு நடுவில், ஒரு பழைய வீட்டின் மாடியில் தங்கியிருந்தோம். விடிந்தும் விடியாத காலை நேரம், துவைக்காத கூறை வேட்டியின் பழுப்பு நிற வண்ணத்தில் விடிந்து கொண்டிருந்தது. நான் எழுந்து முகம் கழுவிக்கொண்டு புறப்படத் தயாராகிக் கொண்டிருந்தேன். லட்சுமி நரசுவையர் காபி ஹோட்டலில், அந்தத் தளிர்க் காலை நேரத்துத் தஞ்சாவூர் டிகிரி காபி குடிப்பது, மனித ஜென்மம் எடுத்த பயன்களில் பிரதானமான ஒன்று. டிகிரி காபி குடித்துவிட்டு – குடித்து என்று சொல்லக்கூடாது அருந்திவிட்டு–காலாற சிவகெங்கைத் தோட்டம் வரை நடப்பது என் நித்திய வழக்கம். வைகறையை அப்படித்தான் கௌரவிக்க வேண்டும் என்பது என் எண்ணம். சட்டையில் பொத்தான்களைப் போட்டபடி செருப்பில் கால் நுழைக்கும்போது கதவு தட்டப்பட்டது. திறந்தேன்.

இருளாண்டி

எங்கள் இருவருக்கும் பொதுவான நண்பர் மூலம், அவர் வருகையை நான் அறிந்து, அவரை எதிர்பார்த்துத்தான் இருந்தேன். எங்களுடன் தங்கிப் படிக்க வந்திருந்தார். திறந்த கதவின் வழியாக, காலையையும் அழைத்துக்கொண்டு, ஒரு சிறிய தோல்பையுடன் அவர் நுழைந்தார்.

“வெளியே போறீங்களா அண்ணே?” என்றார்.

“வாருங்களேன், காபி சாப்பிட்டுத் திரும்புவோம்” என்றழைத்தேன்.

“இதோ, ஒரு நிமிஷம்”

அவர் முகம் கழுவிக் கொண்டு திரும்பினார். பையிலிருந்து லாக்டோ காலமின் களிம்பை எடுத்து முகத்தில் பூசிக் கொண்டார். மாநிறமான அவர் முகத்தில் ரோஜா மொட்டுகள்போல அந்த நிறக்களிம்பு தோன்றியது. அவற்றைச் சமச்சீராகப் பூசிக் கொண்டார். அதன்பின், வட்ட டப்பியில் இருந்த அதே ரோஜா வண்ணப்பவுடரை எடுத்து முகத்தில் மெழுகிக் கொண்டார். “சும்மா கீழே போய்க் காபி சாப்பிட்டுத் திரும்பத்தானே போகிறோம்”

என்று நான் சொன்னதற்கு, "இருக்கட்டும் அண்ணே" என்றபடி, முக அலங்காரம் முடித்து, ஒற்றை ரூபாய் நாணய அளவே ஆன குப்பியில் இருந்து இளங்கருப்பு நிற அத்தரை எடுத்து இரண்டு தோள்களுக்குக் கீழேயும் பூசிக் கொண்டார். வேட்டியைப் புரளப்புரளக் கட்டிக் கொண்டு இறங்கினார். ஒரு சுட்டு விரல் நீளமேயான சீப்பை எங்கிருந்தோ எடுத்துத் தலையைச் சீவிக் கொண்டார்.

"காட்டுற முகத்தை அழகா காட்டுவோம்ணே..."

*

இருளாண்டி, மதுரைச் சின்னமனூர்க்காரர். திண்டுக்கல்லில் தமிழ் படித்து, பாசாகியோ பெயிலாகியோ தஞ்சாவூருக்கு வந்திருந்தார். ஐயன்கடைத் தெருவுக்கே உள்ள வாசனையை நுணுக்கமாகக் கண்டுபிடித்தவர், இருளாண்டி! மனிதர்கள் வாசனைகளால் ஆனவர்கள். எல்லா ஆண் பெண்களுக்கும் பிரத்யேகமான வாசனை உண்டுதான். உடம்பில் இருந்து வரும் வாசனை. இருளாண்டி வேறு வாசனைக்காரர். அவருடையது வெளியில் இருந்து உள்ளே போகும் வாசனை. அது ஜென்மாந்திர வாசனையும் அல்ல. லௌகீக வாசனைதான். வாசனையாகவே வாசனைமயமாக்கியவர் அவர். ஒரு குழந்தையின் சிரிப்போடு அவரிடம் இருந்து நீளும் கரத்தைப் பற்றிக் குலுக்க எவரும் தயங்கியது இல்லை. கல்லூரி முதல்வர், பேராசிரியர்கள் மாணவர்கள் குறிப்பாக மாணவிகள் என்று எல்லோரும் வெகு விரைவில் அவருக்கு நண்பர்கள் ஆனார்கள் அல்லது ஆக ஆசைப்பட்டார்கள். அவர் விரும்பிப் புகைத்த பில்டர் வில்ஸ் சிகரட்டைக் கடன் தர, கடைக்காரர் ஒருபோதும் மறுத்ததில்லை. வெகு சீக்கிரத்தில் நாங்கள் இருந்த ஐயன்கடைத் தெரு வெங்கடேசப் பெருமாள் அக்கிரகாரப் பகுதியில் பிரபலமானார் இருளாண்டி.

இருளாண்டியின் வாசனை அவருக்குப் பலப்பல சிநேகிதிகளைத் தருவித்திருந்தது. எல்லாம் தவிர்க்கமுடியாத ஒரு நீண்ட சங்கிலியின் ஒற்றைக் கண்ணிதான் மனிதன். திண்டுக்கல் பக்கம் இருந்து வந்த ஒரு பெண்ணுக்கு மிகவும் சிரமப்பட்டுக் கருக்கலைப்பு செய்ததை ஒரு கதையைப் போலச் சொல்வார் அவர். அந்தப் பெண்களில் சிலர் எங்களுடன்தான் தங்கியிருந்தார்கள். அவர்களுக்கு நான் அண்ணன்! இப்படியாக எனக்குப் பல சகோதரிகள்.

*

எல்லாமே ஒரே நேர்கோட்டில் நடக்கிற சங்கதிகள்தான். வாசனை, யமுனாவின் துக்காம்பாளையத் தெரு வீட்டைக் கண்டுபிடிக்கும் முயற்சியில் எங்களைத் தள்ளியது. மறுநாள் பிரகாஷ், இருளாண்டி மற்றும் நான், யமுனாவின் அந்தப் பிரசித்தி பெற்ற வீட்டைத் தேடி பஸ் ஏறினோம். மோகன் என்ற நண்பர், வரைபடத்தில் அந்த வீடு இருக்கும் திசையைக் காட்டி அருளியவர். ஸ்டேஷனை ஒட்டி, பூக்கடைகளைத் தாண்டி துக்காம்பாளையத் தெரு வரும். தெருவின் பாதியில் தெருவுக்குச் சற்று மேடிட்டுப் படிகளோடு கூடிய வாசல் கொண்ட வீடு அது. அதுதான் யமுனாவின் வீடு. யமுனாவைப் பாபுவுக்கும் தெரியாது. ஜானகிராமனுக்கும் தெரியாது. அவளை நாங்களே அறிவோம். "அவள் நம்மவள்" என்றார் இருளாண்டி. உண்மை தான். யமுனா யாருக்குத்தான் அந்நியமாக இருக்க முடியும்?

ஒரு பூவை வர்ணிப்பது போல, நான் இருளாண்டியை வர்ணிப்பதாக வாசகர்கள் நினைக்கலாம். பூவும் பலம் அற்ற தன்று. இருளாண்டிக்குள் இரண்டாயிரம் வருஷத்துக் கோபம் உறைந்து கிடப்பதை நாங்கள் அறியும் சந்தர்ப்பம் நிறையவே ஏற்பட்டிருக்கிறது. கல்லூரிக்குள் ஒரு விபரீதம் நடந்தது. மேல் மட்டத்தைச் சேர்ந்த சக்தியுள்ள நபர் ஒருவர், மாணவியுடன் தவறாக நடக்க முயற்சித்தார் என்று ஒரு தகவல் பரவியது. இது மாதிரி தொடர்ந்து நடப்பதாகவும் தகவல் வந்தது. அப்போதெல்லாம், அபூர்வமாகவேதான் இந்த மாதிரி நிகழ்ச்சிகள் நடக்கும். அண்மைக்காலத்தில், "முனைவர் பட்டம் சீக்கிரம் வேணுமா, பல்கலையில் வேலை வேணுமா, என்றால் என்னுடன் படு" என்று சில பேராசிரியர்கள் கேட்கிறார்களாமே, அதுமாதிரி எல்லாம் பகிரங்கமாகக் கல்வித் துறையினர் 'சிக்கன் ஸ்டால்' நடத்தாத காலம் அது. மாணவர்களாகிய நாங்கள் கொந்தளித்தோம். இருளாண்டி, நேராகப் பெண்கள் விடுதிக்குள் சென்று, பாதிக்கப்பட்ட கௌசல்யாவிடம் பேச்சு நடத்தினார். உண்மையைத் தெரிந்து கொண்டார். நாங்கள் சில பேர் வகுப்புகளைப் புறக்கணித்தோம். நிர்வாகம், தங்கள் சார்பு மாணவர்களைக் கொண்டு எங்களை மிரட்டியது. விளைவு மோசமானது. நானும் இருளாண்டியும் இன்னும் சில மாணவர்களும் கிருஷ்ணா டாக்கீசில் சினிமா பார்த்துவிட்டு, இரவு இரண்டு மணிக்கு மேல் அறைக்குத் திரும்பிக் கொண்டிருந்தோம். கிருஷ்ணா டாக்கீசுக்கும் கரந்தைக்கும் மத்தியில் இருந்த சுடுகாட்டுப் பகுதியைக் கடக்கையில் ரௌடிகள் சிலரும் மாணவர்கள் சிலரும் எங்களைத் தாக்கினார்கள்.

பிரபஞ்சன் ❖ 111

மனித பலம் என்ன என்பதையும் அந்தப் பலம் முஷ்டியின் வழியாகப் பாய்ந்து, மூக்கைத் தாக்கினால் என்ன நேரும் என்பதையும் அன்றுதான் நான் அறிய நேர்ந்தது. மூக்கு உடைந்து ரத்தம் கொட்டியது. என் வெள்ளை ஜிப்பா, ரத்தச் சிவப்பாகியது. இருளாண்டிக்கும் பலத்த அடி. நாலு நாட்கள் அறையில் மருந்து சாப்பிட்டுக் கொண்டு படுத்திருந்தோம். அடுத்து வந்த மூன்று மாத காலம், கலவரம் நடைபெறாத நாள் இல்லை என்னும் படி கல்லூரி வளாகம் அசல் போர்க்களமாகியது. காலையில் கல்லூரிக்குச் செல்வோம். கண்ணில் பட்ட நிர்வாகச் சார்பு மாணவர்களை உதைப்போம். அவர்களும் தாக்குதலுக்கு தயாராக வருவார்கள். போலீஸ் வரும். எங்களைக் காவல் நிலையத்துக்கு அழைத்துச் செல்லும். இடையே, இந்தப் போராட்டத்தைத் தேவர், நாடார் ஜாதிப் போராட்டமாகப் பத்திரிகைகள், நிர்வாக அறிவுரைப்படிக் கட்டமைத்தார்கள். தேவர் கோஷ்டிகளுக்கு ஒருவன் தலைவனானான். இருளாண்டி, நாடார் கோஷ்டிக்குத் தலைவன். உண்மை என்னவென்றால் இருளாண்டி, தேவர். மூன்று மாதத்துக்குப் பிறகு எங்கள் கோரிக்கை வெற்றி பெற்றது.

இருளாண்டியின் நித்தியானுசாரத்தை, அதாவது அவரது நித்தியப் பழக்கவழக்கத்தை அறிந்து கொள்வது உங்கள் இம்மைக்கும் மறுமைக்கும் பயன்படலாம். காலை ஐந்தரை மணிக்குப் படுக்கை விட்டு எழுதல், முகம் கழுவி, லாக்டோகாலமின் மற்றும் பவுடர் பூசி ஆடை அலங்காரம் பண்ணிக் கொள்ளுதல். புறப்பாடு, டிகிரி காப்பி, பில்டர் சிகரட், உலாவுதல், எட்டு மணிக்குத் திரும்புதல், குளித்தல், சுமார் ஒரு மணி நேர அலங்காரம், பால் நுரை வேஷ்டி, உடம்புக்கு இறுக்கமான டெரிகாட்டன் சட்டை, ஏதோ ஒரு கனம் இல்லாத சுமக்கச் சௌகர்யமான புத்தகம், கல்லூரி புறப்படல், கணேசய்யர் கிளப்பில் பொங்கல், வடை, காபி. துரைசாமி கடை ஓரம் ஒதுங்கி சிகரட், அப்புறம் கல்லூரி. கல்லூரி வாயிலுக்கு எதிரில் இருக்கும் பூவரச மரநிழலில் நின்று ஒரு சிகரட். அதற்குள் மாணவிகள் எல்லோரும் ஒவ்வொருவராக வருவார்கள். எல்லோருடைய புன்னகைகளை ஏற்றுச் சட்டைப் பைக்குள் பத்திரப்படுத்திக் கொண்டு, கடைசியாக வகுப்பு தொடங்கிய பிறகு நாங்களும் நுழைவோம். மதியம் நாமதாரி மெஸ்ஸில் மட்டனோடு கூடிய சாப்பாடு. உறக்கம். மதியத்துக்கு மேல் இருளாண்டிக்குக் கல்லூரி என்கிற யதார்த்தம் மறந்தே போகும். மாலைக் குளியல், அலங்காரம், அதற்குள் பிரகாஷ் வந்துவிடுவார். நடை, இலக்கியம், கதை. சரவணபவனில் டிபன்.

பெரிய கோவில் வளாகத்தில் அல்லது அரண்மனை வளாகத்தில் உட்கார்ந்து இலக்கியம். அது இரவு பன்னிரண்டு மணிவரைக்கும் நீளும். படுக்கையில் விழ இரண்டும் ஆகும். மூன்றும் ஆகும். பல இரவுகள் உறங்க முடியாமலே போகும். கரிச்சான் குஞ்சு ஒருமுறை சொன்னார்: "இரவு, உறங்குவதற்கு என்று எந்தச் சும்பப் பயல் சொல்வான். தேவ கணங்களுக்கு ஏது இரவும் பகலும். நம்முடையது தேவசபை அல்லவோ..."

*

கல்லிடைக்குறிச்சியில் இருந்து சக்குபாய், சமுனாபாய் என்று இருவர், (ஊர், பெயர்கள் மாற்றப்பட்டுள்ளன) அக்காள் தங்கைகள் எங்களுடன் படித்தார்கள். இவர்களில் சக்குபாய் மேல் இருளாண்டிக்கு ஈடுபாடு. 'எஸ்' என்று ஆங்கிலத்தில் எம்பிராய்டரி செய்த கைக்குட்டையை இருளாண்டி அதிகம் பயன்படுத்தினார். புதிதாக நிறைய வேஷ்டி சட்டைகள் வாங்கிக் கொண்டார். சக்குபாய், இருளாண்டியுடன் பல மணி நேரம் செலவழித்தாள். இதன் வளர்ச்சிப் போக்கை நாங்கள் மிக ஆவலுடன் எதிர்பார்த்தோம். சில மாதங்களுக்குப் பிறகு சக்குபாய், தன் நண்பனை இருளாண்டிக்கு அறிமுகம் செய்து வைத்தாள்.

நண்பனை உடனே கல்யாணம் பண்ணிக் கொள்ள வேண்டிய அவசியம் சக்குபாய்க்கு ஏற்பட்டிருந்தது. அவள் கருவுற்றிருந்தாள். இருளாண்டி அவர்களுக்குக் கல்யாணம் பண்ணி வைத்தார். சக்குபாய், ஒரு நாள் கல்லூரிப் படிப்பை நிறுத்திக் கொண்டு வெளியேறினாள். ஒரு நாள், மிகவும் அகலமான மோட்டாவான ஆசாமி எங்கள் கல்லூரிக்கு வந்தார். சக்குபாயின் அப்பாவாம். இருளாண்டி தலைமறைவானார். விவகாரம் ஒருவழியாகக் கொதிநிலைக்கு வந்து அடங்கியது.

ஐயன்கடைத் தெருவில் பிரகாஷ், 'யுவர் மெஸ்' என்ற பெயரில் உணவுக்கடை தொடங்கினார். கீழ்த்தளத்தில் சாப்பாடு, மாடியில் எங்கள் ஜாகை. தொடங்கிய சில மாதங்களில் 'யுவர் மெஸ்' மிகவும் பிரபலம் அடைந்துவிட்டது. தஞ்சாவூர் தாட் இலைச் சாப்பாடு, தஞ்சாவூர் பாணி சாப்பாடு, சைவ, அசைவம் இரண்டும். காலையில் இருளாண்டி, உணவுப் பொருள்கள் வாங்கப் புறப்படுவார். வேலைக்காரச் சிறுவன் எங்களுடன் வருவான். காய்கறி, இறைச்சி எல்லாம் வாங்கிப் பையனிடம் கொடுத்து அனுப்பி விட்டு வெள்ளைச்சாமிக் கடையில் பழைய புத்தகம் மேய்வோம். ஒரு புத்தகம் நினைவுக்கு வருகிறது. 1/4

டெமி அளவு சுமார் ஐந்நூறு பக்கத்து ரிக், யஜுர், சாம, வேத, மொழிபெயர்ப்பு ஒன்று. ஐந்து ரூபாய்க்கு அதை இருளாண்டி வாங்கினார். கத்தரி, தக்காளி, ஆட்டுக்கறி, மசாலா, பொருள்கள் மற்றும் ரிக் வேதம் எல்லாம் ஒரு பையில் அடக்கமாக மெஸ்சுக்குத் திரும்பினார் இருளாண்டி.

'யுவர் மெஸ்' ஒரு இலக்கியத் தாங்கல். ஒரு ரிஷி மாதிரி வெறுப்பு விருப்பு அற்ற ந.பிச்சமூர்த்தி வருவார். இன்ப துன்பங்கள் கடந்த இல்லறத் துறவியான எம்.வி.வெங்கட்ராமன் வருவார், மகத்தான தம் மேதையை உலகம் கவனிக்கவில்லையே என்ற வருத்தம் மீக்கூர்ந்த கரிச்சான் குஞ்சு வருவார், திடுமெனக் கோடை மழை மாதிரி, நட்சத்திர எழுத்தாளர் தி.ஜானகிராமன் வருவார். ஸ்வாமிநாத ஆத்ரேயன் கூட ஒருமுறை பிரகாஷைப் பார்க்க வந்தார். க.நா.சு. என்கிற தமிழ் எழுத்தாளர், பலரைப் பதைபதைக்கச் செய்த விமர்சகர் வருவார். எல்லோரும் மாடியில் பாய் விரித்து அமர்ந்து இலக்கியம் நடத்துவார்கள்.

பிரகாஷ், அவர்களின் நண்பர், நான், பேசுவதைக் கேட்கும் மாணவன். இருளாண்டி, 'யுவர் மெஸ்'சின் மானேஜராகச் சகலருக்கும் தேவையானதைப் பார்த்துப் பார்த்துச் செய்வார். வெற்றிலை, சீவல், முறுக்கு, சீடை, சிகரட், கூஜா ஜலம் என்று சம்பிரமமாக இலக்கிய உரையாடல் நிகழும். மெஸ்சிலேயே நாங்கள் டிகிரி காபி போடுவோம். எங்கள் டிகிரி காபி, உலகப் பிரசித்தம். பிச்சமூர்த்தி, "தஞ்சாவூர்னா பிரகாஷ் அப்புறம் அவர் தரும் காபி" என்பார்.

ஒரு நாளில் ஒரு சிறுகதைத் தொகுதியும் இரண்டு நாளில் ஒரு நாவலும் நான் படித்த காலம் அது. பிரகாஷிடம் சுமார் பத்தாயிரம் புத்தகங்கள் இருந்தன. இருளாண்டிக்கு நிறையப் படிக்கும் ஆர்வம் இருந்தது இல்லை. ஜானகிராமன் என்றால் ஒரு நாவல், சில கதைகள் போதும் என்பார். வெங்கட்ராமன் ஒருமுறை, "இருளாண்டி... உங்கள் மளிகைக் கடைப் பட்டியலில் கூட என் பெயர் இல்லையே" என்றார். இருளாண்டி சிரித்துக் கொண்டு, கோடரிக்குப் பிறகு நீங்கள் எழுதவில்லையே" என்றார். 'கோடரி' என்ற சிறுகதைக்குப் பிறகு, எம்.வி.வி நிறைய எழுதினார். இருளாண்டியின் பட்டியலில் அவை இல்லை.

'யுவர் மெஸ்' மாடியில் வெங்கட் சாமிநாதன் வந்து இருப்பார். அவர் என்னை மிகவும் கவர்ந்தார். இலக்கியத்தை கலையை இசையைத் தன் ரத்தமாக மாற்றியமைத்துக் கொண்ட, மிகவும் உணர்ச்சிகரமான மனிதர் அவர். சுமார் முப்பது முப்பத்தைந்து

வருஷமாக அவரை நான் கவனித்தும் அவர் வாசகனாகவும் இருக்கிறேன். இலக்கியத் துறையில் அவர் போல நேர்மையும் நாணயமும் கொண்ட மனிதரை நான் சந்திக்கவேயில்லை. இலக்கியத்தை இலக்கியத் தகுதியை மட்டுமே கொண்டு அளப்பவர் அவர். அவரை நீங்கள் முரண்படலாம்; எதிர்க்கலாம். அப்படிச் செய்பவரை முதலில் கைகுலுக்கும் மனிதராக அவரே இருப்பார். ஒரு சின்ன விமர்சனத்தையும் தாங்கிக் கொள்ளாமல், தன்னைப் பரிசீலனைக்கு உட்படுத்திக் கொள்ளாத, ஆணவத்தால் கெட்டி தட்டிப் போன பலர், இன்று அவருக்கு எதிரிகள். ஆனால் ஒன்று, சாமிநாதன் யாரையெல்லாம் குப்பைக் கூடைக்குள் எறிந்தாரோ அவர்களைக் காலமும் ஆழத் தோண்டிப் புதைக்கும். சாமிநாதனுக்கு வேறு 'நோக்கம்' இல்லை. தமிழ்க் கலாசாரம் மட்டும் அவர் நோக்கம். தமிழ் எழுத்தாளர்கள் பலருக்கும் இருக்கிற "ராஜகுமாரியைக் கல்யாணம் பண்ணிக் கொண்டு, பாதி ராஜ்யத்தை அடையும்" ஆசை சாமிநாதனுக்கு இல்லை. சாமிநாதனைப் பற்றி இவ்வளவு சொல்லக் காரணம் உண்டு. பிரகாஷுக்கு அடுத்து இருளாண்டி அவருக்கு நெருக்கமான நண்பனானார். கதை எழுதாத, அதிகமும் படிக்காத, இருளாண்டி, சாமிநாதனுக்கு எப்படிச் சிநேகிதனாக இருக்க முடியும்? முடிந்தது. உண்மை, தன்னைக் கண்டுகொள்ளும் எதன் பொருட்டும் யாவர் பொருட்டும் உண்மை அல்லாதவை பேசாத இருளாண்டி சாமிநாதனைக் கவர்ந்தது இயல்பானதுதான்.

*

காவிரி வற்றும், வாழ்க்கை வற்றுவதில்லை; அது பொங்கிப் பிரவாகம் எடுத்தோடும் ஜீவநதி. பல வருஷங்களுக்குப் பிறகு இருளாண்டியைப் புதுச்சேரியில் பார்த்தேன். என்னைப் பார்க்க வந்திருந்தார். வெள்ளை பாப்ளீன் சட்டையும் அதே துணியில் வேட்டியும் அணிந்திருந்தார். இரண்டு நாள் என்னுடன் இருந்தார். லாக்டோ காலமின் இல்லை, பவுடர் இல்லை. கல்யாணம் பண்ணிக் கொண்டாராம். குழந்தைகள் இருந்தார்கள். "சொல்லவே இல்லையே" என்றேன். "சொல்லும்படியாக எதுவும் இல்லை" என்றார். தொட்ட இடம் எல்லாம் காயங்களாக இருந்தது அவருக்கு. பால் கறந்து, பல மைல்கள் சைக்கிளில் எடுத்துச் சென்று விற்றுக் கொண்டிருப்பதாகச் சொன்னார். அவர் போனபிறகும் பல காலம் அவர் தங்கியிருந்த அறை மணத்துக்கொண்டே இருந்தது.

*

சென்னையில் ஏதோ ஒரு மேன்ஷன் அறை. காலையிலிருந்தே, எந்த முன் காரணமும் இல்லாமல் இருளாண்டி ஞாபகமாகவே இருந்தது. எனக்குள் பதற்றம் ஏற்பட்டது. அதற்கு மறுநாள் பிரகாஷிடமிருந்து ஒரு கடிதம் வந்தது.

"வைத்தி... நம் இருளாண்டி இப்போது இல்லை. நேற்று காலை செய்தி வந்தது..."

மனிதர்கள் வரலாம். போகலாம். வாசனை மறையுமோ?

சிட்டிபாபுவின் ஜிப்பாவைத் தேடி

என் பள்ளிக்கூடத்தின் வெளிப்புறச் சுவர் மிகவும் உயரமானது. அதைத் தாண்டிக் குதித்து வெளியேற எந்த மாணவனும் நினைத்துக்கூடப் பார்க்க முடியாது. பள்ளிக்கூடத்தின் சுவரைத் தாண்டிக் குதித்தல் என்பது தலையின் இழிந்த ஒற்றை மயிருக்கும் பிரயோசனம் இல்லாத நம் கல்வியைக் கடத்தல் என்பதாகும். துரதிருஷ்டம் என்னவெனில், மாணவர்களாகிய எங்களில் ஒருவனும் அதைத் தாண்டிக் குதிக்க முன்வரவில்லை என்பதாகும். கூடுதலாக ஒரு தகவல், எங்கள் ஊரின் முந்தைய பிரஞ்சு அரசாங்கம் கட்டிய சிறைச்சாலைச் சுவரைக் காட்டிலும் எங்கள் பள்ளிக்கூடச் சுவரின் உயரம் அதிகம். சிறையிலிருந்து தப்பித்த வீரர்கள் சிலர் வரலாற்றில் தென்படுகிறார்கள். அந்த வீர புருஷர்கள் எங்களிடம் உருவாகவில்லை.

ஏழு மற்றும் எட்டு வகுப்பு படிக்கையில் நான் மிகவும் மன அழுத்தம் கொண்டவனாக, விசாரங்களின் மனித உடலாக இருந்தேன். கவலையும் துன்பமும் என்னை அலைக்கழித்து ஸ்தம்பிக்க வைத்திருந்தன. கணக்கும் அறிவியலும் என்னை இம்சை செய்யவில்லை. அதைப் போதித்தவர்கள், மனித குலத்துக்கே விரோதிகளாக இருந்தார்கள். வகுப்பில் தினம்தினம் என்னைச் சித்திரவதை செய்தார்கள். அவமானப்படுத்தினார்கள். உலகத்தின் கடைசி முட்டாள் என்று என்னை உலகுக்கு அறிமுகம் செய்து வைத்தார்கள்.ஒருநாள் முழுக்க மாற்றி மாற்றி வந்து என்னோடு யுத்தம் செய்த ஆசிரியர்கள், ‘இன்று போய் நாளை வாடா’ என்று என்னை அனுப்பி வைத்துவிட்டு, அடுத்த நாளுக்குத் தம்மைத் தயார் செய்து கொண்டார்கள். இந்தச் சமயத்தில்தான், ஓசைகளுக்கு, ஒலிகளுக்கு, சப்தங்களுக்கு, நாதத்துக்கு கொஞ்சம் கொஞ்சமாக என்னை ஒப்புக் கொடுக்க ஆரம்பித்தேன். ஏதோ ஒரு பாட்டுச் சத்தம், மிருதங்க ஒலி எங்கிசைக்கப்பட்டாலும் அதைநோக்கி என் கால்கள் திரும்பின. என் காதுகள் கூர்மையடையத் தொடங்கின. சங்கீதம் தொலைந்து போய் மீண்டும் கண்டடைந்ததுபோல் என்னை வந்து சேர்ந்தது.

என் முதல் குரு 'சதா' என்று நாங்கள் அழைக்கும் சதாசிவம். என்னைவிட ஒரு வயசே பெரியவன். ரெண்டு வருஷமாகச் சங்கீதம் படிப்பவன். கடற்கரையில் உடைந்த பாலத்துக்கு அருகில் அமர்ந்து 'சிந்தனை செய் மனமே' இளம் பெண்ணின் மனசைத் தொட்டு' போன்ற பாட்டுகளை அழகாகப் பாடுவான். இரவில் கனவில் பத்மினியோடு 'முல்லை மலர் மேலே' பாடிக் கொண்டு படகு வலிப்பவன் நானாக இருப்பேன். முதலில் சரளிவரிசை தொடங்கியே சரிகமபதநி– 'ச' என்று சுருதிப் பெட்டியோடு தொடங்கி சுருதியில் கிச்சென்று போய்ப் பொருந்தியது என் குரல். சுருதியும் லயமும் இம்மி பிசகாது என்னிடம் பொருந்தின. பிரச்சினை, அவனது எலி வாலும் யானை வாலும் போன்ற சடை வைத்த அவன் சகோதரி மகேஸ்தான். மகேஸ்வரி என்பதன் எலிவால் சுருக்கம் அது. 'சநிதபமகரிச சொல்லிட்டே இருடா' என்று விட்டுக் குளியல் அறைக்குள் நுழைந்துவிடுவான். அவன் போன பிறகு ஒரு குட்டிப் பிசாசுபோல் சத்தம் இல்லாமல் அறைக்குள் வரும் மகேஸ் என்னையே வைத்த கண் வாங்காமல் பார்த்துக் கொண்டிருக்கும். எனக்கு வரிசை தவறும். பாத்ரூமிலிருந்து, 'ஒழுங்காப் பாடுடா' என்பான் சதா. தூண்டில் அசைவையே அவதானிக்கும் பார்வையாக அவள் இருக்கும். திடுமெனச் சிரிக்கும். எனக்குப் 'பகீர்' என்று இருக்கும். அவள் கண்களில் கொதிக்கும் வாணலிக் குழம்பு மாதிரி ஏதோ ததும்பி வழிந்து கொண்டிருப்பதுபோல எனக்குத் தோன்றும். பயமாக இருக்கும். என்னால் தொடர முடியவில்லை. அறைக்குள் சுவரில் சாய்ந்து கொண்டு ஒரு பதின்மூன்று வயதுப் பெண் எத்தனை நாழி நிற்பாள்? சதாவின் மகேஸ், தன் பதினாறாம் வயதில் கிணற்றில் குதித்துத் தற்கொலை செய்து கொண்டதுதான் சோகம்... சித்தப் பிரமை என்றார்கள். சித்தம் எப்படி பிரமையாகும்?

தஞ்சாவூரில்தான் என் சங்கீதப் பயிற்சி முறையோடும் முறை இல்லாமலும் தொடர்ந்தது. நான் சிகரெட் அதிகம் புகைப்பதாகவும், ஆகவே வாத்திய இசையே சரி என்றும் விஞ் ஞானப்பூர்வமான யோசனையைச் சொன்னார் பிரகாஷ். சரிதான் என்றேன். சிவானந்தம் சாரிடம் நாங்கள் சிஷ்யர்களானோம். சார், வீணையைச் சொந்தமாக வாங்கி, அறையில் வைத்துப் பயிற்சி பண்ணச் சொன்னார். 'நான்தான் ஈமணி சங்கர சாஸ்திரி' என்றேன். 'இல்லை, நான்தான், நீங்கள் சிட்டிபாபு, நான் சாஸ்திரி' என்றார் பிரகாஷ். எனக்கொன்றும் ஆட்சேபணை இருக்கவில்லை. என் அறைக்கு வீணை வந்துவிட்டது. அதன் மேல் பட்டுத்துணி போர்த்திவைத்தேன். ஒரு புள்ளிமான் படுத்திருப்பதுபோல

அது காட்சியளிக்கும். அடுத்தடுத்த அறைகளில் இருந்தவர்கள் ஒவ்வொருவராக வந்து வீணையை நெற்றி மேலேறப் பார்ப்பார்கள். என்னைப் பெருமிதம் தோன்றப் பார்த்தார்கள். 'வாசிச்சுக் காட்டுங்க' என்பார்கள். நான் கம்பீரமாக உட்கார்ந்து, வீணைக் குழந்தையை மடியில் படுக்க வைத்துக் கொண்டு அணைத்துத் தந்தியை மீட்டுவேன். ஸ்வரம், எனக்கு சுஸ்வரம்தான் கேட்பவர்கள் எப்படியோ?

சிட்டிபாபு மாதிரி கழுத்தை மூடிய ஜிப்பாவும் வேட்டியும் அலைந்து வாங்கிப் போட்டுக் கொண்டு திரிந்தேன். காலை ஐந்து மணிக்கு சாதகம் ஆரம்பித்து ஏழுவரைக்கும் தொடரும். ஏழு மணிக்கு மேல் பிரகாஷ் சைக்கிளில் வந்து இறங்கி சாதகத்தைத் தொடர்வார். தொடக்கத்தில் எல்லாம் சரியாகத்தான் இருந்தது. பக்கத்து அறைக்காரர்கள் முதலில் புன்னகையுடன் பார்த்தவர்கள் முகம் இறுகப் பார்க்கத் தொடங்கினார்கள். என் கண்களைப் பார்க்க மறுத்தார்கள். ஒருமுறை நானும் பிரகாஷும் மாற்றி மாற்றி வாசிக்கும் ஒரு தெய்வ வேளையில் எம்.வி வெங்கட்ராம் வந்துவிட்டார். நாங்கள் யாருக்காகவும் சாதகத்தைத் தள்ளி வைக்காத அசுர சாதக்காரர்களாயிற்றே. தொடர்ந்தோம். நானும் பிரகாஷும் எதிர் எதிரே அமர்ந்து சேர்ந்து தந்தியை மீட்டினோம். எம்.வி.வி இரண்டு முறை வெற்றிலை துப்பிவிட்டு வந்து அமர்ந்தார். பிறகு, கடைத்தெரு வரைக்கும் போய்விட்டு வருவதாகச் சொல்லிப் புறப்பட்டுப் போனார். மனிதர் திரும்பி வரவேயில்லை. சாந்த சொரூபி அவர். அவராலேயே எங்களை மன்னிக்க முடியவில்லை. கரிச்சான் குஞ்சு ஒருமுறை வந்தார். "அடடே... பேஷ்... எதுவரைக்கும் சிட்சை ஆகி இருக்கு" என்றார். 'கீர்த்தனை, லக்ஷணம் வாசிக்கலாமே' என்றார் பிரகாஷ். தொடர்ந்து 'வைத்தி, ராகம் தானம் வாசிப்பார்.' என்றார். (வைத்தி என்பது என் பெயர்) எங்கே வாசியுங்கள்' என்றார் குஞ்சு. பிரகாஷ் வீணையை மடியில் வாங்கிக் கொண்டார். ஒரு கணம் மோட்டு வளையைப் பார்த்தார். 'சார், பட்ணம் சுப்பிரமணிய ஐயரின் ஜனனி நின்னுவினா வாசிக்கிறேன். ரீதி கௌளை ராகம்!' என்றதும், 'பேஷ் செய்யுங்கள்' என்றார் குஞ்சு. இவர் தொடங்கினார். குஞ்சுவின் புருவம் அடர்த்தி பதினெட்டு வயதுப் பையனின் மீசை மாதிரி. அது உயர்ந்தது. பிரகாஷையும் வீணையையும் பார்த்தார். அப்படியே குழம்பிப் போயும் இடிந்து போயும் அமர்ந்திருந்தார். அரை மணிக்குப் பிறகு, 'விஜயா ஒரு வேலை சொன்னாள். மறந்துட்டேன். தோ வந்துர்றேன்' என்றபடி புறப்பட்டுப் போனார். நாங்கள் வீணையை விற்ற சேதி கிடைத்த

பிறகுதான் துக்கம் விசாரிக்க வந்தார். என் 'தானத்தைக்' கேட்கும் பாக்கியத்தை அவர் பெறவில்லை.

சாமிநாத ராவ் சாஸ்த்ரோக்தமாக பூஜை நடத்தி, எங்களுக்கு மிருதங்க போதனை செய்யத் தொடங்கினார். மிருதங்கம், லய வாத்தியங்களில் சிலாக்கியமானது. வார்த்தைகளை அது பேசும். ஒரு கச்சேரியைப் பரிமளப்படுத்தவும் பாழ்படுத்தவும் அதனால் முடியும். பாலக்காட்டு மணியை அமர்த்திக்கொண்டு நிம்மதி அடைந்த பாட்டுக்காரர்களை நான் அறிவேன். என் அறைக்கு மிருதங்கம் வந்து சேர்ந்தது. பிரகாஷ் காலை ஆறு மணிக்கு வருவார். இரவு இரண்டு மணிக்கு என்னிடம் இருந்து பிரிவார். மிருதங்கத்தில் நான் மணி என்றார் அவர். நான் புதுக்கோட்டை தட்சிணாமூர்த்தி என்றேன். அப்புறம் யோசித்துவிட்டு, என் அறைக்குப் பக்கத்திலேயே இருந்த உபேந்திரன் என்றேன். இந்த முறை, நான் குடி இருந்த வெங்கடேசப் பெருமாள் கோவில் அக்ரகாரம் எங்களை மட்டும் அல்ல; மிருதங்கம் முதலான சங்கீத வஸ்துக்களையே பகைக்கத் தொடங்கியது. என்ன இருந்தாலும் மனிதக் காதுகள் இரும்பால் செய்யப்பட்டதில்லையே!

*

சங்கீதத்தை ஒழுங்குப்படுத்தப்பட்ட ஓசை என்பார்கள். இது முழுமையான பொருளைத் தரவில்லை. மனோதர்மமும் கற்பனையும் சூட்சுமமான கணக்குகளும் நிறைய இருள்களும் நிறைய புதிர்களும் நிறைய சங்கேதங்களும் நிறைய சாத்திய வாசங்களையும் கொண்டு, பல்லாயிரம் ஆண்டுகள் பல லட்சம் மனிதர்கள் சேர்ந்து உருவாக்கிய கலை இது. இக்கலையின் ஆதார அலகுகள், முழுப் பிரபஞ்சத்திலும் நிறைந்து தளும்பும் சகல ஓசைகள் பறவைகள், புழுக்கள், வண்டுகள், பூச்சிகள், மிருகங்கள், காற்று, நிலவு, அனல், கடல், கலை என்று எவையெல்லாம் ஓசை எழுப்ப முடியுமோ, எல்லா ஓசைகளையும் எல்லா மௌனங்களையும் ஒன்று திரட்டி, ஏழு ஸ்வரங்களில் திணித்து வைத்திருக்கும் கலை இது. தமிழின் மிகச் சிறந்த கலைஞர்களின் சங்கீதத்தைக் காவிரியாற்றங்கரையில் நான் கேட்டிருக்கிறேன். வெங்கடேசப் பெருமாள் கோயில் அக்ரகாரத்து அனுமார் இரண்டடிதான். ஆனால் மகாவரப்பிரசாதி. அவருக்கு முன்னால் இசைக்காத கலைஞர்கள் இலர். அவர்களைப் பார்க்க அக்ரகாரத்தின் மாமிகள், பெண்கள் பட்டாளம் கசகசவென்று கூடும். இவர்களைப் பார்க்க இளைஞர்கள் கூடுவர். நான் பார்க்கவும் கேட்கவும் அங்கேயே

பதினெட்டு இரவுகளையும் கடப்பேன். ஐயன் கடைத்தெரு கடைகளை அடைத்து வியாபாரிகள் கூடுவர். அப்போதெல்லாம் காவிரியில் ஆறு ஓடியது. ஈரம், ஒரு வாழ்க்கை முறையாக இருந்தது. நாம் ஈரமற்றுப் போனோம்.

*

சென்ற தலைமுறைக் கலைஞர்களில் எனக்கு மதுரமணியும் (மதுரை மணி அல்ல) எம்.டி ராமனாதனும் மிகவும் பிடிக்கும். எம்.டி.ஆர் பற்றிய தகவல் நான் பலமுறை எழுதியதும் பேசியதும் தான். என்னால் சொல்லி மாளாது. அது எம்.டி.ஆருக்கு மாறுகண். இதுபற்றி சௌந்தரம் அம்மாள் அவரைக் கேட்கிறார். (சௌந்தரத்துக்கே பெரிய கதை உண்டு) ‘அண்ணா, உங்களுக்கு இந்த மாறு கண் பிறவியிலேயே வந்ததா?’ ‘இல்லேம்மா பிறந்தபோது நல்லாதான் இருந்துச்சு. என் குருநாதர் டைகர் வரதாச்சாரியார், அந்தத் தெய்வத்துக்கு மாறுகண். அதைப் பார்த்துப் பார்த்தே என் கண்ணும் மாறுகண் ஆயிடுச்சு.’

பார்வையால் கண்கள் மாறுகண்களாகுமா? ஆண்டாள் இதை ஒப்புக் கொள்கிறாள். ஆண்டாள் பாட்டில் – மார்கழித் திங்கள்– ‘ஏரார்ந்த கண்ணி யசோதை இளஞ்சிங்கம்’ என்று ஓர் அடி வரும். கண்ணனின் அறிமுகம் நடக்கிறது. கண்ணன் யார் தெரியுமோ? யசோதை பெற்ற இளம் சிங்கம். அந்த யசோதை யார் தெரியுமோ? அழகான கண்கள் உடையவள். ஏர் – அழகு; ஆர்ந்த – ஏறிய; கண்ணி – கண்களை உடையவள். அழகு எங்ஙனம் ஏறுமாம். அழகே வடிவான கண்ணனைப் பார்த்துப் பார்த்தே யசோதையின் கண்களும் அழகு ஏறிற்றாம். யசோதையின் கண்கள் அழகு கூடலாம். எம்.டி.ஆரின் கண்கள் மாறாதா, என்ன? ஏற்றம் இருக்கும் என்றால் இறக்கமும் இருக்கும் தானே?

*

அரியக்குடி ராமானுஜ ஐயங்கார் பெரிய வித்வான் என்று சொல்பவர்கள் உண்டு. எனக்கு அவர்மேல் ஈர்ப்பு இல்லை. ஸ்வரச் சேர்க்கை, பணச் சேர்க்கை அவருக்கு என்றும் சொல்வார்கள். முசிறியும், மணியும் என் அருகே பாடிக் கொண்டிருக்கும் சித்தூரார் அளவுக்கு அரியக்குடி என்னிடம் படியவில்லை. குழந்தைப் பருவத்திலிருந்து அவருடன் பழகிய சௌந்தரம் அம்மாள், அரியக்குடியின் பாட்டில் பிரமை கொண்டவர்.

அவரிடம் சும்மா முப்பது பாட்டுகள் மட்டும் கற்றுக் கொண்டவர். என்றாலும் சௌந்தரம் சொல்படி, அரியக்குடி பண ஆசை கொண்டு அலைபவர். தன் சிஷ்யர் முன்னேற்றத்தில் அக்கறை காட்டாதவர் என்பதோடு, சிஷ்யர்கள் புகழில் பொறாமையும் கொள்பவர். சௌந்தரத்தின் வளர்ச்சியை அவர் அழித்தும் இருக்கிறார். சௌந்தரம் அன்றைய புகழ்தரும் ஊடகமான ரிக்கார்ட் கொடுக்கத் தேர்ந்தெடுக்கப்பட்டார். பாட வேண்டிய பாடல்களின் பட்டியலோடு மைலாப்பூரிலிருந்த குருநாதர் வீட்டுக்குச் சென்று ஆசி வழங்க வேண்டுகிறார். அரியக்குடி ரௌத்தரம் ஆகிறார். 'உன் பாட்டு என் சொத்து... நீ மேடையிலோ, ரிக்கார்டிலோ பாடக் கூடாது' என்று சொல்லிச் சத்தியமும் வாங்கிக் கொள்கிறார். சௌந்தரம் காலம் முழுக்க கொடுத்த வாக்கு மீறாமல், பெரிய வீட்டுப் பெண்களுக்கு டியூஷன் சொல்லிக் கொடுத்துக் காலம் கழிக்கிறார். எழுபது வயதுக்கு மேல், தான் எழுதிய புத்தகத்தில், என் குரலைக்கூடப் பதிவு செய்யாமல் போனேனே என்று வருத்தப்படுகிறார் சௌந்தரம். புகழ்பெறுவார் சம்பாதிப்பார் என்று திருமணம் செய்துகொண்ட கணவர், சௌந்தரத்தின் சிஷ்யை ஒருத்தியை இழுத்துக் கொண்டு ஓடினார். சீர்குலைந்து போகச் சகல சாத்தியங்களும் இருந்தும் சிதறிப் போகவில்லை சௌந்தரம்.

சௌந்தரம் என்கிற பெண்மணி, தன் மனசில் இருந்த சங்கீதம் எனும் நெருப்பால் ஜீவித்து, தன் வாழ்க்கையை அர்த்தம் கொண்டதாக மாற்றினார். அவர் புகழ்பெற்ற நாமக்கல் சேஷய்யங்காரின் சுவீகார புத்ரி. டைகரின் சிஷ்யையும்கூட. இவர் மகளே சியாமளா, பரதக் கலைஞர் பத்மாவின் அண்ணி. இவர் எழுதிய அருமையான புத்தகத்தின் பெயர் சங்கீத நினைவு அலைகள் – எம்.எஸ் சுந்தரம். (வானதி பதிப்பகம் 1996) சிறிய குணங்கள் இலக்கிய உலகுக்கே சொந்தமா என்ன?

*

சங்கீதத்தை எழுதிப்பார்க்கும் முயற்சி, தமிழில் குறைவுதான். உலக அளவில்கூட குறைவாக–ஒப்புநோக்கில் குறைவாகத் தான் இருக்கின்றன. என் நினைவில் உறைந்த சில ஐரோப்பியக் கதைகளைச் சொல்ல வேண்டும். ஐசக் பாஷவிஸ் சிங்கரின், அமெரிக்காவில் இருந்த மகன் சிங்கர், நோபல் பரிசு வாங்கியவர். (இரவில் நான் உன்குதிரை, என்.கே.மகாலிங்கம், காலச்சுவடு, சென்னை) அமெரிக்க மகன், தன் பெற்றோரைப் பார்க்க கிராமம்

வருகிறான். நிறைய பணத்தோடுதான். கிராமத்துக்கே உதவும் ஆசையும் அவனுக்கு வருகிறது. கிராமம் மாறவே இல்லை. தான் மாதாமாதம் அனுப்புகிற பணத்தில் தாய் தந்தையர் சௌகர்யமாக வாழக்கூடும் என்று அவன் நம்புகிறான். இல்லை. அதே வீடு, அதே அம்மா, அதே அப்பா, அதே உணவு. ஆனால் யாருக்கும் கவலை இல்லை. பசி இல்லை. இருப்பதைக் கொண்டு மிகவும் திருப்தியாக வாழ்கிறார்கள். அவர்கள். அமெரிக்கர்கள் தலையைத் தரையில் ஊன்றி, கால்கள் மேலாக நடக்கிறார்கள் என்று நம்புவார்கள். மகனின் வருகையைக் கொண்டாடுகிறார்கள். விருந்தெல்லாம் முடிந்தபின் 'பணம் வருகிறதா... ஏன் செலவழிக்கவில்லை' என்றான். 'வருகிறது செலவு செய்ய அவசியம் இல்லை' என்கிறார் தந்தை.

'பிரயாணம் செய்யலாமே'

'இதுதான் என் வீடு'

'பணமாக வைத்திருக்கிறீர்களே கள்வர்கள் வந்தால்?'

'இங்கே கள்வர்கள் இல்லை'

'முதியோர் இல்லம் கட்டலாமே'

'இங்கே முதியோர் தெருவில் உறங்கவில்லையே'

அம்மா அமைதியாகப் பாடத் தொடங்கினாள், பாடுவதுதான் அக்குடும்பம் அடையும் சந்தோஷம். 'இரக்கம் உள்ள புனிதச் செம்மறியே! உலகில் உள்ள நல்ல காரியங்களில் அவசியமானதை அனைவருக்கும் அளி. காலணி, ஆடை, பாண் (உணவு).

பாட்டின் விஷயம் இதுதான். மண் தந்த எளிய வாழ்வில், தம்மைக் கரைத்துக் கொண்டவர்களுக்குப் பணம் தேவைப் படுவதில்லை. தியாகையர் இதைத்தான் இப்படிக் கேட்கிறார். "நிதி சால சுகமா, நின் பெயரைச் சொல்லி, நினைந்து வாழ்வது சுகமா". இசை சிங்கரை, தியாகையரை ஒரு கண்ணியில் இணைக்கிறது.

காஃப்கா, ஒரு பாடகியை அருமையாகச் சித்திரிக்கும் கதையின் தலைப்பு, ஜோசைபைன் என்னும் பாடகி அல்லது எலிக் கூட்டம் (காஃப்கா – வ.உ.சி நூலகம், சென்னை). காஃப்கா கதையை – கதையாகச் சொல்வது அபத்தம். கதை பிரயாணம் செய்யும் சுவடைக் குறிப்பிடக்கூடும். ஜோசைபைன் வழியாக, இசையின் பயணம் நடக்கிறது. அவளது பாடல் கீச்சிடுதல் அல்லது எல்லோரையும்போல இருக்கிறது. அப்படியும் இல்லை. பாடல்வழி ஓர் இனத்தின் வரலாறு கட்டமைக்கப்படுகிறது... இக்கதையில் இசை, இசை மட்டும் இல்லை, அது மக்களின்

மனசாட்சி. சா.தேவதாஸ், மிகச் சிரமப்பட்டுத்தான் சிறப்பாக அதை மொழிபெயர்த்திருப்பார்

*

தஞ்சை சரபோஜி மன்னரும் முத்துசாமி முதலியாரும் தமிழகத்தில் 'பேண்ட்' வாத்தியத்தை அறிமுகப்படுத்தினார்கள். அப்புறம் கிளாரினெட் அப்புறம் ஆர்மோனியம். இவற்றின் செல்வாக்கால் 'வழி நடைப்பாட்டு' என்று புதிய இசை மலர்ந்தது. அல்லது மெட்டு. பாரதியின் 'அச்சமில்லை' அந்த ரகம். தியாகையரின் ரமிஞ்சு யாரெவரோ – சுபாஷிணி இந்த ரகம் தான். மதுரை மணியின் 'ஆடுவோமே – பள்ளு பாடுவோமே' என்பதன் இசை உருவம். முத்தையா பாகவதரின் சாரசமுகி சகலபாக்கிய தேவே கௌடமல்லாரி எல்லாம்கூட ஆங்கில இசைக் கலப்புக் குழந்தைகள் என்கிறார் வீ.ப.கா சுந்தரம்.

எல்லாம் சரி. நீ பாடுவாயா என்கிறீர்கள். பாடுவேன். ஸ்ருதி, ராகம், லய லட்சணங்கள் எனக்கு அனுபவம்தான். என் நெருங்கிய நண்பர்களுக்கு என் பாடல் தெரியும். எனக்குள் நான் பாடிக் கொள்கிறேன். இப்போதும்கூட வசந்த கோகிலம் என்னுடன் பாடிக் கொண்டிருக்கிறார். இசை இல்லாமல் எது தான் இருக்கிறது?

❖ ❖ ❖

தெருவில் கிடக்கும் வரலாறு

ஆனந்தரங்கப் பிள்ளையின் நாட்குறிப்பைப் (டைரிக் குறிப்பு) படிக்க வேண்டும் என்ற ஆசை ஏற்பட்டதுக்குக் காரணம் பின்வரும் வரலாற்றுத் துணுக்குதான். 1746 செப்டம்பர் 22ஆம் தேதி சென்னையை பிரெஞ்சுப் படைகள் கைப்பற்றி விட்டன. அதாவது இங்கிலீஷ்காரர்களை வென்று விட்டார்கள் பிரெஞ் சுக்காரர்கள். பிரஞ்சு குவர்னர் துய்ப்பிளக்ஸ் மிகுந்த மகிழ்ச்சியில் இருந்தார். துபாஷ் ஆனந்தரங்கரைப் பார்த்து ‘ரங்கப்பா, உனக்கு என்ன வேணுமோ, அதுகளெல்லாம் கேள். நல்ல மனதுடனே உத்தாரம் கொடுக்கிறோம்’ என்றார்.

‘துரையே, காவலிலே ரொம்பக் காலமாக இருக்கிற சிறைக்காரர், கடன்காரர், மற்ற பேர்கள் எல்லோரையும் விட்டுவிட வேணும்” என்று கேட்டுக் கொண்டார் ஆனந்தரங்கப்பிள்ளை.

அந்தக் கணமே அவர்களை விட்டுத் துரத்திவிடச் சொன்னார் குவர்னர். பின்னர், பிள்ளையைப் பார்த்து, ‘உனக்கென்ன வேணுமோ கேள்” என்றார்.

“எப்போதும் காசுக்கு ஒன்பது வெற்றிலையும் பணத்துக்குப் பன்னிரண்டு பலம் புகையிலையும் விற்றதை வாசுதேவப் பண்டிதன் என்ற சண்டாளன், குருத்துரோகி, பண்டத்தைக் குறைத்துக் காசுக்கு ஏழு வெற்றிலையையும் ஐந்து வெற்றிலையும், பத்துப் பலம் புகையிலையுமாகப் பண்ணிப் போட்டான். மூலைக்கு மூலை ஏழை எளியவர்கள் இந்தத் தர்மப் பட்டணத்திலே இது மாத்திரம் ஒரு அநியாயம் நடக்கிறதென்று கூவிக்கொண்டு திரிகிற சத்தம், என்னுடைய காதிலே விழுகிறது. எனவே வெற்றிலை புகையிலை எப்போதும்போல விற்கத் தக்கதாக உத்தாரம் கொடுக்க வேண்டும்”

குவர்னர், வாசுதேவப் பண்டிதனை அழைப்பித்து, எப்போதும் போல விற்கத்தக்கதாக உத்தாரம் கொடுத்தார்கள். “அப்புறம், என்ன ரங்கப்பா” என்றார்.

“அய்யா... கோட்டை சுப்பையன், ரொம்ப நாளாக உத்தியோகம் இல்லாமல் கஷ்டப்படுகிறான். அவனுக்கு உத்தியோகம் கொடுக்க வேணும். பிரபு”

கோட்டை சுப்பையனுக்கு உத்தியோகம் ஆனது. "உனக்கு என்ன வேணும். அதைக் கேள் ரங்கப்பா."

கடைசிவரை, ஆனந்தரங்கர் தனக்கென்று எதையும் குவர்னரிடம் கேட்கவில்லை. நாலு கிராமம், பத்து ஊர் என்று எதைக் கேட்டாலும் கொடுக்கும் மனநிலையில் இருந்தார் குவர்னர். பிள்ளையோ, "எனக்கு வேண்டியதைச் சுவாமி கொடுப்பார்" என்றார். இம்மாதிரியும் ஒரு மனுஷன்! அவர் எழுதிய டைரிக் குறிப்புகளைப் படிக்கத் தொடங்கினேன்.

*

சென்னை, பிரம்பூர் அயன்புரத்தில் 1709 மார்ச் 30ஆம் நாள் ஆனந்தரங்கர் பிறந்தார். தந்தை திருவேங்கடம், தாயார் லட்சுமி. ஆங்கிலக் கும்பினியில் பணி செய்யும் பொருட்டுக் கோட்டைக்குப் பின்னால் வட சென்னையில் குடியேறினார் திருவேங்கடம். தன் மூன்றாம் வயதில் தாயை இழந்தார் ஆனந்தரங்கர். அவர் தாய்மாமன்–லட்சுமியின் சகோதரர் நயினியப்பிள்ளை–புதுச்சேரிப் பிரஞ்சுக் கும்பினியில் தரகராக, துபாஷாகப் பெரும் பணமும் புகழும் திரட்டினார். திருவேங்கடத்தின் குடும்பத்தைப் புதுச்சேரிக்கு அழைத்துக் கொண்டார். நயினியப்பிள்ளை தரகராகவும் திருவேங்கடம் பிள்ளை துணைத் தரகராகவும் புதுச்சேரியில் பிரஞ்சுக் கும்பினியில் பணியாற்றத் தொடங்கினார்கள்.

அப்போதைய குவர்னராக இருந்தவன் எபேர் என்பவன். மகன், கும்பினி அதிகாரிகளில் ஒருவன் (பரம்பரை அரசியல் அப்போதும் இருந்ததுதான்) குவர்னரின் மகன் நயினியப் பிள்ளையை அழைத்து 'என் தகப்பனார் காலத்தில் நீ 40000 வராகன் (1 வராகன் = சுமார் மூன்று ரூபாய்) சம்பாதித்திருக்கிறாய். அதில் பத்தாயிரம் என் அப்பாவுக்குக் கொடு' என்று கேட்டான். இதன் பெயர் லஞ்சம். நயினியப் பிள்ளை மறுத்தார். "ஐயாயிரம் கொடு" என்றான்.

"முடியாது." என்றார் தரகர்.

"மூவாயிரமாவது கொடேன்".

"முடியாது".

எபேர், நயினியப்பிள்ளையின் தொழில் எதிரிகளைத் தேடிப் பிடித்து 'நயினியப்பிள்ளை எங்களிடம் லஞ்சம் கேட்டார்' என்று எழுதி வாங்கி, 'லஞ்சம் வாங்கினார்' என்ற குற்றச்சாட்டில் நயினியப் பிள்ளையைக் கைது செய்து, விசாரணை நாடகம்

நடத்தினான். தீர்ப்பை அவனே எழுதினான். தீர்ப்பு விபரம் சொன்ன தேதி 4 ஜுன் 1715. அதன்படி வெறும் உடம்பில் 55 சவுக்கடிகள்; 3 வருஷச் சிறை; மானநஷ்டமாக 8888 வராகன் அபராதம்; தண்டனை அபராதம் நாலாயிரம் வராகன், மூன்று வருஷச் சிறைக்குப் பிறகு நாடு கடத்தல், தண்டனைப் பணத்தைத் தராவிடில் மோரீஸ் தீவுக்கு அடிமையாக அனுப்பப்படுதல்.

ஏறக்குறையத் தலைமைச் செயலாளர் போன்ற பதவியில் இருந்த நயினியப் பிள்ளை, பொதுமக்கள் முன்னிலையில் சவுக்கால் அடிக்கப்பட்டார். அடியும் அவமானமும் தாங்க முடியாமல் நயினியப் பிள்ளை சிறையில் இறந்தார். மாமாவுக்கு நேர்ந்த கொடுமையை, அரசியலின் கோர முகத்தை ஆனந்தரங்கர் காண நேர்ந்தபோது, அவர் வயது ஏழு. அரசியலில், உணர்வு ரீதியாகச் செயல்படாமல், அறிவுரீதியாகச் செயல்பட, இந்த அனுபவங்கள் அவருக்கு உதவியிருக்கின்றன.

ஆனந்தரங்கப்பிள்ளை தமிழ், தெலுங்கு, பிரஞ்ச் ஆகியவைகளை எழுதப் படிக்கக் கற்றார். அப்போதைய ஆட்சியில் இருந்த போர்ச்சுக்கீசியமும் இந்துஸ்தானியும் பேசத் தெரிந்து கொண்டார். பெர்ஷியன் மொழியும் அறிந்தார். ஒரு துபாஷாகத் தன் பதினேழாம் வயது முதலாகத் தன்னைத் தகுதிப்படுத்திக் கொண்டார்.

ஆங்கிலேயர், போர்ச்சுக்கீசியர், பிரஞ்சியர் போன்ற அந்நியர்கள் தங்கள் வியாபார அரசியலை இந்திய மண்ணில் நிறுவியபோது, தங்களுக்கும் மக்களுக்கும் ஊடே மொழி விளக்கம் செய்து கொள்ளத் தரகர்களை நியமித்துக் கொண்டார்கள். தங்கள் மொழியையும், பிரதேச மொழியையும் அறிந்து தங்களுக்கு மொழிபெயர்த்துச் சொல்லுதல், தமிழகத்தில் பண்டங்களைச் சேர்த்து ஏற்றுமதிக்குத் தயார் பண்ணுதல், இறக்குமதியான பண்டங்களை விற்றுத் தருதல், அவைகளுக்கான தரகுப் பணத்தைச் சம்பளமாக எடுத்துக் கொள்ளுதல், உள்ளூர் மக்கள் வழக்கு விவகாரங்களை விசாரித்துத் தீர்ப்பு சொல்லுதல் குவர்னருக்கு (அரசாங்கத்துக்கு) வரும் கடிதங்களைப் படித்துச் சொல்லி, பதிலும் எழுதுதல், அரசியலில் ஆலோசனை சொல்லுதல், முதலானவை துபாஷ்களின் பணிகளாகும். 'துவிபாஷி' என்றால் இரண்டு பாஷை அறிந்தவர் என்று பொருள். அந்நியர்களின் மொழியையும் உள்ளூர் மொழியையும் ஆக இரண்டு மொழியையும் அறிந்தவர்கள் துவிபாஷிகள். இதுவே துபாஷ் என்று மருவியது. 1730களில், துணைத் துபாஷியாகத் தன் அரசியலைத் தொடங்கினார் பிள்ளை. செங்கழுநீர்ப்பாளையத்து (செங்கல்பட்டு) அரசியல்

பிரமுகம் சேஷாத்திரிப் பிள்ளையின் மகள் மங்கத்தாயை மணந்து கொண்டார்.

அடுத்த சில ஆண்டுகளில் தம்மை மிகப் பெரும் அரசியல் மையமாக, மிகப்பெரும் வியாபாரியாக, உருவாக்கிக் கொண்டார். 1736ஆம் ஆண்டு, அவர் கட்டிய வீடு, புதுச்சேரியிலேயே பெரிய வீடாக, குவர்னர் மாளிகையைவிடவும் பெரிதாக அமைந்தது. ஆனந்தப் புரவி என்ற பெயரில் தனியாக வணிகக் கப்பல் ஓட்டி, கப்பலோட்டிய தமிழன் ஆனார். பிரஞ்சுக் கும்பினியின் சம்பளம் குறைவானபடியால், அக்காலத்தில் குவர்னர்களும் அதிகாரிகளும், தமக்கென்று தனியாக வியாபாரம் செய்ய அனுமதிக்கப்பட்டிருந்தார்கள். பிள்ளை, தம் காலத்துக் குவர்னர்களான துய்மா, துய்ப்பிளக்ஸ் ஆகியோரைக் கூட்டாளிகளாக்கிக் கொண்டு கப்பல் வணிகம் நடத்தி, செல்வம் கண்டார். வெகு விரைவில் ஆற்காடு அரசு, மராத்திய அரசு, டில்லி அரசு மற்றும் ஆங்கிலக் கும்பினி ஆகிய ஏனைய அரசு மையங்கள் ரங்கப்பிள்ளையின் செல்வாக்கை உணர்ந்து, அவர் வழி ஒழுகத் தலைப்பட்டன. ஒரு சிற்றரசின் கீர்த்தியை அவர் பெற்றார். பொருளாதாரத்தில் வெற்றி பெற்றவர்களை அறிவாளிகள் அண்ட வேண்டிய நிர்ப்பந்தம் எல்லாக் காலத்திலும் இருக்கத்தானே செய்கிறது? புலவர்கள் அவரைத் தேடி வந்தார்கள்.

பதினெட்டாம் நூற்றாண்டுப் புலவர்களில் முக்கியமான பலர், ஆனந்தரங்கரைப் பாடினார்கள். அவர்மேல் மூன்று காவியங்கள் இயற்றப்பட்டன. இலக்கண விளக்கம் வைத்தியநாத தேசிகர் மகன் தியாகராஜ தேசிகரால் ‘ஆனந்தரங்கன் கோவை’ என்ற தமிழ்க் காப்பியமும், கஸ்தூரி ரங்கையா என்ற ஆந்திரப் புலவர் இயற்றிய ‘ஆனந்தரங்க ராட்சந்தமு’ என்னும் தெலுங்கு காப்பியமும் சீனிவாசகவி இயற்றிய ‘ஆனந்தரங்க விஜயசம்பு’ எனும் சமஸ்கிருத காவியமும் பிள்ளையின்மேல் பாடப்பட்டன.

*

ஆனந்தரங்கர் எனும் தனிமனிதர் செல்வத்தாலும் பதவியாலும் வரலாற்றில் இடம் பெற்றவர் இல்லை. அவர் எழுதிவைத்த தினப்படி சேதிக் குறிப்புகளால்தான், தமிழ் வரலாற்றில் நிரந்தர இடம் பெற்றார். உத்தியோகத்தில் நிலை பெற்றபின், 1736ஆம் ஆண்டு செப்டம்பர் ஆறாம் நாள் தொடங்கி பிள்ளை தன் செய்திக் குறிப்புகளை (டைரியை) எழுதினார். சுமார் இருபத்தைந்து ஆண்டுகள், இடையிடையே சில நாட்கள் தவிர்த்து, தொடர்ந்து 1760

செப்டம்பர் 24ஆம் தேதி வரை எழுதி இருக்கிறார். தொடக்கத்தில் தினம்தினம் மாலைகளில் தானே தன் கைப்பட எழுதியிருக்கிறார். வேலைக் கடுமை காரணமாகச் சில நாட்களில் எழுத்தரை நியமித்து எழுத வைத்திருக்கிறார். தாமே எழுதினாலும் பிறரை எழுதுவித்தாலும் பொய்க் கலப்பின்றி, தாம் நம்பிய தகவலைத் தவிர, பிறவற்றை அவர் எழுதியதில்லை. அரசாங்கபூர்வமான ஆவணங்கள், அதிகாரிகளிடம், பேசித் தெரிந்து கொண்டவை குவர்னர் சொன்னவை, தாமே நியமித்த ஒற்றர்கள் மற்றும் வேண்டியவர்கள் கொண்டு வரும் செய்திகளை மட்டும் அவர் எழுதி வைத்தார். இந்த டைரிக் குறிப்புகள் மூலமாக, அவர் குடும்ப வரலாறு பிரஞ்சு கும்பினி வரலாறு, குவர்னர்கள் மற்றும் பிரஞ்ச்-தமிழ் அதிகாரிகளின் யோக்யதை அல்லது யோக்யதை இன்மை, பிரஞ்சு ஆதிக்க அரசின் ஊழல், லஞ்சம், கயமைகள், அன்றைய பாதிரிமார்களின் கயமை மற்றும் கடமைகள், மக்கள் வாழ்க்கை முறை, ஏழை மக்கள் பட்ட பெரும்பாடுகள் அதிகார வர்க்கத்தின் படாடோபம், அக்காலப் பெண்கள் நிலை, இடங்கை என்றும் வலங்கை என்ற சாதி காரணமாகப் பிரிந்து தமிழர்கள் தமக்குள் விளைவித்துக் கொண்ட பாதகங்கள், உயர் சாதியினரின் தனக்கான வாழ்க்கை முறைகள், தாசிகள் எனப்பட்ட அனைத்துக்கும் கீழ் வைக்கப்பட்ட பெண்கள், அரசியல், போர்கள், குறிப்பாகக் கர்நாடகப் போர்கள் என்று வரலாற்றில் சொல்லப்பட்ட போர்களின் ஆதாரப்பூர்வ சித்தரிப்பு என்று பக்கம்தோறும் வரலாற்று நிகழ்ச்சிகளை வடித்து வைத்திருக்கிறார் ஆனந்தரங்கர். மொத்தம் 12 புத்தகங்களாக, சுமார் நாலாயிரம் பக்கம் வரை வரும் இந்த டைரிக் குறிப்புகளை, அவற்றின் பெருமை கருதி 20ஆம் நூற்றாண்டின் தொடக்கத்திலேயே ஆங்கில அரசாங்கம், முழுமையும் ஆங்கிலத்தின் மொழி ஆக்கம் செய்து கொண்டது. ஆனால் தமிழன் ஒருவன், தமிழில் எழுதிய நாட்குறிப்புகள், தமிழில் 1948 முதல்தான் அச்சுக்கு வந்தன. எட்டுப் புத்தகங்களைக் கடைசியாக 1980களில் தான் அச்சிட்டு முடித்தது அரசு. மீதி 4 புத்தகங்கள்? என் போன்ற பலர் தொடர்ந்து முயன்றதன் பலனாக மீதிப் புத்தகங்கள் இப்போது அச்சில் இருக்கின்றன. 2005இல் இந்தப் பதிப்புகள் முழுமை அடையும். வாழ்க தமிழ்!

*

பதினெட்டாம் நூற்றாண்டுத் தமிழுக்கும் சமூக நட்புக்கும் வாழும் ஆதாரமாக இருப்பது ஆனந்தரங்கரின் தினப்படி சேதிக் குறிப்புகள். அவற்றில் இருந்து சில மாதிரிகள்.

குவர்னர் துய்மா (1735 – 41) லஞ்சம் கொடுத்துக் குவர்னர் உத்தியோகத்துக்கு வந்ததை இப்படி எழுதுகிறார்.

1737ஆம் ஆண்டு ஜுன் மாதம் 17ஆம் தேதி, பிங்கள ஆண்டு ஆனி 7ஆம் தேதி.

மூசே துமேலியர் அவர்கள் சொன்னது இப்போது குவர்னர் துரையாக இருக்கிற முசே தும்மாவுக்குச் சீமையிலே மினீஸ்த்தராக இருக்கிறவாள்டையிலே வேலைக்காரன் தன் துரையுடனே சொல்லிக் கொண்டு (வேலைக்காரன் அமைச்சரிடம் சொல்லி) அந்த துரையைக் கொண்டு கும்பினியாருக்குச் சொல்லுவிச்சு, கும்பினியின் அந்த மினீஸ்தருடைய வார்த்தைக்குத் தடை சொல்லக் கூடாததினாலே முசே தும்மாவுக்கு புதுச்சேரிக்குக் குவர்னர் துரைத்தனம் கொடுத்து அனுப்பினார்கள். உத்தியோகம் வாங்கிக் கொடுக்கிறதுக்குப் பதினாயிரம் வராகன், அப்புறம் இவருக்கு எந்த மட்டுக்கும் உத்தியோகம் நடக்கிறதோ அந்த மட்டுக்கும் வருஷத்துக்கு வருஷம் இரண்டாயிரம் டாலர் கொடுக்க உடன்படிக்கை.

1739 ஜுன் மாதம் 11ஆம் தேதி சித்தார்த்தி ஆண்டு ஆனி மாதம் 1ஆம் தேதி வியாழக்கிழமை

இந்த நாள் பட்டணத்தில் என்ன அதிசயம் என்றால் புதுச்சேரிப்பட்டணத்தில் ஆட்சி செலுத்தப்பட்ட முசேஷெவாலியர் தும்மா அவர்கள் ஊரில் எங்கும் தெரிவித்த சேதி என்னவென்றால் இந்தப் பட்டணத்துக்குள்ளே கடற்கரை ஓரம் முதலாய பட்டணத்துக்குள்ளே சம்பா கோவிலுக்குத் தெற்காகப் போகிற உப்புக்கழியோரம் பட்டணத்து வீதிகளுக்குள்ளே கூட ஆராகிலும் மல உபாதைக்குப் போகிறதென்றால் ஆறு பணம் அபராதம் வாங்கிறது. அந்த ஆறு பணத்தில மல உபாதைக்குப் போகிறவனைப் பிடிச்சுக் கொண்டு வருகிறவனுக்கு இரண்டு பணம் கொடுக்கிறது. மற்ற நாலு பணம் சாவடி யாரால் பங்கெடுத்துக் கொள்கிறது.

*

ஆனந்தரங்கரின் உலகில், எந்த ஆக்கபூர்வமான நிலையிலும் பெண்கள் இல்லை. துய்ப்பிளக்ஸ் வீழ்ச்சி பெற்றதுக்குக் காரணம் அவர் மனைவி அரசியலுக்கு வந்ததே என்னும் கருத்தை உடையவர் பிள்ளை. இதே நிலையில்தான் தாழ்த்தப்பட்டோர் இருந்தனர். தாழ்த்தப்பட்டோர் பற்றி, அவர் காலத்துச் சிந்தனைகளையே பிள்ளை கொண்டிருந்தாரே அன்றி, சாதி உயர்வு, தாழ்வு மனப்பான்மை அவருக்கும் இருந்தது.

1750 மே மாதம் நடந்த ஒரு நிகழ்ச்சி, சின்னப் பரசுராம முதலி முதலான ஊர்ப் பிரமுகர்களான முதலிகளும் பிள்ளைச் சாதியினரும் செட்டித் தெரு வழியாகப் போகையில் நான்கு தேவடியார்கள் (தேவரடியார், தேவரடியாள்) ஏதோ கவனத்தில் அமர்ந்து பேசிக் கொண்டிருந்தார்கள். தங்களைக் கண்டு எழுந்திருக்காமையால் கோபம் கொண்ட பரசுராம முதலி, குவர்னரிடம் புகார் சொல்கிறான். வலங்கை (மேம்பட்ட) சாதியார்களைப் பார்த்து இடங்கை (மட்டமான) சாதித் தேவரடியார்கள் – ஆனந்தரங்கர் அக்கால வழக்கை ஒட்டி தேவடியார் என்றே எழுதுகிறார் – எழுந்து நிற்காது தங்களுக்கு அவமானம் செய்கிறதுபோல என்று துய்ப்பிளக்ஸிடம் பிராது பண்ணிக் கொண்டார்கள். எந்த விசாரணையும் இன்றி, துய்ப்பிளக்ஸ் அந்த நான்கு நடனப் பெண்களையும் சிறையில் போட்டான். இதற்கு இரண்டு காரணங்கள். ஒன்று, பரசுராம முதலியிடம் குவர்னர் கடன் வாங்கி இருந்தது. இரண்டு, தங்கள் சாதிப் பெண்களை–அதாவது தமக்கு உரிமையான பெண்களை–சிறை மீட்கக் கேட்டு செட்டிகள் வருவார்கள் என்று துய்ப்பிளக்ஸ் எதிர்பார்த்தார். செட்டிகள் வந்தார்கள். அவர்களிடம் குவர்னர்கள் இருபதாயிரம் வராகன்கள் 'கடனாக'க் கேட்டார். அப்போதெல்லாம் குவர்னர்கள் கடந்தான் கேட்பார்கள். கொடுத்தவர்கள் கடனைத் திருப்பிக் கேட்டுவிட முடியாது.

இப்படியாக, புதுவை மாநில, தமிழக வரலாறுகள் ஆனந்தரங்கரின் டைரிக் குறிப்பில் கொட்டிக் கிடக்கின்றன. புதுச்சேரி, மொழியியல் பண்பாட்டு ஆய்வு நிலையம், முன்னர் அரசு கொணர்ந்த எட்டு டைரிப் புத்தகங்களை மக்கள் பதிப்பாக வெளியிட்டுள்ளது. மீதி 4 புத்தகங்கள் வர இருக்கின்றன. இந்த ஆய்வு நிலையம் நன்றிக்குரியது. எனினும் ஆனந்தரங்கரின் டைரிக் குறிப்புகள் ஆய்வுப் பதிப்பாக வருதல் வேண்டும். வந்திருக்கும் டைரிகள் முழுமையானவை அல்ல.

ஆனந்தரங்கர் *1791* ஜனவரி *12*ஆம் தேதி மறைந்தார். அவருக்குப்பின், அவர் தம்பி மகன் ரங்கப்ப திருவேங்கடம் பிள்ளை பதவிக்கு வந்துள்ளார். அவருக்குப் பிறகு அன்னார் மகன் முத்து விஜய திருவேங்கடம் பிள்ளையும் தினப்படிக் குறிப்புகள் எழுதியுள்ளார். இவை இரண்டையும், அறிஞர் ஜெயசீலர் ஸ்டீபன் பதிப்பித்து உள்ளார். ஆனந்தரங்கருக்குப் பின்னால், வீரா நாயக்கர் என்னும் அதிகாரியின் டைரிக் குறிப்புகளை ஓர்சே கோபாலகிருஷ்ணன் பதிப்பித்துள்ளார். ஆக, புதுச்சேரியில் ஒரு நூற்றாண்டுக் கால, பிரஞ்சு ஆட்சியின் போதான சமூக, பண்பாட்டு,

அரசியல் வரலாறு கிடைத்துள்ளது. இவற்றைத் தொகுத்து, செம்மைப்படுத்தி, ஒரு மாநிலத்தின் மிகவும் ஆதாரபூர்வமான வரலாற்றைப் பதிப்பிக்கப் புதுச்சேரி அரசோ கல்வித் துறையோ பல்கலைக்கழக வரலாற்றுத் துறையோ முன்வரவில்லை.

தமிழர்கள் பாக்கியசாலிகள். ஆனால் அதை அறிந்து கொள்ளும் பக்குவம்தான் அவர்களிடம் இல்லை என்பார் க.நா.சு; உண்மைதானே?

குறிப்பு: ஆனந்தரங்கரின் 12 தொகுதி டைரிக்குறிப்பும் புத்தகமாக இப்போது கிடைக்கின்றன.

பவணந்தியும் அரவாணிகளும்

உலகம் மனிதர்களால் ஆனது என்ற கூற்று, பள்ளிக்கூட அறையிலிருந்து புறப்பட்டு வந்து நமது சட்டைப் பைகளை நிரப்பிய போலி ரூபாய்கள். நிறைய நிறையப் பொய்யான கருத்துகளைச் சொல்லிக் கொடுக்கும் இடமாகவே நம் பள்ளி அறைகள் விளங்குகின்றன என்றால், உலகம் யாரால் ஆனது? மரங்கள், செடிகள், கொடிகள், எறும்புகள், யானைகள், பாம்புகள், பூச்சிகள், பறவைகள் மற்றும் மனிதர்களால் நிரம்பியது. உலகம் என்கிற வீட்டுக்கு-வாடகை வீட்டுக்குக்-கடைசியாகக் குடி வந்தவன் மனிதன். முதுகெலும்பை நேராக்கிக் கொண்டு இரண்டு கால்களால் நிற்கக் கற்றுக் கொண்டமையாலேயே, மனிதனுக்கு உலகை ஆளும் உரிமை வந்துவிட்டதாகக் கருதிக் கொள்வது, ஒருவகையான வன்முறை.

யோசித்துப் பாருங்களேன், நம் மொழிக்கு இலக்கணம் வழங்கிய தொல்காப்பியரும் பவணந்தியும் மனிதர்களின் திணை, பாலை எவ்வாறு பிரித்துள்ளார்கள். மனிதர்களை உயர்திணை என்கிறது இலக்கணம். ஏனாம்? அவனுக்கு ஆறாம் அறிவு இருக்கிறதாம். ஏழாம் அறிவே இருந்துவிட்டுப் போகட்டுமே, அதனாலேயே அவன் 'உயர்' திணை ஆகிவிடுவானா என்ன? உயர்வு என்று ஒன்றிருந்தால் அதற்கு எதிர்மறையான தாழ்வு இருந்தாக வேண்டுமே. மனிதர்களைத் தவிர்த்த உயிர் உள்ளவை–மரமும் விலங்குகளும்–அஃறிணையாம். கல், நதி முதலான உயிரற்றவையும் அஃறிணையாம். அதாவது உயர்வு அல்லாத திணை. இவை இலக்கணம் சொல்வது.

பொதுவாக, மனிதர்களைக் குறித்த குணாம்சங்களையும் மனிதம் குறித்த உயர்ந்த கருத்தாக்கங்களையும் சிறப்பாகவே சொல்லி இருக்கிறார்கள் இலக்கண ஆசிரியர்கள். உயர்திணை என்பது மக்கள் சுட்டு என்கிறார் தொல்காப்பியர். மக்கள் என்று சுட்டிக் காட்டப்படுவார்கள் உயர்திணை என்கிறார் அவர். இதன் நுட்பத்தை மேலும் ஆராயலாம். மக்கள் என்று பிறரால் சுட்டிக் காட்டப்படுபவர்கள் என்றும் அது விரியும். பிறரால்

மனிதர்கள், உயர்ந்த மனிதர்கள் என்று சுட்டிக் காட்டப்பட்டுப் புகழப்படும் மனிதர்களே உயர்திணை என்று சொல்லக்கூடும் அல்லவா? இதனினும் பின் வந்த நன்னூலாசிரியர் பவணந்தி முனிவர் இன்னும் மேலே போகிறார்.

'மக்கள், தேவர், நரகர், உயர்திணை' என்பது அவரது இலக்கணம். புண்ணியம் செய்து தேவராயும் பாவம் செய்து நரகராயும் பேறு பெற்றவர்களையும் இணைத்துக்கொண்டு உயர்திணைப் பட்டியல் போட்ட பவணந்தி, மக்களை முதலில் வைக்கிறார். தேவர்களை அல்லவா முதலில் வைக்கும் நம் மதமயப்பட்ட மனம். சமணரான பவணந்தி மக்களை முன் வைத்ததன் நுட்பம் என்ன? தேவர்களும் நரகர்களும் தம் வாழ்வைத் தொலைத்து விட்டவர்கள். காலந்தோறும் 'வதியோடும்' பகடை ஆடி தம் கிரியைகளின் பயனைச் சொர்க்கத்திலும் நரகத்திலும் மீட்டுக் கொண்டவர்கள். வாழும் மனிதர்களோ எனில், மிச்சமிருக்கும் தம் வாழ்வின் பயணத்தில், நன்மைசெய்யவும் தீமை செய்யவும் சுதந்திரப்பட்டவர்கள். சுதந்திரவான்களை முதலில் வைத்தார். எல்லாவற்றிலும் முதன்மையானது சுதந்திரமே அல்லவா?

இதே பவணந்தி மேலும் ஒரு புதுமையைச் செய்தவர். பால் பகுப்பை ஆண்பால், பெண்பால் என்று மட்டுமே நாம் பகுத்து வைத்திருக்கிறோம். பள்ளி வகுப்பறை நமக்குச் செய்த கேடு அது. ஆண் பெண்ணோடு அலி அல்லது பேடி என்ற பாலும் சமூகத்தில் நிலைபெற்றே இருக்கிறது. இது சிறுபான்மை. இந்த ஒரு நியாயமே போதும். சிறுபான்மையர் குரலை உரக்க ஒலிக்கும் கடமை நமக்குண்டு. இந்த மூன்றாம் பாலினர் தம்மை 'அரவாணிகள்' என்று அழைத்துக் கொள்கின்றனர். அந்தப் பெயரையே நாமும் பயன்படுத்துவோம். பவணந்தி மூன்றாம் பாலுக்கு அங்கீகாரம் தரவில்லை. எனினும், மனிதர், அவர்கள் ஆணோ பெண்ணோ எப்பாலைத் தேர்ந்தெடுக்கிறார்களோ அப்பாலிலேயே அவர்கள் அழைக்கப்பட வேண்டும் என்கிறார். இலக்கணத் துறையில் இது ஒரு புரட்சி.

ஆணாகப் பிறந்து, ஆண்தன்மை விட்டுப் பெண் என்று தம்மை உணர்பவர்களை அல்லது அவாவுபவர்களைப் பெண் என்றே அவர்கள் அழைக்கப்பட வேண்டும் என்கிறார் அவர். கூடவே, பெண்ணாகப் பிறந்து, பெண்தன்மை விட்டு ஆண் தன்மையை அவாவுபர்களை ஆண் என்றே சொல்ல வேண்டும் என்று இலக்கணம் வகுக்கிறார் பவணந்தி. அரவாணிகளின் சுதந்திரத்தை ஏற்றுக்கொண்ட முதல் சிந்தனையாளர் பவணந்தி எனலாமா? எனலாம். ஆனால் சமூகம் ஏற்றுக்கொண்டதா என்றால் இல்லை.

இன்றும், நம் சகோதர, சகோதரி மனிதர்களாகிய அரவாணிகள் இழிவுக்குள்ளாக்கப்படுகிறார்கள்.

இந்தியச் சிந்தனை மரபில் அரவாணிகள் எக்காலத்திலும் ஏதோ ஒருவகையில் கணக்கில் எடுத்துக் கொள்ளவே படுகிறார்கள். சமஸ்கிருத இலக்கணம் புல்லிங்கம், ஸ்திரி லிங்கம், நபும்சக லிங்கம் என முப்பால்களில் இயங்குகிறது. நட்சத்திரங்களில் பரணி, கிருத்திகை, முதலானவை புருஷ நட்சத்திரங்கள் எனவும், அசுவனி, மகம், சித்திரை, பெண் நட்சத்திரங்கள் எனவும், சதயம், மூலம், மிருகசீரிஷம் அலி நட்சத்திரங்கள் என்றும் வகைப்படுத்தப்பட்டிருக்கின்றன. தன் மகன் அநிருத்தனை வாணாசுரன் சிறையிலிருந்து மீட்டு, மன்மதன் ஆடிய நடனம் ஆண் பெண் உருக் கொண்ட கூத்து என்கிறது. பரத நூல் இலக்கணம். ஆக, நடனத்தில், அலிக்கூத்து இருந்துள்ளது. அர்ச்சுனன் எனும் மாபெரும் வீரன், அஞ்ஞாதவாசத்தில் அலியாக இருந்தது, அவனுக்கு இழுக்கு என்று யாரும் பேசியதில்லை. தமிழர்கள் நடத்திய கூத்துகளில் ஆண்களே பெண் வேஷம் இட்டனர். 'ஸ்திரி பார்ட்' என்றழைக்கப்பட்ட அந்த வழக்கம், இழிவானதாக இல்லை.

ஆண் பெண்மையை ஏற்பதும், பெண் ஆண் தன்மையை நேர்வதும் உடல் சார்ந்த விளைவுகள் என்கிறார்கள் மருத்துவர்கள். இருக்கலாம், அதனால், அவர்கள் நகைக்கப்பட வேண்டியவர்கள் இல்லை. ஆண்கள் பெண்களுக்கு உரிய இடம் இருப்பதே போல, அரவாணிகளுக்குரிய இடம் ஏற்படுத்தப்பட்டால் மட்டுமே அவர்கள் இழிவு நீக்கப்படும். பால், மூன்று என்று வகைப்படுத்தப்பட்டு பெண், ஆண், அரவாணி என்று இலக்கணமும் மக்கள் வழக்கும் ஏற்படுத்தப்பட வேண்டும். இதைப் பள்ளிகளில் இருந்து தொடங்க வேண்டும். அரசு, மூன்றாம் பாலை அங்கீகரிக்க வேண்டும். பாஸ்போர்ட் மற்றும் விசா முதலான அரசுச் சடங்குகளில் கடவுச்சீட்டுகளில் அரவாணி என்றும் மூன்றாம் பால் சேர்க்கப்பட வேண்டும். அரசு மற்றும் அரசு சாராத நிறுவனங்களில் அவர்களுக்கென்று வேலை வாய்ப்புகள் ஒதுக்கப்படல் வேண்டும்.

இளன் என்ற அரசன் வேட்டையாடச் செல்கிறான். காட்டில் ஊடாக ஒரு தடாகத்தைக் கண்டு நீர் அருந்தி, குளிக்கவும் செய்கிறான். நீரில் மூழ்கி எழுந்த அவன் பெண்ணாகி இருக்கிறான். அதிர்ச்சியடைந்த அவன், புதன் எனும் இளைஞனைச் சந்திக்கிறான். இருவருக்கும் காதல் ஏற்படுகிறது. புருரவஸ் பிறக்கிறான்.

அரண்மனையில் இருந்த இளனின் மனைவி கணவனைத் தேடி வருகிறாள். கணவன் பெண்ணாக இருக்கிறான். இளன், சிவனைக் குறித்துத் தவம் செய்கிறான். சிவனும் வருகிறார். தான் மீண்டும் ஆணாக வேண்டும் என்கிறான் இளன். பார்வதியின் சாபத்தைத் தான் மாற்ற முடியாது என்ற சிவன், 'ஒரு மாதம் ஆணாகவும் ஒரு மாதம் பெண்ணாகவும் இரு' எனச் சொல்லி, 'ஆணாக இருக்கும்போது அரண்மனையில் மனைவியோடும் பெண்ணாக இருக்கும்போது காட்டில் புதனுக்கு மனைவியாகவும் இரு' என வரம் அளித்துச் செல்கிறார். இப்படி ஒரு மாதம் ஆணாகவும் ஒரு மாதம் பெண்ணாகவும் வாழ நேர்ந்த ஒருவனைப் பற்றிய கதையையே இப்போது நாவலாக நான் எழுதிக் கொண்டிருக்கிறேன். இந்த ஆண்டு முடிவில் அது புத்தகமாக வெளிவர இருக்கிறது. நாவலின் பெயர் 'மாமிசம்' என்று வைத்திருக்கிறேன், இப்போதைக்கு.

திருவல்லிக்கேணி நடைபாதைப் பழைய புத்தகக் கடைகளை மேய்ப்பவன் நான். உலகத்துச் சிறந்த இலக்கியாசிரியர்கள் அங்கே தெருப்புழுதியில் படுத்துக் கிடக்கிறார்கள். அவர்களில் ஒருவர், மச்ச புராண ஆசிரியர். ஐம்பது பைசாக்களுக்கு ஒரு மச்சப்புராணம் பிரதியை (1995) வாங்கினேன். மேற்சொன்ன ஆண் பெண் கதைக்கரு அதில்தான் கிடைத்தது.

மனிதர்கள் ஆணாய் இருப்பதிலோ பெண்ணாய் இருப்பதிலோ அரவாணியாய் இருப்பதிலோ எப்பெருமையும் இல்லை; எந்தச் சிறுமையும் இல்லை. மானுடம் பொதிந்த மனது, அறம் சார்ந்த இன்ப நாட்டம், அன்பு குவியும் சகோதரத்துவம் சக மனிதரைப் புரிதல், சக மனிதரை அவர் பலத்தோடும் பலவீனத்தோடும் ஏற்றுக் கொள்ளுதல் போன்றவற்றில்தான் மனித விழுமியங்கள் தேங்கிக் கிடக்கின்றன. சட்டையோ ரவிக்கையோ அல்ல மனிதம். மீசையோ கூந்தலோ அல்ல மனிதம்.

வாழ்வது என்பது மனிதராய் வாழ்வது என்பதாகும்.

❖ ❖ ❖

தமிழ் சினிமா: காம வக்கிரமும் வன்முறை நோயும்

பெண்ணுடம்பைக் கறியாக்கிக் கிலோ கணக்கில் விற்றுக் காசு பார்க்கிற காமத் தரகர்களும் அடிதடிச் சண்டை ரத்தம் என்று வன்முறையைத் தெரியக் காட்டி கல்லாக் கட்டுகிறவர்களும் இப்போதுதான் நம் காலத்தில்தான் உருவானார்கள் என்று சொல்வது தவறு. அந்த ரகமான மனிதர்கள் நம்மோடு கடந்த அறுபது ஆண்டுகளாக வாழ்கிறார்கள். கடந்த நூற்றாண்டு முழுவதும் சமூகத்தில் விஷ விதையைத் தூவியபடியே இருக்கிறார்கள்.

தமிழ் சினிமா, சில விதிவிலக்குகளைத் தவிர்த்துப் பெரும்பாலும் காமவிகாரக் காட்சிகளாலும் ரத்தம்குடிக்கிற வன்முறையாலும் நிரம்பிக்கிடப்பது பற்றிக் கவலைப்பட வேண்டிய நேரம் இது. ஒரு சினிமாவின் அடிப்படை, கதையிலும் அல்லது சம்பவத் தொகுப்பிலும் வசனத்திலும் பாடல்களிலும் ஆட்டங்களிலும் இருக்கிறது என்று சொல்ல முடியுமா என்ன? கேமரா கோணங்களிலும் பாத்திரங்கள் நின்றும் அசையும் போக்கிலும் காமம் வழிந்து ஓடிக் கொண்டிருப்பது ஏன்? இவை தவிர மீதி நேரங்களில் ரௌடித்தனமும் கடுமையான தாக்குதல்களுடன் கூடிய சண்டைக் காட்சிகளும் உடம்பிலிருந்து ரத்தம் கொப்பளித்து வெளிவரும் நேர்க் காட்சியும் சதையைத் துண்டாக்கித் தெறிக்கும் பயங்கரக் காட்சியும் என நம் சினிமாக்கள் ரத்தக்காட்டேறிகளாவது ஏன்? இது மாதிரியான மலினங்கள் வெற்றி பெறுவது வசூல் ரீதியாகத்தான் இந்தக் கோரங்கள் சமூகத்தில் ஏற்படுத்தும் விளைவுகள் எப்படி இருக்கும்?

மக்கள் பார்ப்பதால்தானே நாங்கள் இம்மாதிரிப் படங்களை எடுக்கிறோம் என்பது தயாரிப்பாளர்கள், இயக்குநர்கள் தரப்பு. மக்கள் இந்த ரகப் படங்களைப் பார்க்கிறார்கள் என்பது உண்மை. அங்கீகரிக்கிறார்களா என்றால் இல்லை. சினிமா இயக்குநர்களின் பெயர்ப் பட்டியலில் கே.சுப்பிரமணியம்,

ஸ்ரீதர், பீம்சிங், மகேந்திரன், பாரதிராஜா, பாலுமகேந்திரா என்ற சில பெயர்கள்தான் இடம்பெறுகின்றன. மாசக் கணக்கில் ஓடிய படங்களின் இயக்குநர்கள் பெயர் இல்லை. ஆக, இந்த அசிங்கங்களுக்குள்ளும் ஓர் அளவுகோல் நிலைபெற்றே வருகிறது. இதுதான் சமூக அங்கீகாரம் என்பது. மக்கள் அங்கீகாரம் இதுதான்.

காமச் சிதறல்கள் எல்லாக் காலத்திலும் சினிமாவில் இருந்தே வருகின்றன. எல்லா ஊடகங்களிலும் கலைஞர்கள் மட்டும் பிரவேசிப்பதில்லை. வியாபாரிகளும், நுழைந்துவிடுவார்கள். சினிமா அதிகம் பணம் முதலீடு செய்ய வேண்டிய தொழிலாய் இருப்பதால், இது இன்றுவரையிலும் சமூக உணர்வு இல்லாத முதலாளிகளின் வேட்டைக் காடாகவே நீடிக்கிறது. 1933இல் வந்த வள்ளி படத்தில் முருகன் வேடத்தில் தோன்றிப் பாடுகிறான்.

> ஆலோலம் என்று குரல் காட்டி இந்த அரும்புனத்தில்
> சேலோடு கண்ணைத் தினை மீது வைத்த சிங்காரி தன்னை
> காலோடு கால் சேர்த்து அனுராக போகக் கலவி செய்தால்
> பாலோடு சேர்ந்த பழம்போலும் தித்திக்கும் பண்புறவே!

நாடகத்தில் வந்து சினிமாவுக்கும் வந்த பாட்டு இது. தினைப்புனத்தில் காவல் காக்கும் வள்ளியை முருகன் அழைக்கும் பாடல் இது. தமிழ்ப் பரிச்சயம் உள்ளவர்களுக்கும் பெரியவர்களுக்கும் மட்டுமே புரியும். வீட்டு வரவேற்புக் கூடத்திலும் இந்தப் பாட்டைக் கொண்டு சேர்க்கும் தொலைக்காட்சியிலும் அன்று இல்லை. என்றாலும் காமம் காட்சிப்படுத்தும் மரபு தமிழர்களிடம் உண்டா?

ஆண், பெண் சேர்க்கையைப் பற்றிக் குறிப்பாகவும் வெளிப்படையாகவும் காட்சிப்படுத்தப்பட்ட கலைவடிவங்கள் தமிழர்களிடம் இருந்தன. திரவுபதி வஸ்திராபரணம் என்றே இதன் அர்த்தம். அந்த சீர் வருகைக்காகப் பார்வையாளர்கள் காத்திருப்பார்கள். பாய், தலையணையோடு கூத்துப் பார்க்கவரும் ரசிகர்கள், பக்கத்தில் உள்ளவர்களிடம் அந்த சீன் வருகிற போது எழுப்பிவிடச் சொல்லிப் படுத்தும் உறங்கியும் விடுவார்கள். கிராமத்துக் குறவன் குறத்தி ஆட்டத்தில் காமச் சேர்க்கை பற்றிய வெளிப்படையான பேச்சு நடைபெறும். ஊர் ஜனங்கள் ஊர்ப் பெரியவர்கள், பெண்கள் முன்னாலேயே இந்த ஆட்டம் நிகழும்.

பெண்கள் விலகியும் நெருங்கியும் சீச்சீ என்று போலியாகச் சொல்லியும் சிரித்தும் களித்தும் இந்த ரகமான குறவன் குறத்தி உரையாடல்களைக் கேட்டதையும் அந்தப் பேச்சுக்கு இசைவான

உடல் அசைவைப் பார்த்ததையும் நானே தஞ்சைக் கரந்தை, சாலியமங்கலம், மதுரை, சின்னமனூர் போன்ற ஊர்களில் பார்த்திருக்கிறேன்.

வாழ்க்கை உறுதிப்பாடுகள் (புருஷோத்தம்) நான்கில் இன்பமும் ஒன்று. மற்றவை அறம், பொருள், வீடு, வடமொழிகளில் இது தர்மம், அர்த்தம், காமம், மோட்சம். மனித வாழ்க்கை இந்த நான்கு அம்சங்களிலும் நிறைவடைய வேண்டும் என்பது இந்திய, தமிழர் கருதுகோள். தெய்வ வீடுகளாகிய கோயில்களிலும் ஆண், பெண் புணர்ச்சி நிலைகளைக் கல்லிலும் தேர்த் தட்டுகளில் மரத்திலும் செதுக்கி வைத்து இருப்பதன் நோக்கம், வேறுவகையான ஊடகம் தோன்றாத காலத்தில் பாலியல் கல்வியாகக் கற்றுக் கொடுக்கலேயாகும். கொக்கோ சாஸ்திரம் என்று புணர்ச்சி வகைகளை இந்த மரபும் மனோபாவமுமே தொடர்ந்து வளர்த்து, காட்சி ரூபக் கலைகளை நாடகங்களிலும் சினிமாவிலும் காமக் காட்சிகள், பேச்சுகள், பாடல்கள் இடம்பெறக் காரணமாக இருக்கின்றன.

கல்லிலும் மரத்திலும் ஏட்டிலும் குளத்துப்படிகளிலும் செய்து வைத்த காமக் கரணங்களின் காட்சிகள் பொது சினிமாவுக்குள் வரக் கூடாது என்றால் கூடாதுதான். புணர்ச்சிக் காட்சியைக் கோவிலிலும் பொது இடங்களிலும் பார்க்கிற ஒருவரின் மனோபாவத்திற்கு சினிமாத் திரையில் பார்க்கும் ஒருவருக்கும் மனதளவில் வித்தியாசம் இருக்கிறது. சினிமா, இருட்டுக்குள் நிகழும் நாடகம். ஆயிரம் பேர் அரங்கில் இருந்தாலும், சினிமாப் பார்வையாளர் தன்னை இருட்டின் சலுகையால், தனியாகவே உணர்கிறார். செலுலாய்டின் பிம்பங்கள் அவரிடம் ஏற்படுத்தும் எழுச்சி மிக வலிமையானது. திரைப்பிம்பங்களின் ஆளுமையில் தன்னைக் கரைத்துக் கொள்ளும் ரசிகர் அப்பிம்பங்களே அல்லது பாத்திரங்களே தாம் ஆகிறார். ஒருமுறை ரசிகருக்கு ஏற்பட்ட அனுபவம், அது மீண்டும் மீண்டும் அவர் மனதில் திரும்பத் திரும்ப நிகழ்த்தப்படுகிறது. அதாவது இருட்டில் பார்த்த ஒரு சினிமா, பல சினிமாக்களாக அவர் மனதில் திரும்பத்திரும்பத் திரையிடப்படுகிறது. அவர் அரங்கினுள் பார்த்த அந்த சினிமாவின் ஏறுமாறான காட்சிகள் அவர் மனதுக்குள் அவர் பல்வேறு இடங்களில் இருந்து பெற்ற வேறு சில காட்சிகளோடு இணைத்தும் சேர்த்தும் மறு சினிமாவாக ஓடுகிறது. ஆக, ரசிகர் ஒன்றைப் பெற்றுக்கொண்டு அதை ஊதி ஊதித் தூளாக்குகிறார். அவர் அதுவே ஆகிறார். அவர் மனம் இந்திரனின் உடம்பு போலக்

குறியீடுகளால் நிரம்பிவிடுகிறது. இது சினிமாவின் விசேஷ சாத்தியம்.

உலக சினிமாவின் மாபெரும் இயக்குநர்களில் ஒருவரான ஐசன்ஸ்டைன், சினிமா அது திரையிடப்படும் பிரதேசங்களில் இருக்கும் பண்பாட்டையும் நாகரிகத்தையும் மாற்றி அமைக்கும் வல்லமை கொண்டது என்று சொன்னதை நினைவுபடுத்திக் கொள்ள வேண்டும்.

செல்வராகவனின் '7ஜி ரெயின்போ காலனி' மோசமான படத்துக்கு ஒரு நல்ல உதாரணம். படிப்பு வராத குடும்பக் கஷ்டம் புரியாத, அம்மா அப்பாவை மதிக்கத் தெரியாது, காலனியில் ரௌடித்தனம் செய்கிற எந்தத் தனிமனித, சமூகப் பொறுப்பே இல்லாத ஒரு பையனுக்குக் கல்லூரி மாணவியின் மேல் காதல் வருகிறது. தொடர்ந்து அப்பெண்ணை அவன் இம்சை செய்கிறான். ஒருகட்டத்தில் அவள் அவனைச் செருப்பால் அடிக்கிறாள். ஆனாலும் அவன் சந்தர்ப்பம் கிடைக்கும்போதெல்லாம் அவள் மார்பகங்கள், இடுப்பு முதலான பிரதேசங்களில் கவனம் செலுத்துகிறான். அவள் அவனுக்கு வேலை வாங்கிக் கொடுத்து அவனை வழி நடத்துகிறாள். அவன் காதலுக்குப் பரிசாகத் தந்ததை உரக்கச் சொல்கிறான். அப்புறம் அம்மா, அப்பா பார்த்த மாப்பிள்ளையைக் கல்யாணம் செய்து கொள்ளப் புறப்படுகிறாள். விபத்தில் சிக்கி உயிரிழந்து ஆவியாக வந்து காதலனை வழி நடத்துகிறாள்.

கதை ஒரு பொத்தல் காதல் கதை என்று அது இயக்கியவருக்கும் தெரியும். இயக்குநர், கதாநாயகனின் அல்லது பொறுக்கியின் சார்பாகவே காட்சிகளை அமைக்கிறார். அவர் தாபம் அவள் மேல் தான். மேல் மத்திய தர வர்க்கத்தைச் சேர்ந்த அப்பெண்ணின் வாளிப்பான உடல்கட்டே கதாநாயகனுக்கு அவள் மேல் ஈர்ப்பு ஏற்படக் காரணமாகிறது. அதற்கும் மேலே தன்னைக் காதலித்தே ஆக வேண்டும் என்று நிர்ப்பந்திப்பது போல, அவன் பேச்சும் நடவடிக்கைகளுமே ஆபாசம். தாசில்தார் அலுவலக உத்தரவுபோல, காதலை உத்தரவு போட்டுப் பெறுகிற அடாவடித்தனம், ஒரு சினிமாவாகி இருக்கிறது. இப்படி ஒரு பொறுப்பற்ற பொறுக்கியைச் சொரணை உள்ள எந்தப் பெண்ணும் காதலிக்கமாட்டாள். காதல் என்பது, பரஸ்பரம் அனுசரணையும் அன்பும், மரியாதையுமே. இவை இல்லாதவர்கள் காதலில் தோற்றவர்கள். இந்த அடிப்படை அறிவுகூட இல்லாதவர்கள் தமிழ்நாட்டில் இயக்குநராகத் துட்டு பண்ணுகிறவர்கள் சமூகத்துக்குத் தவறான கருத்துகளைத் திணிக்கிறார்கள்.

பெண்ணை பிகர், என்கிறான். அவன் இது பெண்ணின் மேல் செலுத்தும் வன்முறை. அதைவிடவும் அந்தப் பெண் 'என்னை வச்சுக் காப்பாத்துவியா' என்று இரண்டு முறை கேட்கிறாள். வச்சுக் காப்பாத்தவா திருமணம்? இந்தக் கணவன் வச்சுக் காப்பாத்துவார் என்றா படித்த சமூகம் கருதுகிறது. இது செல்வராகவன் போன்ற மனிதர்களின் அறிவு மட்டத்துக்குக் கருதுகோள்கள். முழுக்கமுழுக்கச் சதையை நம்பியும் சதையை நோக்கிப் பார்வையாளர்களைக் கொண்டு செல்லுமான கேமாரக் கோணங்கள்.

செல்வராகவனின் படங்கள் ஆபாசக் கிடங்குகள். ஆபாசம் என்பது பெண்ணின் அம்மணத்தைக் காட்டுவது மட்டும் அல்ல. இயல்புக்கும் இயற்கைக்கும் சமூக முன்னேற்றத்துக்கும் முரண் ஆனவை அனைத்தும் ஆபாசம்தான்.

கஸ்தூரிராஜாவின் 'துள்ளுவதோ இளமை' ரசனை மிகவும் அலாதியானது. அப்பா, அம்மாவின் செக்ஸ் நடவடிக்கைகளை மகன் பார்ப்பதும், டீச்சரின் பக்கவாட்டுத் துணி விலகுவதை மாணவன் பார்ப்பதையும் அதி சிரத்தையாகப் படம் பிடிக்கிற மேலான இயக்குநர் அவர். சூர்யாவின் 'நியூ' வரலாறு படைத்த அக்மார்க் ஆபாசம். பகலில் சிறுவனும் இரவில் இளைஞனும் ஆகிற ஒருவனின் அப்பாவித்தனம்தான் விஷயம். நியாயமாகவே இயக்குநரின் அனுதாபம் சிறுவனைச் சார்ந்ததாக இருக்கும், இருக்க வேண்டும். மாறாகச் செக்ஸ் பற்றித் தெரியாத அக்குழந்தையைத் தந்திரமாகத் தன் வியாபாரத்துக்கு அடித்தளம் ஆக்கிக் கொள்கிறார். செக்ஸைச் சொல்லித் தரும் பொறுப்பைச் சிம்ரனுக்குத் தள்ளி விடுகிறார். அப்புறம் என்ன? சிம்ரன் நடத்தும் கலவிக் கல்வி இருட்டிலேயே நடக்கிறது. சினிமாவில் இருட்டு என்பது பல ஊகங்களைப் பல கற்பனைகளை ஏற்படுத்தவல்லது. சினிமாவை இப்படித்தான் புரிந்து வைத்திருக்கிறார் சூர்யா. இதன் ஊடாக ஆண் உலகின் பலவீனங்களை வேறு எடுத்து உபதேசம் செய்கிறார். பெண் செக்ஸுக்குச் சரிப்படாதவளாக இருந்தால், ஆண்கள் பக்கத்து எதிர்வீட்டுப் பெண்களைப் பார்த்துக் கொள்வார்கள் என்பது இந்தப் பீடாதிபதி பொழியும் தத்துவம்.

தம்பி மனைவியை ஆக்கிரமிக்க அண்ணன் செய்யும் முயற்சிகள் வாலி. ஒரே வீட்டில் வாழ்ந்துவரும் அண்ணன் தம்பிகள், தம்பி மனைவியை எங்கெல்லாம் எப்படிப் பார்க்க முடியும்? இயக்குநர் மையம் கொள்வதும் கவனம் கொள்வதும் அந்த இடம்தான்.

ஆக, ஒரு பொது நிரலுக்கு இந்த சினிமாக்களை அடக்க முடியும்.

1. சினிமாக்களுக்கான அடிப்படைக் கதைச் சரடை வாழ்க்கைக்குச் சம்பந்தம் இல்லாத விதத்தில் எடுத்துக் கொள்கிறார்கள்

2. கதைப் போக்கில் இடம்பெறக் கூடிய காமம், அடிதடிகளை எந்தத் தர்க்கமும் இல்லாமல் உடம்பு – வன்முறைகளை ஆதாரமாகக்கொண்டு அவற்றுக்கேற்ப காட்சிகளை அமைக்கிறார்கள்.

3. மார்பகம், தொப்புள் ஆகியவற்றை மையம்கொண்டே இவர்களின் சிந்தனையும் கேமராவும் இயங்குகின்றன

4. இவர்களில் மதிப்பீடுகள் மிகவும் பழமையும் பிற்போக்குத்தனமுமானவை.

5. சமூகத்தின் எந்தப் பிரச்சனை பற்றிய அறிவும் ஆராய்ச்சியும் இவர்களுக்கு இல்லை. ஆகவே வெறும் காமத்தை விற்பவராகவும் காமத்தரகராகவும் இருப்பதை லாபமாக அனுபவப்பட்ட இவர்கள், அதையே தொடர்கிறார்கள்.

6. சினிமா என்பது இப்படித்தான் என்னும் மனோபாவத்தைப் பார்வையாளர்களிடம் கட்டமைப்பதோடு, சினிமாப் பாத்திரங்களே நிஜங்கள் என்கிற கற்பிதங்களை விதைத்து உண்மையிடம் இருந்தும் யதார்த்தத்தில் இருந்தும் மக்களைத் திசை திருப்புகிறார்கள்.

7. பெண் சொந்த மூளை இல்லாதவளாகவும் முடிவெடுக்கும் சுதந்திரம் மற்றும் அறிவு இல்லாதவர்கள் என்று இயக்குநர்கள் புரிந்து கொண்டிருக்கிறார்கள். இளைஞர்கள் வன்முறை, காமம் இவற்றைத்தான் விரும்புகிறார்கள் என்பது பொய்யான மாயையே. இவர்களே உருவாக்கி, இவர்களே அதை நம்பவும் செய்கிறார்கள். ஒரு பொறுக்கி சினிமாவில் செய்யும் வரம்புமீறல்கள், இளைஞர்களின் வாழ்க்கைச் செயல்பாட்டுக்குள் இறங்குமானால் என்ன விதமான சமூக விளைவுகள் ஏற்படும் என்பதைக் கருத்தில் கொள்ளாத சமூக விரோதம் இது.

வன்முறை கதாநாயகத்தனமாகக் கருதப்படுவது நம் சினிமாவில்தான். எந்த வேலையும் செய்யாது எந்த வேலைக்கும் லாயக்கற்று ஆனால், காதல் மட்டும் செய்து சண்டை போட்டுச் சில பிரச்சினைகளைச் சந்தித்துக் காதலியை அடைவது என்பதே

சினிமாவுக்குப் போதுமானதாக இருக்கிறது. ஒரு தனி மனிதர் பல தடியாட்களை வெறும் கைகளால் அடித்து வீழ்த்துகிற ஆச்சரியமும் விசித்திரமும் இன்னும் சினிமாவில் நீடிப்பது தமிழ் சினிமாவின் வீழ்ச்சிகளில் ஒன்று. அதிகபட்சப் பெண் உடம்பைத் தெரியக் காட்டி எப்படிக் காசு பண்ணுகிறார்களோ அதேபோல சண்டைக் காட்சிகளிலும் புதுமைகள் என்று மாயாஜாலம் செய்கிறார்கள். ஒருத்தன், பறந்து பறந்து சண்டை போடுகிறான். விரலை நீட்டினால் அதற்குக் கூட சவுண்ட் எபக்ட் பட்டனைக் கழற்றினால் அதற்குக் கூட சவுண்ட், குத்துப் பட்டுப் பாறாங்கல் போல ஒலி எழுப்பி விழுந்தாலும், தாக்கப்பட்டவர் தண்ணீர்த் தொட்டியில் விழுந்து எழுபவர்போல எழுந்து மீண்டும் வந்து சண்டை போடுவதும் நம் சினிமாக் கதையில் உள்ள கேவலங்கள்.

வீரர்களைத் தமிழர் புகழ்ந்தும் அவர்கள் இறந்தால், வழிபட்டும் வந்திருக்கிறார்கள். தமிழர்களால் கல் எடுத்து வணங்கப்பட்ட வீரர்கள் ரௌடிகள் அல்லர். அவர்கள் நாட்டுக்காக, நாட்டுப் பாதுகாப்புக்காக உயிர் கொடுத்த வீரர்கள். ஆகவே, மதிக்கப்படுகிறார்கள். ஆனால் நம் கதாநாயகர்கள் செய்வது வன்முறை. ஒரு போலீஸ்காரன் (விக்ரம்) தன்னைப் பொறுக்கி என்கிறான். போலீஸ்காரன் பொறுக்கியென்றால் பொறுக்கிகள் எல்லாம் போலீஸ்காரர்கள். ஆனால் என்ன தர்க்கம் இது? சட்டப்படி எந்தப் போலீஸ்காரனும் எந்த மோசமான ரௌடியையும் அடிப்பதற்கு உரிமையோ சுதந்திரமோ பெற்றவன் இல்லை. சட்டப்படியும் இது தவறு. சட்டங்களை மீறுகிறவர்களாகப் போலீஸ்காரர்கள் இருக்கிறார்கள் என்றால் அதைச் சட்டப்பூர்வமாகவும் நியாயமாகவும் இந்தச் சினிமா ஆக்குகிறது.

பாலாவின் பாத்திரம் மனநிலை பிறழ்ந்தவர் என்பதில் நமக்கு ஆட்சேபணை இல்லை. மனநிலை பிறழ்ந்த பாத்திரத்தில் மேல் ஓர் இயக்குநருக்கு அனுதாபம் வருவதும் தவறில்லைதான். அந்தப் பாத்திரம், சமூகத்தைக் கடித்து ரத்தம் துப்புவதும் மீண்டும் குரல்வளையைக் கடிப்பதும் என்ன பாத்திரப் படைப்பு? ஒரு குரூரம் காட்சிப்படுத்தலில் கடைப்பிடிக்க வேண்டிய அளவும் எல்லையும் ஏன் கடக்க வேண்டும்? செக்ஸும் சண்டைக் காட்சிகளும் இரண்டுமே இங்கு வன்முறைகளாகத்தான் சித்திரிக்கப்படுகின்றன. அதீத காமமும் தாக்குதலும் கொண்ட சினிமாக்களை மக்கள் விரும்பவில்லை என்று சொல்ல முடியாது. ஒரு செல்வராகவன் படத்தைப் பார்த்த மக்கள் இரண்டு மூன்றாவது படத்தையும்

பார்க்கவும் அவரது கல்லாவை நிரப்பவும் செய்கிறார்கள் என்பதும் உண்மை. இது ஏன் நிகழ்கிறது?

நிரப்பப்படாத சில திட்டுகளை அல்லது வெற்றிடங்களை இந்தக் காட்சிகள் நிரப்புகின்றன. மக்களின் அழுத்தி வைக்கப்பட்ட சில மனப்படிவங்களுக்கு இவை தீனி போடுகின்றன. நடிகைகள், பாத்திரங்கள் என்பதற்கும் மேலாக அவர்களைக் கனவுக்கன்னி என்று சினிமாக்காரர்களும் பத்திரிகைக்காரர்களும் சொல்கிறார்கள். சினிமாவுக்கு வெளியேயும் நடிக நடிகையரின் ரூபம் நீள்கிறது. அவர்கள் தமிழ் மக்களின் கனவுகளில் வருவதை விரும்பாமல் இல்லை. மேலும், சராசரி மக்களிடம் இருந்து தம்மைக் கத்தரித்துக்கொண்டு தந்தக் கோபுரவாசியாக வாழ்கின்றனர்.

சினிமாவை அணுகவும் அதைப் புரிந்து கொள்ளவும் சில அடிப்படைப் பயிற்சிகள் தேவைப்படுகின்றன. சூர்யாவையும், செல்வராகவனையும், கஸ்தூரிராஜாவையும், பாலாவையும், சங்கரையும் புரிந்துகொள்ள அல்ல. சினிமா என்ற நிஜமான கலையை, மக்களிடம் கொண்டு செல்லும் அந்த வகைத் திரைப்பட இயக்கம் மலையாளத்திலும் வங்காளத்திலும் உண்டு.

சினிமா பற்றிய விமர்சனங்கள், இன்றும் கதைகளைச் சொல்லிக் கொண்டிருக்கின்றன. பூக்களைக் காட்டினால், கேமரா கவிதை எழுதுகிறது என்று விமர்சனம் எழுதுகிற பத்திரிகைகள் இருக்கும் வரைக்கும் மக்கள் சினிமாவை அறியப் போவதில்லை.

சினிமா, சாதியை அரங்குக்கு வெளியே நிறுத்தியதையும் குறைந்த செலவிலான பொழுதுபோக்கு என்ற அளவிலும் சமூகவியலாளர்கள் சிலர் சினிமாவை ஏற்றார்கள். ஆனால், சினிமாவை ஒரு கலை என்ற அளவுக்கு மேலான இடத்தைத் தமிழ்ச் சமூகம் தருகின்றது. இது, இந்த இனம் தேடிக்கொண்ட இழுக்கு. தொலைக்காட்சி மூலம் சினிமா வீட்டுக்குள் வந்துவிட்ட பிறகு, சினிமாக்காரர்களை வீட்டுக்கு வெளியே நிறுத்துவது சிரமம்தான் என்றாலும் அதைச் செய்ய வேண்டியது அவசியம்.

சினிமாவுக்கென்று ஒரு காலத்தில் பொம்மை, பேசும்படம், குண்டூசி, என்று சில பத்திரிகைகள் மட்டுமே இருந்தன. இன்று சினிமாவே வெகுஜனப் பத்திரிகைகளை நிரப்புகிறது. நிரப்பி, அந்த நடிக நடிகைகளின் கவர்ச்சிப் படங்களை போட்டுச் சதா தமிழனின் மன அரங்கில் நடிகர்களைப் பற்றிய எண்ணமே மேலோங்கி இருக்கும் விதமான ஒருவித தரகு வேலைகளைச் செய்கின்றது.

நடிக, நடிகைகள் சினிமாவுக்கு வெளியே சின்னத்திரை, அரசியல் அரங்கு, கலாச்சார அரங்குகள் என்ற சமூகத்தின் சகல மட்டத்திலும் நீள்கிறார்கள். தீபாவளி முதலான இந்துக்களின் விசேஷ நாட்களில் அந்நாட்களின் புனிதம் பற்றிச் சங்கராச்சாரியார்களுக்கு அடுத்தபடியாக நடிகைகளே பேசுகிறார்கள். ரிப்பன் வெட்டித் துணிக்கடைகளைத் திறந்து வைக்கிறார்கள். தனியார் கல்லூரிகளின் முதல்வர்களும் முதலாளிகளும் நடிக, நடிகையரின் வீட்டு வாசல்களில் காத்திருந்து அவர்களைத் தங்கள் விழாவுக்கு அழைக்கிறார்கள். தமிழர்களைச் சேர்ந்தாற் போல ஓர் அரைமணி நேரம் கூட சினிமாவைப் பற்றி சினிமா நடிகைகளைப் பற்றி நினைக்காமல் இருக்க முடியாத சூழ்நிலைகளே சுற்றிலும் நிகழ்கின்றன. தமிழர்கள் மீண்டும் அந்த ரக சினிமா வலைகளில் விழுவதன் ரகசியமும் இதுதான்.

மனிதர்களுக்குத் தங்கள் வாழ்வு குறித்த உணர்வும் சுற்றுப்புறச் சூழல் குறித்த அறிவும் தம்மைச் சுற்றி நிகழும் அரசியல், கலாச்சாரம் குறித்த புரிதலும் இருக்கும்படியாகச் சூழல்கள் வேண்டும். தங்கள் தேவைகள், தேர்வுகள் பற்றிய விழிப்புணர்வு கொண்ட மக்களை வளர்த்தெடுக்கும் விதமாக நம் ஊடகங்கள் இல்லை. பத்திரிகைகள், தொலைக்காட்சிகள், சினிமா அரங்குகள் எல்லாமும் சாராய வியாபாரம் செய்கின்றன. மழுங்கடிக்கப்பட்ட மக்கள் சுலபமாகத் தம் கைக்கெட்டும் தூரத்தில் இருக்கும் சினிமா தரும் போதையில் ரசனைகளில் மிக மேலோட்டமானதும் உள்ளீடு அற்றதுமான காமவிகாரத்துக்கும் வன்முறைக்கும் பலி ஆகிறார்கள். ஊடகங்களால் பார்வையாளர்கள் தரம் தாழ்ந்துள்ளது.

தமிழ் ரசிகர்களுக்குப் பார்க்கக் கிடைத்த இந்தி, ஹாலிவுட் மற்றும் உலக சினிமாக்களின் பாதிப்பு அண்மைக்காலமாக அதிகரித்துள்ளது. அப்படங்களின் கலாபூர்வமான வெற்றியோ தோல்வியோ இங்குக் கவனிக்கப்படுவதைக் காட்டிலும் அப்படங்களில் இடம் பெற்ற நெருக்கமான காதல், முத்தக்காட்சிகள் அதிகமாக ஈர்க்கின்றன. தமிழ் இயக்குநர்கள் மற்ற மொழி படங்களில் இருந்து கற்றுக் கொள்பவை குறைவு; எடுத்து கொள்வதே அதிகம்.

பால் அதீதம் மற்றும் வன்முறைகளை நாம் எதிர்ப்பது தூய்மைவாதத்தால் அல்ல. மாறாகக் காதலும் வீரமும் கொச்சப் படுத்தப்பட்டு வெறும் கல்லாப்பெட்டிச் சமாச்சாரமாகிவிடக் கூடாது என்பதால்தான். காதலும் தீமைகளை எரிக்கிற வீரமும் மனித விழுமியங்கள். மனித நாகரிகங்கள் ஓர் இனம் உருவாக்கி

பிரபஞ்சன்

இருக்கும் அழகிய பண்பாடுகள். அவற்றைச் சில வியாபாரச் சூதாடிகள் அவமானப்படுத்திவிடக் கூடாது. சினிமா என்பது பெண்களின் மார்பகம் அல்ல. கவர்ச்சி நடிகைகள் காட்டும் இடுப்போ, மச்சமோ அல்ல. நடிகர்களின் தெருச்சண்டை அல்ல. மாறாக அது ஒரு வாழ்க்கை. வாழ்க்கையில் சில அம்சங்கள் இயக்குநராகிய கலைஞர்களின் கண்ணோட்டத்தில் சினிமா மொழியில் சொல்லப்படும் ஒரு விஞ்ஞானக் கலை. சினிமா சமூகத்தைப் பாதிக்கும் சக்தி மிக்க ஊடகம். அந்தக் காலத்தில் பாலாமணி சாந்து, பாலாமணி வளையல்கள், இடைக்காலத்தில் ரத்தக்கண்ணீர் சேலை, அண்மைக்காலத்தில் குஷ்பு இட்லி, எனவேதான் குடிநீர்க் குளத்தில் விஷம் கலக்காதீர்கள் என்கிறோம். சண்டை, வன்முறை, காதல், காமம் எல்லாம் வாழ்க்கையின் அங்கங்கள்தான். ஆனால், சினிமா என்ன நோக்கத்துக்காக அவற்றைக் காட்சிப்படுத்துகிறது என்பதே முக்கியம். கலைஞர்களின் மனசாட்சியே அளவுகோல். எடுத்துக் காட்டுகளாகக் குறிப்பிட்ட திரைப்படங்களின் உள்ளடக்கமே போல பல உலகத் திரைப்படங்களை என்னால் சொல்ல முடியும். அவை எப்படிக் கலையாகின்றன என்பதும், நமது திரைப்படங்கள் எப்படி கலை விரோதம் ஆகின்றன என்பதுவே என் கவலை.

மக்கள் நரகர் தேவர்

வாழ்க்கைக்கு அர்த்தமும் வண்ணமும் இல்லைதான், எனினும், வாழ்க்கைக்குப் பல்வேறு அர்த்தங்களைக் காலம் காலமாக எழுத்தாளர்களும் கவிகளும் படைப்பாளிகளுமான சிந்தனையாளர்களே வழங்கிக்கொண்டு இருக்கிறார்கள். மனிதர்கள் புல்லையும் பருத்திக் கொட்டையையும் தின்று காலை மாலை இருவேளையும் செம்பு நிறையப் பால் கறக்க விதிக்கப்பட்டவர்கள் அல்லர் என்பதை அந்தச் சிந்தனையாளர்களே உலகுக்கு அறிவித்தார்கள். தொடக்கக்கால மனிதர்கள், தங்கள் குகைச் சித்திரங்களில் தம்மை மருட்டிய விலங்குகளையும் அவற்றைக் கொன்ற தம் வேட்டையையுமே எழுதி வைத்தார்கள்.

மனிதர், ஆகப் பெரும் குணங்கள் பொதிந்த உன்னதங்களின் பெட்டகம் என்பதை மிகவும் தாமதமாகவே மனிதகுலம் கண்டது. மனிதர், தேவர்களுக்குச் சமன் என்கிற சிந்தனை தோன்றுமுன் மனிதர்களின் பலகீனங்களைக் கணக்கில் கொண்டார்கள், பூர்வ சிந்தனையாளர்கள். தமிழ்ச் சிந்தனை மரபு, மனிதர்களின் பாவ புண்ணிய மனோபாவத்தை ஒரு சேரக் கண்டது. உயர்திணை இது என்று இலக்கணம் கூற வந்த இலக்கணக்காரர், 'மக்கள் நரகர் தேவர்' என்ற வரிசையை அமைத்தார். சிந்தனை மரபில் உச்சம் என்று இதை நான் கணிக்கிறேன். பலகோடி வாழ்நாளையும் அளவிறந்த இன்பங்களையும் துய்க்கும் வாய்ப்புப் பெற்ற தேவர்களை அல்லவா முன்னோதி இருக்க வேண்டும். இலக்கணாசிரியர் ஏன் மக்களை முதலில் வைத்தார்? மக்களுக்கு மட்டும்தான் பாவமும் புண்ணியமும் பண்ணுவதற்கான சுதந்திரம் இருக்கிறது என்பதால், மக்களை முதலில் வைத்தார். மனிதர், பாவம் என்ற தீயவையையும் புண்ணியம் என்ற நன்மையையும் செய்யச் சுதந்திரம் கொண்டவர் என்பதாலேயே, அவர்கள் பாவமும் ஒரு இயற்கையேப் போல ஏற்படுகிறது. இந்த இடத்தில்தான் இலக்கியமும் மதமும் வேறுபடுகின்றன. மனிதத் தவறுகளை மதங்கள் ஒன்று கண்டிக்கின்றன அல்லது

தண்டிக்கின்றன. இலக்கியம் மட்டுமே, மனிதர்களோடு சேர்த்து மனிதத் தவறுகளையும் புரிந்து கொள்கிறது.

இலக்கியத்தின் ஆகச் சிறந்த பங்களிப்பு, இந்தப் புரிதல் அல்லது புரிந்து கொள்ளுதல் என்பதுதான். மனிதகுலம் இதுகாறும் கட்டமைத்துள்ள சகல விழுமியங்களுக்கும் ஆதார சுருதி இதுவேயாகும். மனித குலம் இதுகாறும் செய்வதறியாத எந்தத் தவறையும் மனிதன் செய்துவிட முடியாது. செய்துவிட்டால் அதற்காக அவர் கதியற்று, துக்கிற்று, விலகி, விக்கிற்று நிற்க வேண்டியதில்லை. வள்ளுவர் இவர்களைப்பார்த்து அன்பு மீதூறச் சொல்கிறார் ‘என்ன பெரிதாகச் செய்துவிட்டதாக வருந்துகிறாய்’ தேவர்களும் அவர்கள் தலைவர் இந்திரனும் செய்யாத எந்தக் கயமையைச் செய்துவிட்டாய், போய் வேலையைப் பார்’

மனிதத் தவறுகளைப் புரிந்துக் கொள்வதோடு, தம் கிரியைகளை நிறுத்திக் கொள்ளவில்லை, இலக்கியம். புரிந்து கொள்ளுதல் என்பது, ஆதரித்தல் அல்ல. மனிதகுலத்தை, அதுவே அதன் பொருட்டுக் கண்டுபிடித்த விழுமியங்களை நோக்கி அழைத்துச் செல்வதையும் தன் கடனாகக் கொண்டிருக்கிறது, விழுமியங்களை நோக்கிய பயணம். மனிதர்கள் தம் சுயத்தை அல்லது அகத்தை அறிந்து கொள்வதிலிருந்து தொடங்குகிறது. சுயம் அறிதல் என்பது தன்னை அறிதல்; தன் மானுடப் பிறப்பின் பொருள் அறிதல்; மானுடம் நோக்கித் தன்னைத் திருப்புதல்; ஜன சமூகத்தில் தான் ஓர் ஊக்கி என்பதை அறிதல், அறிந்ததில் இருந்து நகர்தல்.

மனிதர்களைச் சுயநலமிகள் என்ற தத்துவாசிரியர்களும் இருக்கிறார்கள் இல்லை, அவ்வாறு இல்லை என்கிற உதாரணங்கள் நமக்கு நிறையவே இருக்கின்றன. சுயநலம் தீங்கில்ல. சுயநலக் கிணற்றிலிருந்து வெளியேற முயலாததே தீங்கு என்கிறது, தமிழ்ச் சங்கச் சிந்தனைகள். தனிமனித வாழ்க்கை, சமூக நிகழ்வின் விரல் படாமல் சாத்தியம் இல்லை என்கிறார் பிசிராந்தையார் என்ற சிந்தனையாளர். புலவர்கள் கூடி இருந்த ஒரு சூழலில், பிசிராந்தையாரைப் பார்த்து ஒரு புலவர், “தங்களுக்கு வயது அதிகம் ஆகி இருக்கத் தங்கள் தலைமுடி மாத்திரம் இன்னும் வெளுக்காததன் காரணம் என்ன?” எனக் கேட்கிறார். அதற்குப் பதில் சொல்கிறார் அவர், “நான் மகிழ்ச்சியாயிருக்கிறேன். என் மனைவியும் மக்களும் அறிவு நிரம்பியவர்கள். புரிதல் உள்ளவர்கள். என் துணைவர்கள், நான் நினைப்பதைச் செயல் படுத்துகிறார்கள். எம் ஊரை ஆளும் அரசன் நல்லவனாக இருக்கிறான். திறமைசாலி, அவன் எங்கள் சமூக உரிமையை

உறுதி செய்கிறான். என் ஊரில் நிறையப் படித்த, கொள்கைக்காக வாழும் யோக்கியர்கள் இருக்கிறார்கள். எனவே, எனக்குக் கவலை ஏதும் இல்லை. கவலை இலாமையால் முடி நரைக்கவில்லை”

பல நுணுக்கம் கொண்ட பாடல் இது. புலவரின் குடும்பம் அவருக்கு இசைவாக இருக்கிறது. அவரும் குடும்பத்துக்கு இசைவாக இருக்கிறார். அவரின் ஊரை ஆள்பவர் மக்களை அறிந்து அவர்களுக்கான ஆட்சி நடத்துகிறார். எல்லாவற்றுக்கும் மேலாக மனிதர்க்குப் பெரும் துன்பம் தரும் முட்டாள்கள் சகவாசம் புலவர்க்கில்லை. தனிநபர், குடும்பம் எனத் தொடங்கி அரசியல், தோழமை என்று விரிகிறது, பாடல். தனிநபர் சந்தோஷம் சமூகம் சார்ந்து என்று சொல்கிறார் பிசிராந்தையார்.

தனிநபர் மகிழ்ச்சியை மறுக்காத தமிழ்ச் சிந்தனையாளர்கள் அதனின்றும் அடுத்தடுத்த மேலான இடத்துக்கு மனிதரைக் கொண்டு செல்கிறார்கள். தன் மகிழ்ச்சியைக் காட்டிலும் சக மனிதர் மகிழ்ச்சி மேலானது, தன் வாழ்க்கையைக் காட்டிலும் சக மனிதர்க்காக வாழ்வது என்பது இன்னும் மேலானது என்றெல்லாம் இலட்சியபூர்வமான நாகரிகச் சமூகத்தை அவர்கள் கட்டமைத்தார்கள். ‘யோகம்’ என்னும் மரபு சார்ந்த ஒன்றுக்கு ஊருக்குழைத்திடல் என்று புதிய பொருள் கொடுக்கிறார் பாரதி. ஊருக்குழைத்திடல், தொண்டு, பணி என்பதெல்லாம் ஒரு பொருள் குறித்த சொற்கள். சக மனிதர்களை நினைத்தல், நேசித்தல், அவர்களுக்காகத் தம் உயிரனைய அனைத்தையும் சமர்ப்பித்தல் எனும் உச்சநிலைக்கு மனித இனத்தைக் கொண்டு சென்றார். வெறும் புகழுக்கோ ஆரவாரத்துக்கோ இல்லை. அம்மேலான வாழ்க்கையே இயல்பு வாழ்க்கை. அதுவும் மனிதச் சுயம்தான் என்னும் கருத்து உருவாக்கப் பெற்றது. உண்மையைச் சார்ந்தது உழைப்பாயிற்று. பிழையான வாழ்க்கை முறை பிழைப்பாயிற்று.

இளம்பெருவழுதி எனும் பெயரிய பாண்டியன், உலகு பற்றிய தீவிரமான ஒரு கேள்வியை எழுப்பிக் கொள்கிறான். எதனால் இந்த உலகம், அல்லது யாரால் இந்த உலகம் நிலை பெற்றிருக்கிறது? என்பதே அவன் கேள்வி. சிலவகை மனிதர்களால் என்பதே அவன் கண்ட முடிவு. பொய், வழு, தீயவைகளால் இந்த உலகம் இன்னும் மூழ்கிப் போகாமல் இருக்கும் காரணம் அவன் கண்டுபிடித்தான்.

இறவா மருந்தெனப்படும் தேவ அமிர்தமே கிடைத்தபோதும், அதைத் தனித்துண்ணாமல் பகிர்ந்தளிப்பவர்; யாரையும் எதன் பொருட்டும் வெறுக்காதவர்; பழிக்கு அஞ்சித் தீமைகளை ஆதரிக்காதவர்; தாம் ஏற்றுக்கொண்ட கருமங்களைத் தொடர்ந்து

செயல்பட்டு முடிப்பவர்; மனித வாழ்க்கையின் கொடுமுடிப்பயன் புகழ் என்பதை அறிந்து, அது தரும் காரியங்களையே இயற்றுபவர்; உலகமே பரிசாகக் கிடைத்தாலும், இழிசெயல் செய்ய நாணுபவர், பிறர் வாழ்தலின்பொருட்டுப் பெரும் முயற்சிகளில் ஈடுபடுபவர்; தம் பொருட்டே எல்லாம் என்பதின்றி நான் எனது என்பதறிந்து வாழ்பவர், இவர்கள் காரணமாகத்தான் உலகம் நிலைபெறுகிறது இது இளம்பெருவழுதி கண்டடைந்த முடிவு.

இளம்பெருவழுதி, வாழ்தலின் அச்சாணியை மாற்றிப்போட்டதோடு, வாழ்தலின் வெளியை உன்னதங்களால் நிறைத்தான். சாமான்ய மனிதர்களிடம் இந்த ஈகைப் பெருங்குணம் உளவா என்றால் உண்டு. மனிதர்கள், இளம்பெருவழுதியைப் படிக்காமல் அப்படித்தான் வாழ்ந்து கொண்டிருக்கிறார்கள். இருப்பதை எல்லாம் வழித்துப் போட்டுவிட்டுக் குழந்தைகள் பசியாறுவதைக் கண்டுவிட்டுப் பட்டினியாகப் படுத்துக்கொள்ளும் தாய்கள், தந்தைகள், வாழ்க்கைப் பெருவெளியை ஈகையாய் நிரப்புவதன் சாராம்சம்தான் வாழ்வின் சாராம்சம்

விக்தோர் ஹியூகோ, பிரஞ்ச் மொழியின் தொடக்ககால உரைநடை ஆசிரியர், நாடகாசிரியர், கவி, சோஷலிசச் சிந்தனையாளர், முடியரசு ஆட்சியாளர்களால் நாடு கடத்தப்பட்ட குடியரசுக்காரர். உலகத்தின் முக்கிய மொழிகளில் எல்லாம் மொழியாக்கம் செய்யப்பட்ட எழுத்தாளர். இவரது படைப்புகளில் லே மிசரபிள்ஸ் (1864) குறிப்பிடத்தக்கது. தலைப்பைத் 'துயருற்றவர்கள்' என்று சரியாக மொழிபெயர்த்தார் க.நா.சு. கதை அதுகாறும் பிரஞ்சு இலக்கியம் காணாத திருடர்கள் மற்றும் கீழ்க்குலத்தார்கள் என்று கருதப்பட்டவர்களைப் பேசுகிறது. ழேன்வால்ழேன் என்கிற எளிய குடியானவன் குழந்தைகளின் பசிக்காக ஒரு ரொட்டித் துண்டைத் திருடி விடுகிறான். பன்னிரண்டு ஆண்டுகள் சிறையில் இருக்கிறான். இது அன்றைய பிரஞ்சு நீதி. எந்த வீடும் நடைபாதையும் அவனை ஏற்கத் தயாராக இல்லை. கருணைமிக்க பிஷப் மிரியேல் அவனை தம் மடத்துக்குள் தங்க அனுமதிக்கிறார். அவன் பசியும் குளிரும் போகிறது. படுத்துறங்க சௌகர்யமான படுக்கையையும் அளிக்கிறார். விடிந்து பிஷப் அவனைக் காண முடியவில்லை. சுவாமி பீடத்தில் இருந்த இரண்டு வெள்ளி மெழுகுவர்த்தித் தாங்கிகள் களவாடப்பட்டிருப்பதை அறிகிறார். அவர் மனம் புண்படுகிறது. ழேன் வெள்ளி விளக்குகளோடு காவலர்களிடம் பிடிபடுகிறான். இது ஏது? என்று அவனை விசாரிக்கிறார்கள். 'பிஷப்' கொடுத்தது என்கிறான்.

போலீஸ்காரர்கள் அவனை அழைத்துக்கொண்டு பிஷப்பிடமே வருகிறார்கள். பிஷப் ‘விளக்குகளை ழேன் திருடவில்லை நானே அவனுக்கு அன்பளித்ததாகச் சொல்கிறார். இது ழேனை உலுக்கி விடுகிறது. எனினும், அவனால் திருடுவதை விலக்க முடியவில்லை. மற்றுமொரு முறை திருடுகிறான். இம்முறை மாட்டிக் கொண்டால் தூக்குதான் என்பதால் பெயரை மாற்றிக் கொண்டு வியாபாரியாக வாழ்கிறான். இதற்கிடையில் யாரோ ஒரு திருடன் எதற்கோ பிடிபடுகிறான். அவனை ழேன் என்று நினைத்துக்கொண்டு தூக்கில்போட நீதித்துறை முடிவு செய்கிறது.

நாவலின் உயிரான இடத்துக்கு நாம் வந்து சேர்ந்திருக்கிறோம். மனசாட்சியில் நெருக்கடிக்குள்ளாகிறான், ழேன். உண்மையைச் சொன்னால், ழேன் அகப்பட்டுத் தூக்கில் தொங்க வேண்டி இருக்கும். சத்தியத்தின் கரம், அவனை நீதிமன்றத்துக்குத் துரத்துகிறது. நீதிபதிக்கு முன், நான்தான் அசல் என்று ஒப்புக் கொள்கிறான்.

இந்த நாவலை உயர்வானதாகப் புளோபேர், ஜோலா போன்றோர் கருதவில்லை. என்றாலும் உலக மொழிகளில் ழேன் ஏதோ ஒரு பெயரில் பெயர்க்கப்பட்டிருக்கிறான். காரணம் வேறொன்றில்லை. மனிதனின் அசாத்தியமானதும் வெகுவாகச் சாத்தியப்படுவதும் ஆன அன்பின் உக்கிரமே ஆகும். அன்பு, அருளாக மாறும் இனிய பரிணாமத்தை நாவல் மிக அழகாகச் சித்திரித்துள்ளது. யாரோ ஒரு விலைமகளின் மகளுக்காக வாழ்ந்து, அவளின் காதலனையும் தப்பிக்க வைத்து, இருவரையும் கல்யாணத்தில் இணைத்து, வாழ்க்கையின்மேல் பிடிப்பற்று உயிர் விடுகிறான் ழேன். ழேன் ஞானி என்று இந்த நாவலைச் சுருக்கமாக மொழிபெயர்த்த சுத்தானந்த பாரதி சொன்னார். விஷயம் இதுதான் மனிதன், தன்னைக் கடக்கும்போது உன்னதம் அல்லது நிரந்தரம் ஆகிறான். அந்த அரிய தருணங்களைப் படம் பிடிக்கும் எழுத்துகள் நிரந்தரம் பெறுகின்றன.

இதுமாதிரியான ஓர் அரிய மூர்த்திகரத்தைச் செகாவ் தன் கதையில், செய்திருக்கிறார். ரஷ்யா, உலகுக்கு அளித்த மாபெரும் படைப்பாளிகளில் ஒருவர். உலகம் தழுவிய சிஷ்யர்களைக் கொண்டவர். மனிதர்களை அவர்கள் தொழில் சார்ந்து பேச்சு, நடைமுறை சார்ந்து மதிப்பிடுவதில் உள்ள அபத்தம் இவருக்குக் கதையாகிறது. தங்களை வெளிப்படுத்திக் கொள்வதை விடவும் மேலானவர்களாக மனிதர்கள் இருப்பதை அவர் அவதானித்துச் சொன்னார்.

ஒரு மதியப் பொழுதில் நடிகை பாஷா வீட்டுப் படுக்கையறையில், அவள் ஆசைநாயகனாக வந்து செல்பவனாக கல்பகோவ் இருந்தான். தெருக்கதவு தட்டப்படும் சப்தம் கேட்கிறது. கல்பகோவ் அடுத்த அறைக்குச் சென்று மறைந்து கொள்கிறான். பாஷா கதவைத் திறக்கிறாள். ஒரு பெண் நிற்கிறாள். ‘என்ன வேண்டும் என்கிறாள் பாஷா’ ‘என் புருஷன் வேண்டும்’ என்கிறாள் வந்தவள். யார் என்கிறாள்? பாஷா, ‘கல்பகோவ்’ என்கிறாள். அப்பெண். ‘அவர் இங்கு இல்லை’ என்று அச்சத்துடன் பதில் சொல்கிறாள் பாஷா.

‘நீ வெட்கம் கெட்டவள். அற்பப் பிராணி, கொடுமைக்காரி என்றெல்லாம் வைகிறாள் வந்தவள். சிறுமையால் வெலவெலக்கிறாள் பாஷா.

‘என் புருஷன் அலுவலகத்தில் பணம் கையாடி விட்டான். ஆயிரம் ரூபிள்கள். அவரைக் கைது செய்யப் போகிறார்கள். நானும் என் குழந்தையும் நடுத்தெருவில் நிற்கப் போகிறோம். என் புருஷனைச் சைபீரியா சிறைக்கு அனுப்பப் போகிறார்கள்’ என்றபடி அந்தப் பெண் அழுகிறாள். பாஷாவை விபசாரி என்று திட்டுகிறாள். உனக்காகத்தான் அவர் திருடினார் என்று சொல்லிப் பணம் அல்லது நகைகளைக் கேட்கிறாள். ‘என்னிடம் நகை இல்லை’ என்கிறாள் பாஷா. அந்தப் பெண்ணின் பேச்சும் அழுகையும் பாஷாவிடம் வெட்கம், துயரம் ஆகியவற்றை ஏற்படுத்துகின்றன. ‘என் குழந்தைகள், பசியால் தெருவில் நின்று பிச்சை எடுக்கப் போகின்றன’ என்று ஓலமிடுகிறாள், அந்தப் பெண். குழந்தைகள் பிச்சை எடுக்கும் காட்சி மனக்கண் முன் வந்து பாஷாவை நடுக்கம்கொள்ளச் செய்கின்றன. தன்னுடைய கல்பகோவ் கொடுக்காத இரண்டு நகைகளை எடுத்து ‘இவ்வளவுதான் என்னிடம் இருக்கிறது. எடுத்து போ,’ என்கிறாள். அந்தப் பெண்ணோ ‘உன் காலில் விழுகிறேன். என் குடும்பத்தைக் காப்பாற்று’ என்கிறாள். இந்தச் சொற்கள் பாஷாவைத் துணுக்குறச் செய்து சிறுமைப்படுத்துகின்றன. ஒரு முடிவுக்கு வந்தவளாக, தன் மேசைக்குள்ளிருந்து, அனைத்துத் தங்க நகைகளையும் எடுத்து அவள்முன் போடுகிறாள். இவற்றில் எதுவும் அவன் கொடுத்தது இல்லை என்கிறாள். அந்தப்பெண், நிதானமாக எல்லா நகைகளையும் சேர்த்து எடுத்துச் செல்கிறாள். மனைவி சென்றதும் கல்பகோவ் வெளியே வருகிறான்.

இப்போது நீங்கள் என்ன நினைப்பீர்கள்? நடந்த நிகழ்ச்சிக்காகப் பாஷாவிடம் கல்பகோவ் மன்னிப்புக் கேட்பான் என்றுதானே?

அதுதான் மனுஷத்தனமும்கூட. ஆனால் நடந்தது வேறு செகாவ் எழுதுகிறார்:

'என்ன நகை எனக்கு நீ வாங்கிக் கொடுத்தாய்? நான் எப்போதாவது உன்னிடம் எதையாவது கேட்டிருக்கிறேனா?'

கல்பகோவ் சொல்கிறான். 'கடவுளே, என் மனைவி கண்ணியமானவள், குடும்ப ஸ்திரி, தூய்மையானவள் உன் காலில் விழப் போனாளே—ஒரு விபசாரியின் காலில் குலப்பெண் விழுவதாவது.

கல்பகோவ் மனைவியைத் தேடி ஓடுகிறான். பாஷா, கட்டிலில் விழுந்து அழுகிறாள். மூன்று வருஷங்களுக்கு முன், ஒரு காரணமும் இல்லாமல் அவளை ஒரு வியாபாரி அடித்தது அவளுக்கு ஞாபகம் வந்து, அவள் அழுகையை அதிகப்படுத்தியது என்று முடிகிறது, ஆன்டன்செகாவின் கதை. இதன் தலைப்பு நடிகை அல்லது நாடகக்காரி. செகாவ் கேட்கும் கேள்வி, இவர்களில் அந்த இரண்டு பெண்களில் யார் நடிகை என்பதாகும். அதை விடவும் தான் நேசித்த பாஷாவை நோக்கி, கல்பகோவ் விசிறி எறிந்த வார்த்தைகள் இந்த மூவரில் யாரை நாம் 'மனிதராக' ஏற்கப் போகிறோம்?...

பிரபஞ்ச கானம்...

கீரனூர் ஜாகிர்ராஜா

நீங்களொரு இலக்கியவாதி என்றால், அதிலும் சென்னை வாசியாக இருந்தால், பீட்டர்ஸ் காலனியின் 2/14 வது இலக்கமிட்ட அறைக்குள் ஒரு முறையாவது நுழைந்து திரும்பியிருக்க வேண்டும். அங்கே தரை முழுவதும் புத்தகங்கள் கொலுவிருக்க, நடுவில் ஒரு இருக்கையில் அமர்ந்து சங்கிலித் தொடர்போல புகைத்தபடி பிரபஞ்சன் காட்சியளிப்பதைக் காணாதிருக்க வாய்ப்பில்லை. கோபாலபுரத்தில் இருந்த காலத்தில் பல தடவை எனக்கு இது வாய்த்திருக்கிறது.

ஒவ்வொரு முறை சந்திக்கும்போதும் சந்திப்பின் சில நிமிட இடைவெளிக்குப் பின் "ஒரு காப்பி சாப்பிட்டு வருவோமா" என்று கேட்டு எழுவது பிரபஞ்சனின் வழக்கம். பிறகு நம்மையும் அழைத்துக்கொண்டு வேட்டியின் ஒரு நுனியைப் பிடித்தவாறு சரவண பவன் வரைக்கும், நாகரிகமான ஒரு நடை. கண்டிப்பாக அந்த நேரத்தில் காபிக்குரிய கட்டணத்தை அவர்தான் தருவார். இலக்கியவாதிகளில் க.நா.சு ஒரு காபி பிரியர் என்று கேள்விப்பட்டிருக்கிறேன். (வெறியர் என்றும் கூறலாம். அத்தனை கசப்பாக குடிப்பாராம்) அவருடைய வழிவந்த பிரபஞ்சன், ஒரு நாளில் ஆறேழு கோப்பைகள் ரசித்து ருசித்து காப்பி சாப்பிடுவதை நேரில் இருந்து பார்த்திருக்கிறேன்.

நம்முடைய மூத்த இலக்கியவாதிகள் எல்லோரும் பழகுவதற்கு இனிமையானவர்கள் என்று சொல்லிவிட முடியாது. யாரிடம் எவ்வளவு பேச வேண்டும், எத்தனை தூர இடைவெளி விடவேண்டும் என நான் ஒரு கணக்கு வைத்திருக்கிறேன். இந்த வரையறையை ஒரு நாளும் மீறியது இல்லை. சிலரிடம் எனக்கே ஒவ்வாமைகள் உண்டு. அவர்களே நெருங்கி வந்தாலும், அந்த நேரத்தில் தப்பித்து ஓடிவிடுவது என் வழக்கம். பத்திரிகை பணிக்கு வந்தபிறகு, இதுபோன்ற விஷயங்களில் கொஞ்சம் பிடிவாதத்தை தளர்த்திக் கொள்ள வேண்டியதாயிருக்கிறது. இருந்து தானே ஆக வேண்டும்?

பிரபஞ்சனிடம் பழகுவதில் எனக்கு இதுபோன்ற சிரமங்கள் இருந்ததில்லை. அவரோடு இருக்கும்போது ஒரு தகப்பனின் நெருக்கத்தை, மூத்த சகோதரனின் அருகாமையை உணர்ந்திருக்கிறேன். எனவே ஒவ்வொரு முறையும் அவர் என்னிடம் நட்புடன் நீட்டுகின்ற சிகரெட்டை ஒரு புன்னகையால் மறுத்து வந்திருக்கிறேன். அவரை என் முன்னோடி எனச் சொல்வது இந்த இடத்தில் மிகப் பொருத்தமான வார்த்தையாக இருக்கும். இலக்கியத்தில் நான் அவருடைய 'வம்சாவளி'யைச் சேர்ந்தவன் என்கிற எண்ணம் எனக்கு உண்டு. புதுச்சேரிக்காரராக இருந்தாலும் தஞ்சாவூரில் தமிழ் படித்த காலத்தில் இலக்கியவாதியாக உருவானவர் அவர். நான் ஆசிரியராக மதிக்கின்ற தஞ்சை ப்ரகாஷிடம் முப்பது ஆண்டுகள் நெருக்கமான தொடர்பில் இருந்தவர்.

பிரபஞ்சனின் ஆளுமை என்பது அவருடைய எழுத்துகளுக்குள் அடங்கி விடுகிற சங்கதி மட்டுமே அல்ல; தமிழ்நாட்டின் மிகச்சிறந்த இலக்கியப் பேச்சாளர் அவர். பேச்சுக்கு செவிசாய்க்கும் பரம்பரை நம்முடையது. நீட்டி முழக்கி, அடுக்கு மொழிகளில் பேச்சாளர்கள் உமிழும் வார்த்தைகளைக் கேட்டுக்கேட்டு செவிகளை மந்தமாக்கிக் கொண்டது நம் சமூகம். ஒருபுறம் அரசியல் கூச்சல், மறுபுறம் ஆன்மீகக் கூச்சல். கடந்த 60 ஆண்டுகளில்தான் இப்படி எத்தனை மேடை வாந்திகள்?

பிரபஞ்சனின் உரைகள் இவற்றுக்கெல்லாம் எதிர்மறையான தன்மை கொண்டவை. இரண்டு மணிநேரத்துக்கெல்லாம் தீவிர இலக்கியவாதிகளையே இருக்கைகளில் கட்டிப்போட்டு வைத்துவிடும் உரை வசீகரம் அவருடையது. தவிர வாசிப்பும், எழுத்தும் பேரனுபவங்களும் கொண்ட சிலரால் பத்து நிமிஷங்களேனும் மேடையில் ஜொலித்துவிட முடியாது. ஜெயகாந்தன் தன் காலத்தில் இதற்கொரு விதிவிலக்கானார். அவர் காட்டாற்று வெள்ளமென்றால் பிரபஞ்சன் அமைதியாக ஓடும் நதி. அந்த அமைதிக்குள் எதிரியை குத்திக் கிழிக்கிற கூர்மையும், எள்ளி நகையாடும் அங்கதமும், ரசனைக்குரிய இலக்கிய மேற்கோள்களும், வாழ்க்கைப் பகிர்தல்களும், குட்டிக் கதைகளும், சினேகமும், குறும்பும், எல்லாமும் அடக்கம். ஏனோ அவருடைய உரைகள் குறுந்தகடுகள் வடிவத்தில் பதிவாகாமல் காற்றோடே கலந்து போகின்றன. மானுட வாழ்வின் பல்வேறு கூறுகள் பதிவாகிய சொற்களஞ்சியங்கள் அவை.

இதற்கடுத்தபடியாக அவர் எழுதியுள்ள பல நல்ல கட்டுரைகளைக் குறிப்பிட வேண்டும். ந.முருகேசபாண்டியன் அவற்றில் ஆகச்

சிறந்த 21 கட்டுரைகளைப் பிரபஞ்சன் கட்டுரைகள் என்னும் பெயரில் தொகுத்து நூல் வடிவமாக்கியதை இலக்கிய அதிர்ஷ்டம் என்றுதான் சொல்ல வேண்டும். 1961 முதல் எழுதி வருபவரின் முதல் கட்டுரைத் தொகுப்பு இதுவென்றால் ஆச்சரியமாக இல்லையா உங்களுக்கு? இதற்கு சமாதானமாக பிரபஞ்சன் கூறும் வார்த்தைகள் இவை. “எந்த ஒழுங்கையும் கைக்கொள்ள முடியாது, சுழற்காற்று சருகுபோல பறந்து சுற்றிக் கொண்டிருக்கிற வாழ்க்கையே எனக்கு லபித்திருக்கிறது. என்ன செய்ய?”

நான் கதைகள் எழுதத் தொடங்கிய காலத்தில் கட்டுரைகள் என்றால் கொஞ்சம் விலகியே நிற்பேன். அப்போது எனக்கு வாசிக்கக் கிடைத்த கட்டுரைகள் அப்படி. வாசிப்புக்குச் சுவை இல்லாமல் மேதைமை எல்லாவற்றையும் நுழைத்து மிக விறைப்பாக எழுதப்பட்ட வறண்ட ஏடுகள் அவை. நமக்கு கிடைத்திருக்கிற அழகான மொழியை இத்தனை சிக்கலும், சிடுக்குமாக பிரயோகிக்க வேண்டுமா நண்பர்களே? என்று அந்தக் கட்டுரையாளர்களிடம் என் மனம் சதா கேள்விகளை எழுப்பிக்கொண்டே இருக்கும்.

தலையாய பிரச்சினைகள் பலவற்றைப் பேச வந்த கட்டுரைகள் இவ்வாறான செய்நேர்த்திக் குறைவால் வாசக கவனத்தைப் பெறாமலேயே போய்விட்டிருக்கின்றன. இலக்கியக் கோட்பாடுகளை, இசங்களைப் பேச வந்த சிலர் எழுதியுள்ள கட்டுரைகளும் இந்த ரகத்தில் சேரத் தக்கனவே. நவீன இலக்கியவாதிகள் சுவாரஸ்யமாக எழுதக்கூடாது என்று சட்டம் இயற்றியது யார்? சுவாரஸ்யம் என்றால் அது வணிக எழுத்து என்று முத்திரை குத்தியவர் எவர்?

பிறகு, நல்ல படைப்புக் கலைஞர்கள் எழுதிய கட்டுரைகள் வாசிக்க கிடைத்தபோது என் ஆதங்கம் சற்றுத் தணிந்தது. அவர்கள் எழுதுகிற கட்டுரைகள் வாசக அனுபவத்திற்கு ஒருபோதும் நெருக்கடிகளை உருவாக்குவதில்லை. இதோ எவரும் அணுகத்தக்க மொழி யதார்த்தத்துடன் பிரபஞ்சனின் கட்டுரைகள் நம்முன் விரிந்து கிடக்கின்றன.

பிரபஞ்சனின் கட்டுரைகள் எத்தனைக்கு சுவாரஸ்யமானவையோ அத்தனைக்கு செறிவானவை. கட்டுரைகளின் ஒவ்வொரு வரியும், அவருடைய ஏதோ ஒரு சிறுகதையின் அல்லது நாவலின் உள்ளே பயணிக்கிற பிரம்மையை நம்மிடம் உருவாக்குகின்றன. எனவே கட்டுரைகளில் அவரால் வாசகர்களிடம் நெருக்கமாக உறவாட முடிகிறது. எவ்வளவு தீவிரமான விஷயமாக இருந்தாலும் அவரால் பதற்றமின்றி நம் தோளில் கைபோட்டுச் சொல்ல முடிகிறது. எனவேதான் ‘நானும் நானும் உறங்கும் அறை’ என்று மேன்ஷனை

எழுதும்போதும், 'தமிழ் இழப்பும் இருப்பும்' என்று பண்பாட்டு அரசியல் தளத்தில் பேசும்போதும் அவருடைய குரல் பிசிறின்றி ஒலிக்கிறது.

இந்த மேன்ஷன்களுக்கும், பிரபஞ்சனுக்குமான உறவை அவர் இப்படியா ஒரு கட்டுரைக்குள் அடக்குவது? ஒரு நாவலாய், பல சிறுகதைகளாய், பல்கிப் பெருகும் தீராத அனுபவங்கள் அல்லவா அவை? ஆனாலும் தமிழ் எழுத்தாளர்களில் பிரபஞ்சனைப்போல மேன்ஷன் அனுபவங்களைப் பகிர்ந்து கொண்டவர்கள் யாருமில்லை. (அய்யனாருக்கு எழுதிய முன்னுரை இன்னும் விரிவாக இருந்ததாக ஞாபகம்.) "மேன்ஷன் அறையில் ஒரு இளைஞன் கண்ணுக்குத் தெரியாத துயர தேவதை ஒன்றோடு சேர்ந்தே படுக்கைக்குப் போகிறான்" என்கிற இரண்டு வரிகளில் மேன்ஷனைக் குறித்து அவர் எழுத வேண்டிய நாவலுக்கான விஷயத்தை சொல்லி விடுகிறார். தனிமையின் தகிப்பை இதைவிட உக்கிரமாக வேறு வார்த்தைகளில் எப்படி வெளிப்படுத்த முடியும்? திருவல்லிக்கேணியை பிரபஞ்சன் எழுதினால் ஜானகிராமன் தஞ்சாவூரை எழுதின மாதிரி இருக்கும். ஏன், அவருக்கு தஞ்சாவூரைக் குறித்து எழுதவும் 30 வருஷ சரக்கு கைவசம் இருக்கிறது. எழுதுவாரா? எழுதுவார் என்றே நம்புவோம்.

'எனக்கு வீட்டைக் காட்டிலும் தெரு பிடித்திருந்தது' என்று தொடங்கும் இரண்டாவது கட்டுரை அவருடைய பால்யத்திலிருந்து தொடங்கி நிகழ்காலத்தில் முடிவடைகிறது. டியூஷன் விட்டு வீட்டிற்கு போகும் மாக்ரேத்தைப் பின் தொடர்ந்து, கடிதம் தந்து, காதல் கோரும் அவர் கள்ளின் வாசனையோடு வளர்ந்ததைப் பகிர்ந்துகொள்ளும்போது நம்மை அந்தப் புளிப்புச் சுவை புளகாங்கிதப்படுத்துகிறது. அத்தனைக்கு அபாரமான நெடியல்லவா?

"நம் அழுக்குகள் தொற்றி விடுமோ என்று பயத்தில் குழந்தைகளைத் தொடவே பயமாக இருக்கிறது" என்று தயங்கிப் பின்வாங்கும் அவர்தான் கடைசியில் "அதிகாரத்தை எதிர்த்து உயரும் கைகளோடு இதோ என் கைகளும்" என்று தன்னை ஒப்படைக்கிறார். ஆக பிரபஞ்சனின் தயக்கமும் குற்ற உணர்வும், இயலாமையின் ஆதங்கங்களும் அவரை ஒருபோதும் விரக்தி நிலைக்குத் தள்ளி ஓய்ந்துவிடுவதில்லை. அங்கிருந்து உடன் மீண்டு போராடுவதற்காக தன் கைகளை உயர்த்தும் திராணியை அவர் எப்போதும் இழப்பதில்லை. இதுதான் ஒரு சத்திய வேட்கையுள்ள கலைஞனின் சுயம்.

பிரபஞ்சன் தன் உரைகளில் பார்வையாளர்களின் கவனத்தை ஈர்க்க வேண்டி சில சம்பவங்களை, எழுத்தாளர்களின் சில கதைகளை மேற்கோள் காட்டுவதை வழக்கமாகக் கொண்டவர். எல்லாப் பேச்சாளர்களும் அப்படித்தான் என்றாலும் பிரபஞ்சன் இந்த உத்தியை வெற்றிகரமாகக் கையாள்பவர்.

2003ஆம் ஆண்டு தஞ்சாவூரில் ப்ரகாஷ் ஞாபகார்த்தக் கூட்டம் நடைபெற்றபோது பிரபஞ்சன் அழைக்கப்பட்டிருந்தார். பலரும் திரளாகக் கலந்துகொண்ட கூட்டம் அது. நிகழ்வுகளை நான் தொகுத்து வழங்கிக்கொண்டிருந்தேன். ப்ரகாஷ் இறந்து சிறிது நாட்களே ஆகி இருந்ததால் அவருடைய நினைவுகளை எல்லோரும் நெகிழ்வுடன் பகிர்ந்துகொண்ட தருணம் அது. இறுதியாக பிரபஞ்சன் பேச வந்தார். அதுவரை அரங்கில் நிலவிய கனத்தை மௌனத்தை உடைக்கும் விதமாக அன்றைக்கு அவருடைய உரை அமைந்தது.

'ப்ரகாஷுடன் பழகிய நாட்களை உணர்வுபூர்வமாகப் பேசி கண்ணீரை வரவழைக்கப் போகிறார் பிரபஞ்சன்' என்றுதான் எல்லோரும் எதிர்பார்த்தனர். ஆனால் தஞ்சாவூரில் இருந்த காலத்தில் ப்ரகாஷும் அவரும் சிவானந்தம் என்பவரிடம் போட்டி போட்டு வீணை கற்றுக் கொண்ட நிகழ்வுகளைப் பேசத் தொடங்கினார் பிரபஞ்சன். ஹாஸ்யம் பொங்கி வழிந்த அபாரமான பொழிவு அது. எல்லோரும் ப்ரகாஷின் இழப்பை மறந்து வாய்விட்டு சிரிக்கத் தொடங்கினார்கள். நினைவுநாள் ஒன்றைக் கொண்டாட்டமாக மாற்றிவிட்டார் பிரபஞ்சன். எம்.வி.வெங்கட்ராமும், கரிச்சான் குஞ்சுவும், இவர்கள் வீணை வாசிப்பதைக் கண்டு மிரண்டு ஓடியதை பிரபஞ்சன் சொல்ல நீங்கள் கேட்க வேண்டுமே!

பிரபஞ்சன் விடைபெற்றபோது அவரிடம் சொன்னேன். "அரங்கத்தின் ஒரு மூலையில் ப்ரகாஷும் உங்கள் பேச்சைக் கேட்டு சிரித்துக்கொண்டிருந்தார்". இதைக் கேட்டதும் பிரபஞ்சன் துணுக்குற்று ஒரு நிமிஷம் அமைதியானார். பிறகு சுதாரித்துக்கொண்டு சிரித்தார். "இதை நீங்கள் எழுதவேண்டும்" என்றேன். தலையாட்டிச் சென்றார். இதோ 'சிட்டி பாபுவின் ஜிப்பாவைத் தேடி' கட்டுரையில் என் வேண்டுகோளை நிறைவேற்றியுள்ளார். "என் அறைக்கு வீணை வந்துவிட்டது. அதன்மேல் பட்டுத்துணி போர்த்தி வைத்தேன். ஒரு புள்ளிமான் படுத்திருப்பதுபோல அது காட்சியளிக்கும்" என்று அவர் எழுதுவதை நீங்கள் ரசிக்காமல் இருக்கமுடியாது. சங்கீதம்

குறித்த பிரபஞ்சனின் கருத்தைக் கேளுங்கள். “மனோதர்மமும் கற்பனையும், சூட்சமமான கணக்குகளும், நிறைய இருள்களும், நிறையப் புதிர்களும், நிறைய சங்கேதங்களும் நிறைய சாத்திய வாசங்களையும் கொண்டு பல்லாயிரம் ஆண்டுகள் பல லட்சம் மனிதர்கள் சேர்ந்து உருவாக்கிய கலை இது”

தஞ்சாவூரில் பிரபஞ்சனும், பிரகாஷும் சேர்ந்து கலக்கிய இலக்கிய அமளிகளைத் திரைக்கதையாக்கினால், சமகாலத் தமிழ் சினிமாக்கள் தோற்றுப் போகும். அவர்கள் வீணை வாசித்தது, மோகமுள் யமுனாவின் துக்காம்பாளையத்து வீட்டைக் கண்டுபிடிக்க அலைந்தது, இருளாண்டி என்கிற நண்பர் இவர்களுடன் வந்து இணைந்தது, யுவர் மெஸ் என்கிற உணவகத்தை நடத்தி அதை இலக்கியக் கூடாரமாக்கியது... எல்லாம் தமிழ் இலக்கிய வரலாற்றின் ரசமான பக்கங்கள்.

பேய்களைப் பற்றி இந்தத் தொகுப்பில் இரண்டு கட்டுரைகள் எழுதியிருக்கிறார் பிரபஞ்சன். அதில் இன்னும் கொஞ்சம் பேய்கள் என்னும் இரண்டாவது கட்டுரையில் புதுமைப்பித்தனின் காஞ்சனை, சி.மோகனின் ரகசிய வேட்கை என இரண்டு சிறுகதைகளையும், அகிரா குரோசாவின் கனவுகள் சினிமாவையும் விவரிப்பதுடன் பழைய தமிழிலக்கியங்களில் பேய்களை குறித்த பதிவுகளையும் பேசுகிறார். முதலாவது பேய்க் கட்டுரையான சில மனிதர்களும் சில பேய்களுமில் மாப்பசானின் கதையையும், ஜி.நாகராஜனின் டெர்லின் ஷர்ட்டும்... கதையையும், அவருடைய (பிரபஞ்சன்) அமானுடன் போன்ற கதைகளையும் குறிப்பிடுகிறார். அமானுடன் கதையை நீங்கள் படித்திருக்கிறீர்களா? “எல்லா இடத்திலும் கரண்ட் விளக்கு வந்து வெளிச்சம் ஏற்பட்டு விட்டதால் பேய்களின் மேல் மக்களுக்கு மரியாதை இல்லாமல் போய்விட்டது. பயல்கள் இங்கிலீஷ் படித்துவிட்டு பேய் இல்லை, பிசாசு இல்லை என்கிறார்கள்.” என்று வருத்தப்படுகிற ஒரு பேயோட்டிக்கும் முனீஸ்வர சாமிக்குமான உறவை பிரபஞ்சன் எழுதிப்பார்த்த கதை அது.

தமிழ் இழப்பும் இருப்பும் அவர் எழுதியுள்ள மற்றொரு முக்கியமான கட்டுரை. நிலத்துடன், மரத்துடன், பூக்களுடன் வாழ்ந்த தமிழ் வாழ்க்கை கோயிலோடு பிணைக்கப்பட்டதையும், மதம் திணிக்கப்பட்டதையும், தமிழரின் இசை களவுபோய் கர்நாடக சங்கீதமாக உருமாறியதையும், தமிழரின் தெய்வங்கள், உணவு முறைகள் மாறியதையும், உள்ளார்ந்த கவலையுடன் பிரபஞ்சன் பேசுகிறார். பத்தாம் நூற்றாண்டுக்குப் பிறகு நிகழ்ந்த

ஆரிய சமஸ்கிருத ஊடுருவல்கள் தமிழர் வாழ்வின் சத்தான பல பகுதிகளை உருவி எறிந்ததும், அருண்மொழித் தேவன் ராஜராஜனை பிறகு ராஜரீகத்தின் தன்மை மாறியதையும், கடுமையான ஒழுக்கம் பேணிய பௌத்தமும், சமணமும் இசையை, நாட்டியத்தை, கூத்தை தத்தமது தத்துவ வழியில் நின்று புறக்கணித்ததையும், எல்லோரும் சிலாகித்துக் கொண்டிருக்கிற சங்க இலக்கியங்கள் மேட்டுக்குடி வாழ்க்கையைத்தான் சித்தரிக்கின்றன என்றும் அவர் தாட்சண்யமில்லாமல் இக்கட்டுரையில் விமர்சித்துச் செல்வதைக் குறிப்பிட்டாக வேண்டும்.

வன்முறையைப் பயிற்றுவிக்கும் வகுப்பறைகள் கட்டுரை நிகழ்கால கல்வி அவலங்களின் மீதான ஒரு பலம் பொருந்திய எதிர்வினை. இந்தக் கட்டுரையின் நகலை எல்லா ஆசிரியர்களுக்கும் அனுப்பி வாசிக்கச் செய்து அவர்களுடைய நடவடிக்கைகளில் மாறுதல் தெரிகின்றனவா என்று பரிசோதிக்கலாம். இந்தக் கல்வி முறை மாற வேண்டும் என்று ஓயாமல் குரல்கள் எழுகின்றனவே, எப்போது நம் குழந்தைகள் ரட்சிக்கப்படுவார்கள்? எவர் வந்து இந்த தரித்திரத்தை மாற்றி எழுதுவது?

ந.முருகேசபாண்டியன் மிகுந்த ரசனையுடன் இந்தக் கட்டுரைகளைத் தொகுத்திருக்கிறார். “தொகுப்பு நூல் இலக்கிய ஆளுமையின் குறுக்குவெட்டுத் தோற்றமாக விளங்குகிறது. இத்தகைய தொகுப்புகள் பரந்துபட்ட வாசகரிடம் மறு பேச்சுகளை உருவாக்கும் வல்லமை பெற்றவை” என்னும் அவருடைய கருத்துகளுடன் நம்மால் ஒத்துப் போக முடிகிறது.

பிரபஞ்சன் விரும்பி அணிகின்ற ஜிப்பா நிறத்தில் அட்டை. அவர் நமக்கருகில் நின்று கொண்டு “ஒரு காப்பி சாப்பிட்டு வருவோமா” என்று சினேகமாக கேட்கிற மாதிரி அவருடைய சித்திரம். நல்ல தயாரிப்பு. இனி அவருடைய பிற கட்டுரைகளும் தொகுக்கப்பட வேண்டும். யார் செய்யப் போகிறீர்கள்...?

(புதிய புத்தகம் பேசுது, மே 2013.)

❖ ❖ ❖